पुणे विद्यापीठाच्या द्वितीय वर्ष कला शाखेच्या (S. Y. B. A.) २०१४-१५च्या
सुधारित अभ्यासक्रमानुसार लिहिलेले क्रमिक पुस्तक
तसेच महाराष्ट्रातील इतर सर्व विद्यापीठांना उपयुक्त.

I0666893

हवामानशास्त्र आणि सागरविज्ञान

Elements of Climatology
and
Oceanography

डॉ. श्रीकांत कार्लेकर

(M. Sc. Ph.D)

डायमंड पब्लिकेशन्स

हवामानशास्त्र आणि सागरविज्ञान
डॉ. श्रीकांत कार्लेकर

Hawamanshasra ani Sagarvidnyan
Dr. Shrikant Karlekar

प्रथम आवृती : जून २०१४

ISBN 978-81-8483-583-0

© डायमंड पब्लिकेशन्स

मुखपृष्ठ
शाम भालेकर

प्रकाशक
डायमंड पब्लिकेशन्स
२६४/३ शनिवार पेठ, ३०२ अनुग्रह अपार्टमेंट
ओंकारेश्वर मंदिराजवळ, पुणे-४११ ०३०
☎ ०२०-२४४५२३८७, २४४६६६४२
info@diamondbookspune.com
www.diamondbookspune.com

प्रमुख वितरक
डायमंड बुक डेपो
६६१ नारायण पेठ, अप्पा बळवंत चौक
पुणे-४११ ०३० ☎ ०२०-२४४८०६७७

प्रस्तावना

हवामानशास्त्र आणि सागरविज्ञान ह्या प्राकृतिक भूगोलाच्या महत्त्वाच्या उपशाखा आहेत. गेल्या काही वर्षांत या दोनही शाखांमध्ये झालेला महत्त्वपूर्ण अभ्यास व संशोधनामुळे त्यांची उपयुक्तताही लक्षणीयरीत्या वाढलेली आहे.

हवामान बदल, जागतिक तापमान वृद्धी, एल निनो, मान्सूनची निर्मिती, कृत्रिम हवामान उपग्रह या हवामानशास्त्रातील संकल्पनांबरोबरच जेट स्ट्रीम्स, प्रवाळ बेटे व सागर पातळीतील बदल अशा सागरशास्त्रातील कल्पनांचा विचार अनेक इतर शास्त्रांमध्येही आजकाल करण्यात येत आहे. ही दोनही शास्त्रे आज आघाडीची उपयोजित शास्त्रे आहेत.

या सर्व गोष्टींचा विचार करून ह्या पुस्तकाची रचना करण्यात आली आहे. त्यामुळेच या विषयातील पारंपरिक संकल्पना व सिद्धान्तांबरोबरच आधुनिक विचारांचा व शोधांचा यात समावेश करण्यात आला आहे.

अनेक विद्यापीठांच्या कला व शास्त्र शाखेच्या प्रथम, द्वितीय व तृतीय वर्षाच्या भूगोलाच्या अभ्यासक्रमात या दोनही शाखांचा समावेश केला जात असल्यामुळे या शाखेतील सर्व विद्यार्थ्यांना या पुस्तकाचा निश्चितच उपयोग होईल याची खात्री वाटते.

भरपूर आकृत्या, उदाहरणे व सोप्या भाषेत केलेले विवेचन याद्वारे विषय अधिक सुस्पष्ट करण्याचा प्रयत्न या पुस्तकात करण्यात आलेला आहे. विद्यार्थी व प्राध्यापकांना संदर्भ व क्रमिक पुस्तक म्हणून याचा निश्चितच उपयोग होईल असा विश्वास वाटतो.

डायमंड पब्लिकेशनचे प्रकाशक श्री. दत्तात्रेय पाष्टे व त्यांचे सर्व सहकारी यांनी विद्यार्थ्यांसाठी हे पुस्तक लगेचच उपलब्ध करून दिले त्याबद्दल त्यांचे मनःपूर्वक आभार.

डॉ. श्रीकांत कार्लेकर

लेखक परिचय

डॉ. श्रीकांत नारायण कार्लेकर (M. Sc. Ph.D)

- १९७४ ते २००३ या काळात पुण्याच्या सर परशुरामभाऊ महाविद्यालयात पदवी व पदव्युत्तर पातळीवर अध्यापन व भूगोल विभागप्रमुख. (मार्च २०१३ पासून निवृत्त)
- १९८१ मध्ये 'कोकणचा भूरूपशास्त्रीय अभ्यास' या प्रबंधाकरता पुणे विद्यापीठाची Ph.D पदवी.
- २००१-२००२ मध्ये पुणे विद्यापीठात प्राध्यापक.
- मार्गदर्शनाखाली एकूण १६ विद्यार्थ्यांना Ph.D व ७ विद्यार्थ्यांना M. Phil प्राप्त.
- ७० संशोधन-निबंध प्रकाशित.
- २५ पुस्तके प्रकाशित.
- अनेक संशोधनप्रकल्पांत सहभाग व मुख्य संशोधक.
- १९७८ मध्ये डेहराडूनच्या दूरसंवेदन संस्थेत फोटोग्रॅमेट्री या विषयात प्रशिक्षण.
- सागरी भूरूपशास्त्र, दूरसंवेदन व सांख्यिकी भूगोल हे जास्त आवडीचे व प्रमुख संशोधनाचे विषय.
- कांदबरी, कथासंग्रह, गूढकथा, अनुवादित कादंबरी या वाङ्मयप्रकारातही लेखन.
- अनेक राष्ट्रीय व आंतरराष्ट्रीय चर्चासत्रे, कार्यशाळा यांत सहभाग.
- अनेक वर्तमानपत्रे, नियतकालिके यांत विज्ञानविषयात विपुल लेखन
- सध्या पुण्याच्या टिळक महाराष्ट्र विद्यापीठात अधिष्ठाता (Dean) भूरूपशास्त्रविभाग म्हणून कार्यरत.

अनुक्रम

प्रस्तावना

लेखक-परिचय

प्रकरण १

हवामानशास्त्राची ओळख

(Introduction to Climatology and Atmosphere)

पृथ्वीच्या पर्यावरणाचा वातावरण हा एक अतिशय महत्त्वाचा असा विभाग आहे. शिलावरण (Lithosphere), जलावरण (Hydrosphere) आणि जीवावरण (Biosphere) यांच्यासह वातावरण (Atmosphere) यामुळे पृथ्वी हे मानवासाठी व इतर सर्व सजीवांसाठी एक आदर्श असे वसतिस्थान बनले आहे.

वातावरणामुळे पृथ्वीवर पोहोचणाऱ्या सौरउर्जेचे योग्य असे पुनर्वितरण होते. वातावरणामुळेच पृथ्वीवरील जीवांसाठी आवश्यक वायू मिळतात. वातावरणामुळे पृथ्वीभोवती एक संरक्षक असे कवच तयार झाले आहे. ज्यामुळे अतिनील (Ultraviolet) अशा संहारक किरणांपासून पृथ्वीवरील जीवांचे रक्षण केले जाते. पृथ्वीवर आढळणारे तापमानाचे समकक्ष (Horizontal) व ऊर्ध्व (Vertical) वितरण हे वातावरणातील हालचालींमुळेच होते. विषुववृत्तीय प्रदेशातील अतिउष्णता व ध्रुवीय प्रदेशातील अत्यल्प उष्णता ही तफावत सुसह्य होण्यासाठी वातावरणातील अभिसरण (Circulation) कारणीभूत असते. पृथ्वीवरील पाण्याची बाष्पाच्या स्वरूपात, नीच अक्षांशाकडून उच्च अक्षांशाकडे होणारी हालचाल व समुद्राकडून जमिनीकडे होणारे स्थानबदल हे मुख्यतः वातावरणातील हालचालींमुळेच होतात.

पृथ्वीभोवतालच्या वातावरणाची क्लिष्टता लक्षात घेऊन या थराचा अभ्यास तीन प्रकारे विभागणी करून केला जातो.

१) वायुशास्त्र (Aerology) : यामध्ये प्रामुख्याने वातावरणाच्या रचनेचा व त्यातील विविध विभागांचा अभ्यास केला जातो. आजकाल या विविध विभागांचे रसायनशास्त्र व त्यातील विविध प्रक्रियांचा अभ्यास केला जातो.

२) मोसम विज्ञान (Meteorology) : यामध्ये वातावरणातील हालचाली, घटना,

या बरोबरच हवेचे भाकित करण्याच्या पद्धतींचा समावेश केला जातो. हवेच्या अल्पकालीन स्थितीचा व घटनांचा अभ्यास हे या शाखेचे मुख्य वैशिष्ट्य आहे.

३) हवामानशास्त्र (Climatology) : अनेक वर्षांच्या, दीर्घकालीन, हवेच्या स्थितीचा व घटकांचा अभ्यास यात केला जातो. एखाद्या विवक्षित ठिकाणच्या किंवा प्रदेशाच्या हवेचा सविस्तर अभ्यास हे या शाखेचे मुख्य उद्दिष्ट आहे. म्हणजेच एका अर्थी हवामानशास्त्रात मोसम विज्ञान (Meteorology) व त्या ठिकाणचा भूगोल यांचा समावेश असणे गरजेचे आहे.

या विषयाचा अभ्यास सामान्यपणे ३ प्रमुख शाखांत विभागला जातो. १) प्राकृतिक हवामानशास्त्र (Physical Climatology) २) गतिशील हवामानशास्त्र (Dynamic Climatology) आणि ३) उपयोजित हवामानशास्त्र (Applied Climatology) या तिनही शाखांच्या अभ्यासासाठी विश्लेषणात्मक पद्धती (Analytical Methods) वापरल्या जातात (उदा. वर्णनात्मक, सांख्यिकी व गणिती) हा सर्व अभ्यास सूक्ष्म हवामानशास्त्रापासून स्थूल हवामानशास्त्र व हवामान बदल या पातळ्यांवर केला जातो.

हवामानशास्त्र
(Climatology)

प्राकृतिक हवामानशास्त्र (Physical Climatology) | गतिशील हवामानशास्त्र (Dynamic Climatology) | उपयोजित हवामानशास्त्र (Applied Climatology)

विश्लेषणात्मक पद्धत
(Analyfical Climatology)

वर्णनात्मक (Descriptive) | सांख्यिकी (Statistical) | गणिती (Mathematical) | संक्षेपी (Synoptic)

अभ्यासाच्या पातळ्या
(Levels)
१) सूक्ष्म
२) मध्यम
३) स्थूल
४) हवामान बदल

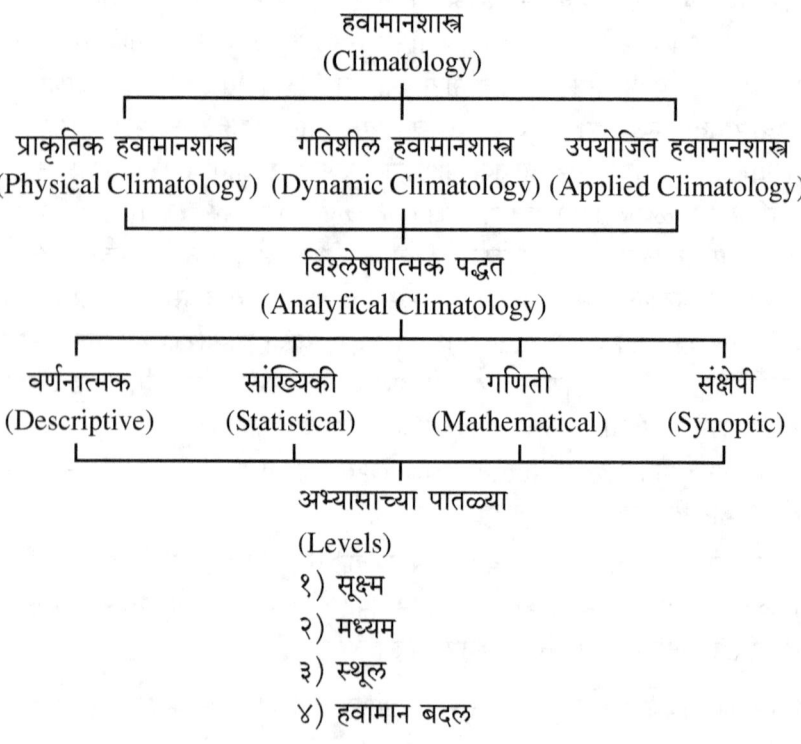

हवामानघटक व माहितीचे संकलन

हवामानशास्त्रीय अभ्यासात काही ठराविक घटकांच्या नोंदी करणे अत्यंत महत्त्वाचे असते. जगभरात जमिनीवर व समुद्रावर (जहाजावर) दहा हजारांपेक्षाही जास्त, हवामान नोंदी करणारी ठिकाणे असून, बलूनवरच्या रेडिओसोंड्स या उपकरणाद्वारेही ही माहिती गोळा केली जाते. या सर्व केंद्रावर विविध उपकरणे वापरून पुढील घटकांसंबंधी नोंदी घेतल्या जातात व हवामानासंबंधीच्या माहितीचे संकलन केले जाते.

१) हवेचे तापमान
२) वायुभार
३) ढगाचा प्रकार, उंची व मेघाच्छादनाचे प्रमाण
४) हवेतील प्रवाह
५) दवबिंदू तापमान
६) वृष्टी व प्रमाण
७) सूर्यप्रकाशाचे प्रमाण
८) वाऱ्याचा वेग व दिशा

सर्व जगातील हवामान घटकांसंबंधीच्या माहितीच्या संकलनाचे काम जागतिक हवामान संस्था (WMO : World Meteorological Organization) या स्वित्झर्लंडमधील जिनिव्हा येथील संस्थेमार्फत केले जाते. प्रत्येक देश त्यांच्या देशाकरता अशी माहिती संकलित करीत असतोच. भारतात, भारतीय मौसमविज्ञान विभागातर्फे (IMD : India Meteorological Dept.) हवामान नोंदी व माहिती संकलन केले जाते.

आजकाल पृथ्वीवरील हवामानासंबंधीच्या माहितीचे संकलन व नोंदी, हवामान उपग्रहांच्या साहाय्याने केले जाते. यासाठी १९६० मध्ये (TIROS) हा हवामान उपग्रह ३६,००० कि.मी. उंचीवर सर्वप्रथम आकाशात स्थिर केला गेला. भारताने यासाठी METSAT उपगृह २००२ साली अवकाशात पाठविला आहे. याची सविस्तर माहिती या प्रकरणाच्या शेवटी दिली आहे. मिळालेली सर्व प्रकारची हवामानशास्त्रीय आकडेवारी विविध तंत्रांचा वापर करून आलेख, रेषाकृती, वारंवारता, स्तंभालेख व नकाशे यांच्या साहाय्याने दर्शविली जाते. सममूल्य रेषांनी अनेक हवामान घटकांचे वितरण दर्शविले जाते. (उदा. समभार रेषांनी समान वायुभाराची ठिकाणे जोडली जातात, समताप रेषांनी समान तापमानाची तर समवृष्टी रेषांनी सारख्याच पर्जन्य वृष्टीची ठिकाणे जोडली जातात.)

पृथ्वीचे वातावरण हे सदैव बदलते असते. कोणत्याही दोन ठिकाणचे हवामान त्यामुळेच कुठेही व केव्हाही एकसारखे कधीच नसते; असे असले तरी, हवामानातील हा बदल कळण्यासाठी वातावरणाच्या उभ्या थरात सामान्यपणे कशी परीस्थिती असते ते काही ठराविक घटकांवरून लक्षात येऊ शकते. (उदा. समुद्रसपाटीनजीक जेव्हा तापमान १५^0 सेल्सिअस असते तेव्हा तिथे वायूभार १०१३.२५ मिलीबार असतो व हवेची घनता १.२३ कि.ग्रॅ. दर घनमीटरमागे एवढी असते. १० कि.मी. उंचीवर -५० अंश सेल्सिअस तापमान, २६५ मिलीबार वायूभार व ०.४१ कि. ग्रॅ./घन मी. घनता असते) याला 'आदर्श हवा' असे म्हटले जाते. हवेचे घटक सरासरी स्थिती दर्शक नसून स्थिर स्थिती दर्शक असतात.

वातावरणातील वायू

हवेतील सर्व वायू हे रंगहीन, गंधहीन व चव रहित असतात. हवेतील काही कण हे एक अणू कण असतात. (उदा. अरगॉन व हेलियम). इतर कण हे दोन किंवा तीन किंवा जास्त अणूंनी बनलेले असतात. (उदा. बाष्प, कार्बन-डाय-ऑक्साईड इ.) पृथ्वीच्या वातावरणातील कार्बन-डाय-ऑक्साईड अगदी अल्प प्रमाणात असून त्याचा शोध इ. स. १७५२ मध्ये लागला. वायुरूप नायट्रोजन इ. स. १७७२ मध्ये रुदरफोर्ड यांनी शोधला, त्यानंतर लगेचच जोसेफ प्रिस्टली यांनी हवेतील प्राणवायूचा शोध लावला. त्यानंतर वातावरणातील इतरही वायूंचा हळूहळू शोध लागला. अरगॉन हा वायू १८९४ मध्ये शोधून काढण्यात यश आले. नायट्रोजन व ऑक्सिजन हे पृथ्वीच्या वातावरणातील प्रमुख वायू असून त्यांचे प्रमाण अनुक्रमे ७८.१ टक्के व २०.९ टक्के इतके आहे; इतर सर्व वायूंचे प्रमाण केवळ ०.९ टक्के एवढेच आहे.

वातावरणातील वायूचे नियमित किंवा स्थिर (Constant) व अनियमित किंवा अस्थिर (Variable) वायू असे वर्गीकरण केले जाते. स्थिर वायूंचे प्रमाण वातावरणाच्या थरात पृथ्वी पृष्ठापासून ८० कि.मी. उंचीपर्यंत सारखेच असते. यामध्ये, नायट्रोजन, ऑक्सिजन व अरगॉन यांचा समावेश होतो. नायट्रोजनचे वातावरणातील प्रमाण खूप जास्त असले तरी हा वायू वातावरणात फारसा क्रियाशील नाही. त्यामानाने प्राणवायू हा खूपच क्रियाशील वायू आहे. बाष्प व कार्बन-डाय-ऑक्साईड व ओझोन हे अस्थिर स्वरूपाचे वायू असून, त्यांच्या इतकेच महत्त्व वातावरणाच्या खालच्या थरातील तरंगत्या घन कणांना (Aerosols) आहे. बाष्प आणि हे तरंगते घन कण यामुळेच पृथ्वीवर येऊन पोहोचणाऱ्या सौर उर्जेच्या प्रमाणात दैनिक फरक होतात. पृथ्वीवर होणाऱ्या वृष्टीमागेही याच कणांचा मोठा सहभाग असतो. त्यामुळे पृथ्वीवरील

विविध ठिकाणांच्या दृष्टीने त्यांचे हवामान शास्त्रीय महत्त्व फार मोठे आहे. अशा प्रमुख कणांचे वातावरणात आढळणारे प्रतिशत प्रमाण पुढे दिले आहे.

वनस्पतीजन्य कण (Spores)	२५.८
वाराजन्य धूळ (Dust)	२४.१
सागरी लाटाजन्य कण (Sea Spray)	११.९
जंगल आगजन्य कण (Forest Fires)	९.९
सल्फर चक्र (Sulfur Cycle)	८.६
नायट्रस ऑक्साइडजन्य (No_3)	७.७
नायट्रोजन चक्र (N-Cycle)	६.०
इंधन व औद्योगिक (Combustion and Industrial)	२.६
मनुष्यजन्य सल्फेट्स (Anthropogenic Sulphates)	२.६

हवामानशास्त्राचे आधुनिक काळातील महत्त्व

आधुनिक युगात हवामानशास्त्राचे महत्त्व खूपच वाढलेले आहे. आज ह्या शास्त्राचा विचार, स्वतंत्रपणे न करता, इतरही शास्त्रांशी त्याचा असलेला संबंध (उदा. पदार्थविज्ञान, रसायनशास्त्र, भूगोल, पर्यावरण) आणि अतिवृष्टी, दुष्काळ, गारपीट, भूस्खलन, मान्सूनची अनिश्चितता, पृथ्वीची तापमान वृद्धी अशा वेगवेगळ्या समस्यांची तीव्रता कमी करण्यासाठी, उपयोजित शास्त्र (Applied Science) म्हणून केला जातो.

पृथ्वीवरील प्राकृतिक व जैविक घटकांच्या प्रभावामुळे सतत बदलणारे शास्त्र म्हणूनही आजकाल त्याकडे पाहिले जाते. जगातील अनेक देश त्यांच्या आर्थिक व सामाजिक धोरणाचा एक अविभाज्य भाग म्हणूनही हवामानशास्त्राकडे पाहू लागले आहेत.

वादळे, पूर, हिमवृष्टी, अतिवृष्टी, दुष्काळ यासारख्या आपत्तींची पूर्वसूचना व त्यांचे निराकरण यासाठी आज प्रत्येक देश आपआपल्या देशाच्या हवा व हवामानासंबंधी भरपूर संशोधन करून, एक विस्तृत सांख्यिकी तयार करीत आहे. जागतिक तापमान वृद्धी, सागरपातळीतील वाढ, यासारख्या समस्यांसाठीही सखल प्रदेशातील व सागरी बेटावरील देश हवामानशास्त्राचा सविस्तर अभ्यास करीत आहेत.

कृत्रिम हवामान-उपग्रहांनी पाठविलेल्या प्रतिमा वापरून, रोजच्या हवेचे व हवामानाचे भाकीत केले जात आहे. या भाकितातील विश्वासार्हताही आजकाल खूपच वाढली आहे. ऑस्ट्रेलियासारख्या देशात, दर एक तासांनी हवेचा व हवामानाचा

अगदी अचूक अंदाज आज केला जातो. भारताने यासाठी मेटसॅट उपग्रह अवकाशात २००२ साली पाठविला आहे.

या सर्व कारणांमुळे आधुनिक काळात हवामानशास्त्र हे शेतीप्रधान देशासाठी जसे अतिशय महत्त्वपूर्ण शास्त्र बनले आहे तसेच ते शहरी व ग्रामीण भागात रहाणाऱ्या माणसांच्या दैनंदिन व्यवहारांचाही एक अनिवार्य भाग बनले आहे. पूर्वी कधीही नव्हता तेवढा मनुष्यप्राणी आज, हवामानाविषयी जास्त संवेदनशील झाला असून, हवेत होणारे लहानसहान बदलही समजून घेण्यासाठी तो हवामानशास्त्राच्या अभ्यासाकडे वळतो आहे.

हवा व हवामान : 'हवा' (Weather) हे हवेच्या वर वर्णन केलेल्या तापमान, वायुभार, पर्जन्यमान, बाष्प या घटकांच्या अल्पकालीन स्थितीचे वर्णन असते; तर 'हवामान' (Climate) हे एखाद्या प्रदेशातील हवेच्या दीर्घकालीन (म्हणजे ३० वर्षांपेक्षा जास्त काळाच्या) हवेचे वर्णन असते.

तापमान, वायुभार, हवेतील बाष्प, वृष्टीचे प्रकार, ढगांचे प्रमाण व प्रकार ही हवेची प्रमुख अंगे आहेत.

मेटसॅट (कल्पना-१ उपग्रह)

हवामान अंदाजात क्रांतिकारक बदल

भारतीय अवकाश संशोधन संस्थेतर्फे (इस्रो) ४४.४ मीटर उंचीच्या व २९५ टन वजनाच्या पी.एस.एल.व्ही. (पोलर सॅटेलाइट लॉंच व्हेईकल) या प्रक्षेपकाच्या साह्याने मेटसॅट हा उपग्रह १२ सप्टेंबर २००२ रोजी अवकाशात सोडण्यात आला. आता याचे नामकरण कल्पना चावला यांच्या नावे करण्यात आले आहे. इन्सॅट (इंडियन नॅशनल सॅटलाईट सिस्टीम) ही उपग्रह प्रणाली भारतात १९८३मध्ये संस्थापित करण्यात आली. तेव्हापासून आत्तापर्यंत भारताने या प्रणाली अंतर्गत इन्सॅट १ (ए, बी, सी, डी), इन्सॅट २ (ए, बी, सी, डी, इ) आणि इन्सॅट ३ (ए, बी, सी, इ) व इन्सॅट ४ (ए, बी, सी) असे उपग्रह अंतराळात सोडले आहेत. ही सगळी प्रणाली म्हणजे बहुउद्देशीय व महत्त्वाकांक्षी अशी योजना आहे. दूरसंपर्क, हवामान निरीक्षणे, त्यांचे सांख्यिकी संकलन, माहितीचे प्रसारण ही प्रमुख उद्दिष्टे या प्रणालीमार्फत राबवली जातात.

इन्सॅट प्रणालीतील सगळे उपग्रह भूस्थिर (Geostationary) स्वरूपाचे आहेत. ते पृथ्वीसंदर्भात ३६ हजार किलोमीटरवर स्थिर केलेले आहेत. त्यांना पृथ्वीपासून मिळणारे वियोजन (Resolution) कमी असते. त्यांचा उत्तम प्रकारे उपयोग हा

पृथ्वीभोवती असलेल्या वातावरणाच्या थराचा अभ्यास करण्यासाठी होतो. या प्रणालीतील उपग्रहांत प्रारणमापकांचा (Radiometers) उपयोग केलेला आहे.

आत्तापर्यंतच्या इन्सॅट उपग्रहांमार्फत दूरचित्रवाणी, दूरसंचार या सेवांबरोबरच हवामानविषयक सेवाही उपलब्ध करून दिली जात असे. देशातील हवामानासंबंधीचा अभ्यास आणि हवामानाचे अंदाज यात मोठ्या प्रमाणावर झालेल्या सुधारणा यांचे श्रेय इन्सॅट प्रणालीतील उपग्रहांना दिले जाते. देशाच्या किनारपट्टीवर शंभराहूनही अधिक वादळप्रवण (Cyclone Prone) ठिकाणी आपत्तीसूचक प्राप्तके बसवून इन्सॅटमार्फत सूचन प्रणाली (Warning System) तयार करण्यात आलेली आहे.

इन्सॅट ३ मुळे पूर्वीच्या सर्व सेवांत निरंतरता राखणे, माहिती प्रसारणाची कुवत व दर्जा सुधारणे आणि आपत्ती व्यवस्थापनात अधिक सक्षमता आणणे ही उद्दिष्टे साध्य करता आली. मेटसॅट हा प्रामुख्याने हवामानविषयक उपग्रह असून तो केवळ या एकाच सेवेसाठी अंतराळात पाठविण्यात आला आहे. यापूर्वीच्या इतर उपग्रहांवर इतर सेवांचाही जो ताण येत असे, तसा मेटसॅटवर येत नाही. मेटसॅटवरील अत्युच्च क्षमतेच्या प्रारणमापकामुळे पृथ्वीवरील दृश्य, औष्णिक, अवरक्त (व्हिजिबल, थर्मल, इन्फ्रारेड) व बाष्पाच्या प्रतिमा घेता येत आहेत.

पी.एस.एल.व्ही. या प्रक्षेपकामार्फत मेटसॅट उपग्रह परिवर्तनीय भूस्थिर कक्षेत (जिओसिंक्रोनाइज्ड ट्रान्सफर ऑरबिट) सोडण्याचा भारताचा हा पहिलाच यशस्वी प्रयत्न होता.

पी.एस.एल.व्ही. हा प्रक्षेपक सुरुवातीच्या काळात ९०० किलोग्रॅम वजनाच्या आय.आर.एस. या भारतीय उपग्रहाला ९०० किलोमीटरच्या पृथ्वीसमीप ध्रुवीय भ्रमण कक्षेत (Near Earth Polar Orbit) सोडण्यासाठी तयार करण्यात आला होता. सन १९९३ मध्ये प्रथम तो वापरण्यात आला. त्यानंतर त्यात आश्चर्यकारक अशा सुधारणा करण्यात भारतीय शास्त्रज्ञांना यश येत गेले.

पी.एस.एल.व्ही.-फोर (PSLV-4) हा २९५ टनी आणि ४४.४ मीटर लांबीचा अत्याधुनिक प्रक्षेपक चार टप्प्यांत कार्य करतो. यात घन व द्रव अवस्थांतील अग्रवाही संहती (प्रोपल्शन सिस्टिम) आलटून पालटून वापरल्या जातात.

पहिला टप्पा हा जगातील सर्वांत मोठा असा अग्रवाही टप्पा असून तो १३८ टनी घन एच.टी.पी.बी. इंधनाचा आहे. त्यामुळे ६६२ के.एन. इतका रेटा तयार होतो. दुसरा टप्पा हा ४० टनी द्रव इंधनाचा असून विकास इंजिनामार्फत तो ७२५ के.एन. इतका रेटा मिळवून देतो. तिसरा टप्पा ७.६ टनी घन इंधनाचा आणि २६० केएन रेटा देणारा, तर चौथा टप्पा द्रव इंधनाचा २.५ टनी, ७.५ के.एन. इतका रेटा देणारा अग्रवाही टप्पा आहे.

मेटसॅटनंतर आलेले इन्सॅट उपग्रह हे दूरचित्रवाणी व दूरसंचार यांच्यासाठी स्वतंत्र उपग्रह आहेत. मेटसॅटवर अत्युच्च वियोजन प्रारणमापी (High Resolution Radiometers) बरोबरच विविध हवामान मंचांवरून एकत्रित केलेल्या सांख्यिकीचे प्रसारण करणारा प्रेषकसुद्धा (Data Relay Transponder) (डेटा रिले ट्रान्सपाँडर) आहे. ही सर्व माहिती नवी दिल्लीच्या हवामानविषयक माहितीचे संकलन करण्याच्या केंद्राकडे पाठविली जाते.

मेटसॅटच्या प्रक्षेपणानंतर लगेचच कर्नाटकातील हसन येथील मास्टर कंट्रोल फॅसिलिटी (MCF) ने त्याचे नियंत्रण करण्यास सुरुवात केली. कॅनडातील लेक कोवीशान, इटलीतील फ्युसिनो आणि चीनमधील बेजिंग येथील नियंत्रण केंद्रे मेटसॅट उपग्रहावर निरंतर लक्ष ठेवून आहेत.

मेटसॅटच्या यशस्वी उड्डाणामुळे पी.एस.एल.व्ही. या प्रक्षेपकाची ध्रुवीय व भूस्थिर अशा दोन्ही भ्रमणकक्षांत उपग्रह पाठविण्याची क्षमता सिद्ध झाली. एकूण ५६० किलो ग्रॅम वजनाचे अग्रवाही इंधन मेटसॅटबरोबर आहे. त्याचा उपयोग प्रामुख्याने हा उपग्रह परिवर्तनीय भूस्थिर कक्षेतून, भूस्थिर कक्षेत नेण्यासाठी होणार आहे.

मेटसॅट पृथ्वीभोवती १२००० किलोमीटर पृथ्वीसमीप उपभू स्थितीत तर ३४,५०० किलोमीटर इतक्या दूर अपभू स्थितीत आता भ्रमण करू लागला आहे. लंबवर्तुळाकृती भ्रमणकक्षेचा सुरुवातीचा कल १८ अंश होता, तो आता ५ अंशांपर्यंत आणण्यात आला आहे. भ्रमणकाल आता १४ तास १० मिनिटे आहे.

प्रकरण २

वातावरण : घटना व रचना
(Composition and Structure of the Atmosphere)

वातावरण

भूपृष्ठाला गुरुत्वशक्तीमुळे धरून राहिलेले वास, रंग व चवविरहित असलेले वायू, बाष्प आणि धूलिकण यांनी बनलेले जे प्रवाही आवरण आहे, त्याला 'वातावरण' असे म्हणतात.

(१) वातावरणाचे घटक

वातावरणाचे प्रामुख्याने तीन घटक आहेत :

(१) निरनिराळे वायू, (२) बाष्प व (३) धूलिकण.

(१) निरनिराळे वायू : वातावरणातील बाष्पविरहित इतर वायूंच्या मिश्रणास शुद्ध हवा असे म्हटले जाते. यात नत्रवायू हा प्रमुख घटक असून त्याचे प्रमाण ७८.१ प्रतिशत आहे. प्राणवायूची ज्वलनशक्ती आटोक्यात ठेवणे व सजीवांच्या वाढीस आवश्यक असलेली संयुगे तयार करणे हे त्याचे प्रमुख कार्य आहे. रासायनिकदृष्ट्या हा वायू उदासीन आहे.

प्राणवायूचे प्रमाण प्रतिशत २०.९ असून त्यामुळे जीवसृष्टी जगते व ज्वलनक्रिया घडून येते. हा वायू रासायनिकदृष्ट्या अतिशय क्रियाशील असून त्यामुळे धातू गंजतात. प्राणिमात्रांच्या अन्नाशी त्याचा संयोग होऊन त्यांना उष्णता व शक्ती मिळते. या बहुविध उपयोगांमुळे प्राणवायूचे वातावरणातील प्रमाण सूक्ष्म रीतीने कमी होत आहे; परंतु वनस्पती प्राणवायू हवेत सोडत असल्याने सध्यातरी त्याचे प्रमाण मानवास पुरेल इतके आहे. तरीही जगात सर्वत्र होणाऱ्या प्रचंड औद्योगिकीकरणामुळे व मोठ्या प्रमाणात झाडे तोडली जात असल्याने प्राणवायूचा वाढीव सतत वापर होत गेल्यास त्याचा साठा पुढील ३००० वर्षांत संपण्याची शक्यता नाकारता येत नाही.

नत्र व प्राणवायूचे मिळून ९९% प्रमाण असल्याने ॲरगॉन, कार्बन-डाय-ऑक्साईड, निऑन, हेलियम, क्रिप्टॉन, झेनॉन, हायड्रोजन, मिथेन यांचे सर्वांचे मिळून वातावरणातील प्रमाण सुमारे १% आहे.

कार्बन-डाय-ऑक्साईडचे प्रमाण प्रतिशत .०३ असून सजीवांच्या विकास व हवामानाच्या नियंत्रणात त्याचे अनन्यसाधारण महत्त्व आहे. कार्बन-डाय-ऑक्साईड उष्णता शोषून घेतो व भूपृष्ठाला त्याचा घोंगडीसारखा उपयोग होतो; परंतु इंधनाच्या वाढत्या उपयोगामुळे हवेतील कार्बन-डाय-ऑक्साईडचे प्रमाण इ.स. १९०० पासून वाढत असून त्यात सुमारे १०% वाढ झालेली आढळते. अतिथंड पाण्यात कार्बन-डाय-ऑक्साईड वायू जास्त शोषला गेल्याने आर्क्टिक महासागरावरील हवेत त्याचे प्रमाण सरासरीच्या निम्म्याने म्हणजे प्रतिशत .०६ इतके असते.

औद्योगिक शहरांवरील हवेत कार्बन व सल्फर-डाय-ऑक्साईड, अमोनिया, मोनॉक्साईड या विषारी वायूंचे प्रमाण जास्त असते. कार्बन-डाय-ऑक्साईडचे रेणू अवरक्त (Infrared) प्रमाणातील पृथ्वीने विसर्जित केलेल्या उष्णतेचा काही भाग शोषून घेत असल्याने पृथ्वीवर उष्णता टिकून राहण्यास मदत होते. महासागर, सजीव व खडकातही कार्बन-डाय-ऑक्साईड असून समुद्रात त्याचे प्रमाण वातावरणाच्या ५० पट आढळून येते. जलावरण व वातावरण यांत कार्बन-डाय-ऑक्साईडची नेहमी देवाणघेवाण चालू असून त्यात समतोल राखला जात असतो. ज्वालामुखींच्या उद्रेकातून व सजीवांच्या श्वसनातून कार्बन-डाय-ऑक्साईड वातावरणात मिसळला जातो. खडकांची झीज होताना व प्रकाशसंश्लेषणाचे कार्य चालू असताना कार्बन-डाय-ऑक्साईडचा समतोल बिघडून अवरक्त प्रारणाचे शोषण कमीजास्त होते व वातावरणाच्या तापमानात फरक पडतो.

प्रकाशकिरण भूपृष्ठावर येत असताना कार्बन डायऑक्साइडचा त्याला अडथळा होत नाही. परंतु भूपृष्ठाने विसर्जित केलेल्या उष्णतेच्या दीर्घ लहरी मात्र कार्बन-डाय-ऑक्साईड जाऊ देत नाही व त्यामुळे वातावरणाच्या घोंगडीखाली असलेल्या भूपृष्ठावर तापमान फारसे कमी होत नाही. कार्बन-डाय-ऑक्साईडचे वातावरणातील प्रमाण कमी झाल्यास पृथ्वीवरील सरासरी तापमान काही अंशाने कमी होते, तेच कारण हिमयुग अवतरण्यास मदत होते.

(२) बाष्प : हवामानाच्या दृष्टीने एक अत्यंत महत्त्वाचा घटक म्हणजे बाष्प. वातावरणात बाष्पाचे प्रमाण सुमारे ४% पर्यंत आहे. वाळवंटी प्रदेशात ते अगदी कमी असते. भूपृष्ठापासून सुमारे ६ कि.मी. उंचीपर्यंत बाष्प आढळून येते. त्यानंतर बाष्पाचे सांद्रीभवन होत असल्याने बाष्प आढळत नाही. बाह्य सौर प्रारणाचा काही भाग

पृथ्वीने विसर्जित केलेली उष्णता शोषून घेतो. बाष्पामुळे धुके, ढग, हिम, गारा व पाऊस या गोष्टी आपल्या अनुभवास येतात.

बाष्पाचे प्रमाण स्थलकालऋतुपरत्वे नेहमी बदलत असते. समुद्रकिनारी ते जास्त असून खंडान्तर्गत प्रदेशात ते नेहमी कमी असते. विषुववृत्तीय प्रदेशात जमिनीवरसुद्धा ते जास्त आढळून येते व धुव्र प्रदेशात आणि वाळवंटात ते कमी असते. पावसाळ्यामध्ये ते वाढते तर कोरड्या ऋतूत (उन्हाळ्यात व हिवाळ्यात) कमी होते. उष्ण प्रदेशातील हवा थंड प्रदेशापेक्षा अधिक बाष्प समावून घेऊ शकते. त्यामुळे उष्ण प्रदेशातील वाळवंटाचा अपवाद वगळता पाऊसमान जास्त आढळते.

(३) धूलिकण : वातावरणातील तिसरा घटक म्हणजे धूलिकण. एक सेंटिमीटर रेषेच्या लांबीवर एक लाख धूलिकण राहू शकतील इतके ते सूक्ष्म असतात. खडकांची झीज होत असताना ते वाऱ्यामुळे वातावरणात उधळले जातात. ज्वालामुखीच्या उद्रेकामुळे, उल्कापातापासून, जंगलातील वणव्याच्या व कारखान्यातील धुरामुळेही यांची निर्मिती चालू असते. सागरजलाचे तुषार हवेत मिसळून त्यांचे बाष्पीभवन झाल्याने अतिसूक्ष्म क्षारकण हवेत मिसळले जात असतात. यांपैकी मॅग्नेशियम क्लोराईडसारखे कण हवेतील बाष्प शोषून घेत असतात. धूलिकणांच्या पाणी धरून ठेवण्याच्या गुणधर्मामुळे त्यांना 'जलशोषक अणू' असे म्हटले जाते. धूलिकण उष्णता शोषून घेतात. त्यामुळे हवेच्या तापमानात होणारा बदल कमी-अधिक प्रमाणात धूलिकणांच्या संख्येवर अवलंबून असतो. धूलिकणांच्या भोवती सांद्रीभवन घडून येते व त्यामुळे वातावरणातील बाष्पाचे रूपांतर ढग, धुके, दव इत्यादी प्रकारात होते.

वातावरणात कार्बन-डाय-ऑक्साईड, नत्र व प्राणवायूचे चक्र आढळून येते. हवामानाच्या अभ्यासात हवेच्या मूलभूत गोष्टींचे सूक्ष्म अवलोकन भूपृष्ठावरील अनेक ठिकाणी केले जाते. या ठिकाणी गोळा केलेली माहिति आठवडे, महिने, ऋतू यानुसार संकलित केली जाते व सूर्याच्या नियंत्रणाचा त्यावर काय परिणाम झालेला आहे, याचा अभ्यास केला जातो. वातावरणाशी निगडित पुढील दोन शास्त्रे आढळतात.

(२) वातावरणाची रचना

भूपृष्ठापासून किती उंचीपर्यंत वातावरणाचा विस्तार आहे हे नक्की सांगता येत नाही. परंतु सर्वसाधारणपणे वातावरणाची जाडी १६०० ते २००० कि.मी. पर्यंत आढळते. वातावरणाचे पुढील थर आढळतात-

(१) तपांबर : भूपृष्ठापासून सुमारे ११ कि.मी. उंचीपर्यंत असलेल्या वातावरणाच्या सर्वांत खालच्या थरास तपांबर असे नाव आहे. त्याचा विस्तार विषुववृत्तावर सुमारे १८ कि.मी. ४५ अक्षांशावर ९.६ कि.मी. व ध्रुवांवर ६.४ कि.मी. आढळतो. केंद्रोत्सारी

प्रेरणेचा व उष्णतेचा वातावरणावर परिणाम होऊन ते विषुववृत्तीय प्रदेशात जाड झालेले आढळून येते. तपांबरात उंचीनुसार प्रत्येक १६० मीटरला १^{0} सेल्सिअस किंवा प्रत्येक १००० फुटास ३.५६ फॅ. या गतीने तापमान कमी होण्याचे थांबते, त्या पातळीस 'तपस्तब्धी' नाव आहे. तपस्तब्धीच्या विभागात ध्रुवांवर तापमान - ४०^{0} ते ५०^{0} सें. असून विषुववृत्तावर (१९ कि.मी. उंचीवर) ते -१३०^{0} से. पर्यंत असते. उंचीनुसार येथे तापमान ध्रुवापेक्षा कमी आढळते. तपस्तब्धीचा थर सुमारे ३.२ कि.मी. जाड आहे. तपांबरात वातावरणाचे सर्व घटक आढळून येतात व मानवाला सोसवेल असे हवामान तपांबराच्या खालच्या थरात असते. परंतु सीमावर्ती प्रदेशात म्हणजे तपस्तब्धीपासून २ कि.मी. खाली प्राणवायूचे प्रमाण अगदी कमी असते.

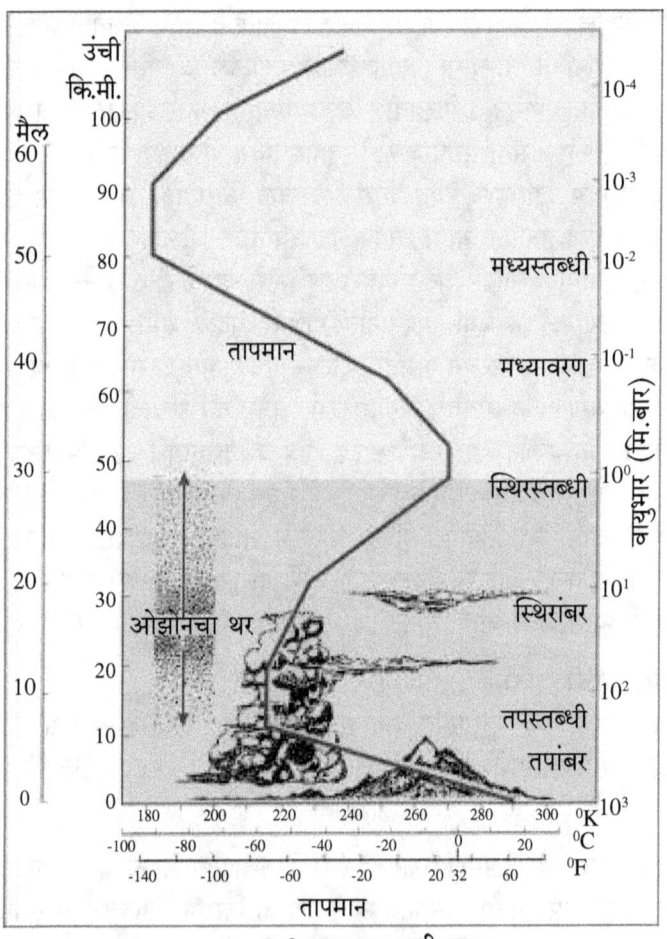

आ. २.१ वातावरणाची रचना

वहन, उत्सर्जन व अभिसरण या तीन क्रियांनी तपांबरातील हवा उष्ण होते व त्या भागात हवेचे ऊर्ध्वगामी व अधोगामी प्रवाह सतत चालू असतात. येथील हवेत दिवसाच्या वेगवेगळ्या वेळी तापमानात कमी-अधिक फरक पडतो व त्यामुळे नेहमी अस्थिरता असते. हवेच्या स्थितीत आढळून येणारे बदल किंवा घटना म्हणजे हिमकण, पर्जन्य व इतर बहुविध बाष्परूपे याच थरात आढळून येतात. परंतु तपस्तब्धीत मात्र ती आढळत नाहीत.

(२) स्थिरांबर : तपस्तब्धीच्या वरच्या भागास स्थिरांबर हे नाव आहे. स्थिरांबराची जाडी ८० कि.मी. पर्यंत असून विषुववृत्तावर ते ६२ कि.मी. जाड आहे व ध्रुवावर ते ७२ कि.मी. जाड आहे. स्थिरांबरात ३२ ते ३४ कि.मी. उंचीनंतर तापमानातील स्थिरत्व नाहीसे होऊन परत ते वाढू लागते. ज्या उंचीवर तापमानातील स्थिरत्व नाहीसे होऊन परत ते वाढू लागते, त्या ठिकाणी कल्पिलेल्या स्तरास (Stratopause) स्थिरस्तब्धी असे म्हणतात. या थराची जाडी सुमारे ३ कि.मी. आहे.

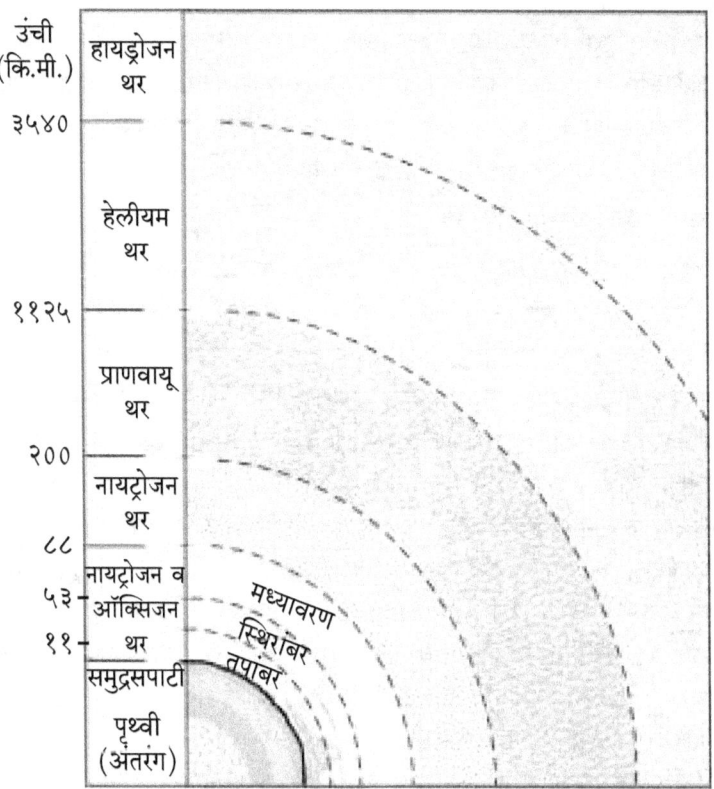

आ. २.२ वातावरणाची रासायनिक रचना

स्थिरांबराच्या खालच्या थरात म्हणजे तपस्तब्धीजवळच्या थरात विषुववृत्तावर उन्हाळी तापमान -७९°से. असून हिवाळ्यात ते -९०°से. असते.

स्थिरांबरात हवा अत्यंत विरळ असून बाष्प व धूलिकण अभावानेच असतात, म्हणून स्थिरांबर ही एक मोठी पोकळी समजली जाते. या पोकळीत पाऊस, ढग, वादळे इत्यादी बाष्पाचे आविष्कार नसतात. त्यामुळे यानातील विमानचालक या उंचीवरूनच विमान चालवणे पसंत करतात. स्थिरांबराची पोकळी (Stratopause ते Tropopause) म्हणजे स्थिरस्तब्धी ते तपस्तब्धी या भागाला (Isothermal Zone) किंवा समताप विभाग असे म्हटले जाते. या विभागात उंचीनुसार तापमानात चढ-उतार आढळत नाहीत.

स्थिरांबरात भूपृष्ठापासून ४० कि.मी. उंचीनंतर ओझोन वायूचा संरक्षक पट्टा आहे. ओझोनमुळे सूर्याचे दाहक अतिनील किरण शोषले जातात. त्यामुळे ओझोन पट्ट्यात तापमान जास्त असते. यामुळे पृथ्वीचे अतिनील किरणांपासून संरक्षण होते. कॉनकॉर्डसारख्या माख २.५ वेगाने जाणाऱ्या विमानापासून व अणुस्फोटापासून हा थर नष्ट होण्याची भीती शास्त्रज्ञ बोलून दाखवितात. स्थिरांबरात ५० ते ८० कि.मी. उंचीवर (Noctilucent) या चंदेरी ढगांचे अस्तित्व फक्त उन्हाळ्यातच असते. या थरात अतिउंचीवर अतिसूक्ष्म प्रमाणात अस्तित्वात असलेल्या बाष्पापासून तयार झालेले हिमकण व उल्कांचे धूलिकण या दोहोंच्यापासून रात्रीच्या वेळी प्रकाशणारे (Noctilucent) रजनीप्रकाश मेघ तयार होतात.

(३) मध्यांबर (Mesosphere) : स्थिरांबराच्या वर असलेल्या वातावरणाच्या थरास मध्यांबर असे नाव आहे. स्थिरस्तब्धीच्या वरच्या थरात जिथे उंचीनुसार तापमान कमी होत जाते त्या थरास 'मध्यांबर' असे म्हटले जाते. पृथ्वीपृष्ठापासून ४८ कि.मी. उंचीवर तापमान कमी होण्यास सुरुवात होते व ८० कि.मी. उंचीपर्यंत ते कमी होते. ८० कि.मी. वरील या भागास मध्यस्तब्धी (Mesopause) असे म्हटले जाते. यानंतर वातावरणातील हवेची घटनाही बदलू लागते. २२० कि.मी. उंचीपर्यंत वातावरणात नायट्रोजनचे प्रमाण वाढते. इथूनच पुढे हेलियम व ऑक्सिजनचे थरही दिसू लागतात.

मध्यांबराचा थर त्यावर असलेल्या विदलांबरात (Ionosphere) हळूहळू विलीन होतो. या थरात सौर उर्जेच्या शोषणामुळे हवा अयनभारीत (Ionised) असते. भूपृष्ठापासून सुमारे ८० कि.मी. उंचीनंतर पृथ्वीच्या वातावरणात प्रवेश करणाऱ्या उल्का प्रज्वलित होतात. तेथेच विदलांबरास सुरुवात होते. विदलांबराचा थर सुमारे ९७० कि.मी. जाड आहे. म्हणजे भूपृष्ठापासून १०५० कि.मी. उंचीपर्यंत त्याचा विस्तार आहे.

विदलांबरात नत्र व प्राणवायूचे अणू, रेणू, गॅमा, क्ष व अतिनील किरण शोषून

घेतले जातात. त्यामुळे त्यांच्यातील इलेक्ट्रॉन्स बाहेर पडून त्यांचे रूपांतर विद्युतभारित कणांत होते. या क्रियेस 'आयनीकरण' असे नाव आहे. तिला भूपृष्ठापासून सुमारे १००० कि.मी. उंचीवर सुरुवात होते व ती सुमारे ८० कि.मी. उंचीपर्यंत आढळते.

विदलांबराच्या १०४ ते ११२ कि.मी. च्या पट्ट्याला केनेली हेवीसाइड थर हे नाव असून या थरात अरोरा नावाचा ध्रुवप्रकाश दिसतो. सूर्यापासून निघालेल्या इलेक्ट्रॉन्सचे पृथ्वीच्या चुंबकीय क्षेत्रामुळे विकिरण होते व त्यामुळे अरोरा तयार होतो. भूपृष्ठापासून सुमारे १०० कि.मी. उंचीनंतर अरोरा दिसण्यास सुरुवात होते. सौर कलंकांची संख्या वाढल्यानंतर जी चुंबकीय वादळे होतात, त्यामुळेही पृथ्वीच्या चुंबकीय क्षेत्रात इलेक्ट्रॉन्स येतात. त्यांच्या परिणामाने वायूचे आयनीकरण होऊन धुव्रप्रकाश दृष्टीस पडतो. उत्तर गोलार्धात त्याला उत्तर ध्रुवप्रकाश व दक्षिण गोलार्धात दक्षिण ध्रुवप्रकाश अशी नावे आहेत. ध्रुवप्रकाश रंगीबेरंगी असून ५५° उत्तर व दक्षिण अक्षांशापलीकडे दिसतात.

पृथ्वीच्या पृष्ठभागापासून सुमारे १०० ते ३२० कि.मी. उंचीवर दोन ॲपलटन थर असून यांपैकी ॲपलटन क्रमांक १ चा विस्तार १२० ते २०० कि.मी. पर्यंत असून ॲपलटन क्रमांक २ चा विस्तार सुमारे २४० ते ३२० कि.मी. आढळतो. नभोवाणी केंद्रातून ध्वनिलहरी ॲपलटन थरातून परावर्तित होतात आणि त्यामुळेच आकाशवाणी केंद्रातून प्रक्षेपित होणारे कार्यक्रम आपल्याला ऐकू येणे शक्य झाले आहे. विदलांबरात तापमान फारच वाढलेले आढळते. विदलांबराच्या खालच्या थरात ते १६००° सें. ग्रे. पर्यंत असते.

भूपृष्ठापासून ३२० कि.मी. उंचीनंतर वातावरण अत्यंत विरळ होत जाते व हवेची घनता १/१०००००० आढळते. याला बाह्यावरण (Exosphere) असे म्हणतात. या थरातून हलके हलके हायड्रोजन व हेलियम यांचे रेणू पृथ्वीच्या आकर्षणातून मुक्त होऊन अवकाशात विलीन होत असतात.

ओझोन थराचे स्वरूप व महत्त्व

ऑक्सिजनच्या तीन अणूंपासून बनलेला ओझोन हा वायू (O_3) फिकट निळ्या रंगाचा, झोंबणारा आणि तिखट वास असलेला आहे. तो उत्तम ऑक्सिडाइडिंग वायू असून, उच्च तापमानाला त्याचे एकदम विघटनही होते. हा वायू वातावरणात सर्वत्र कमी-जास्त प्रमाणात आढळतो; मात्र पृथ्वीपासून १० ते ५० किलोमीटर उंचीच्या प्रदेशात तो प्रामुख्याने असतो आणि १२ ते ३५ किलोमीटर उंचीच्या प्रदेशात त्याचे जास्त प्राबल्य असल्याचे दिसून येते. वातावरणाच्या या उंचीवरच्या थराला स्थिरांबर किंवा स्ट्रॅटोस्फिअर असे म्हटले जाते.

ओझोन वायू अतिशय अस्थिर आहे. तो वेगाने तयारही होतो आणि तितक्याच वेगाने नष्टही होतो किंवा विघटित होतो. वातावरणात ८० ते १०० किलोमीटर उंचीच्या प्रदेशात अतिनील किरणांच्या प्रादुर्भावामुळे ऑक्सिजनचे विघटन होते. विघटन झालेले ऑक्सिजनचे अणू वातावरणातील अभिसरणामुळे वातावरणाच्या वरच्या भागातून ध्रुवीय प्रदेशाकडे पसरतो.

वातावरणातील ओझोन ऑक्सिजनच्या विघटन झालेल्या एका अणूशी संयोग पावतो व ओझोन तयार होतो. वातावरणातील ओझोनची ही निर्मिती मुख्यत: उष्ण कटिबंधीय प्रदेशावरील वातावरणात होते. येथून यातील काही ओझोन वातावरणातील अभिसरणामुळे वातावरणाच्या वरच्या भागातून ध्रुवीय प्रदेशाकडे पसरतो.

वातावरणातील ओझोनचा ऑक्सिजनच्या विघटन झालेल्या एका अणूशी संयोग होतो व पुन्हा त्याचे रूपांतर ऑक्सिजनमध्येही होते. ओझोनचे वातावरणातील अस्तित्व पृथ्वीवरील वनस्पती, प्राणी आणि मानव यांच्यासाठी खूपच महत्त्वाचे असते. पृथ्वीभोवती या ओझोनमुळे जणू एक संरक्षक छत्रच तयार झाले आहे; कारण प्रावरणातील अतिनील किरणांचे त्यामुळे शोषण केले जाते. ओझोनच्या प्रमाणात होणारे बदल, विशेषत: त्याचा होणारा ऱ्हास पृथ्वीवरील सजीवांसाठी खूपच हानिकारक ठरू शकतो.

नैसर्गिकदृष्ट्या वातावरणात ओझोनची जी निर्मिती होत असते किंवा त्याचे विघटन होत असते, त्यात उत्तम संतुलन असते. त्यामुळे अर्थातच ओझोनची पातळी व प्रमाणही कायम राहते. हे नैसर्गिक संतुलन मानवी हस्तक्षेपामुळे, मानवी क्रिया-प्रक्रियांमुळे बिघडते आणि ओझोनचा ऱ्हास होतो. त्याचे प्रमाण कमी झाल्यास वातावरणाच्या वरच्या थरातून अतिनील किरण पृथ्वीपृष्ठापर्यंत सहज पोहोचू शकतात. त्यामुळे पृथ्वीचे तापमान एकदम वाढून या तापमानात जीवसृष्टी तग धरू शकणार नाही.

ओझोनच्या ऱ्हासामुळे ५ ते २० टक्के अतिनील प्रारण पृथ्वीवर सहजपणे पोहोचू शकते. वैश्विक तापमानवाढ, आम्लपर्जन्य, वितळणाऱ्या हिमनद्या आणि सागर पातळीत होणारी वाढ हे परिणाम तर आता दिसून येऊ लागलेच आहेत; पण याचबरोबर भविष्यात त्वचेचे कर्करोग, पर्यावरणातील अस्थैर्य आणि प्रकाश संश्लेषण क्रियेत घट हे परिणामही प्रकर्षाने जाणवू लागतील. 'सीएफसी'च्या निर्मितीवर बंधने घालणे, त्यांचे उत्पादन कमी करणे एवढ्या उपायांनीही वातावरणातील ओझोनचा ऱ्हास थांबविता येईल, असे वैज्ञानिकांना खात्रीशीरपणे वाटते आहे.

प्रकरण ३

सौरप्रारण

(Solar Radiation)

अवकाशातील तारे व पृथ्वीचे अंतरंग यांच्यापासून अल्पांशाने मिळणारी उष्णता वगळता पृथ्वीला प्रामुख्याने सूर्यापासून उष्णता मिळते. आपल्या आकाशगंगेतील ताऱ्यांपैकी सूर्य हा एक मध्यम प्रतीचा तारा मानला जातो. 'सूर्य' ही आदीशक्ती एक प्रचंड अणुभट्टी असून तीत दाब व उष्णता यामुळे हायड्रोजन अणूंचे विघटन हेलियमच्या अणूंमध्ये होत असते. सूर्याच्या पृष्ठभागाचे तापमान सुमारे ६०००° से. असून सौरकेंद्राकडे ५००००००००° से. आढळते. या अतितप्त वायुगोळ्यापासून अंतराळात दाही दिशांना सौरशक्ती उत्सर्जित केली जाते. सूर्यापासून उत्सर्जित केली जाणारी शक्ती विद्युत चुंबकीय तरंग स्वरूपात बाहेर पडते. (आ. ३.१) या तरंगाचा वेग दर सेकंदास २९७००० कि.मी. किंवा १८६००० मैल असतो. सूर्यापासून निघाल्यानंतर सुमारे ९ मिनिटांत ते पृथ्वीवर येतात. आपल्या डोळ्यांना ते प्रकाशाच्या स्वरूपात दिसतात.

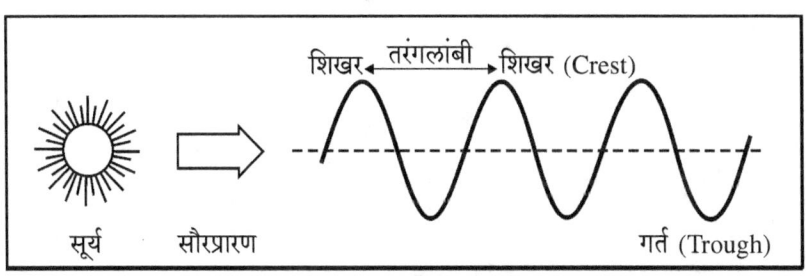

आ. ३.१ विद्युत चुंबकीय तरंग

सूर्यापासून निघालेल्या शक्तीस विद्युत-चुंबकीय प्रारण (Radiation) असे नाव आहे. उष्णता व प्रकाश यांचे कोणत्याही माध्यमाशिवाय स्थानबदल घडून

येतात. त्या क्रियेला 'प्रारण' असे म्हणतात. वातावरण व पृथ्वी यांनी उत्सर्जित केलेल्या शक्तीस अनुक्रमे वातावरणातील प्रारण व भूप्रारण असे म्हटले जाते. प्रारण ही प्रारंभिक शक्ती असून त्यामुळे भूपृष्ठावर वातावरण तापमान भिन्नता निर्माण होते. त्यामुळे कमी व जास्त दाबाचे प्रदेश निर्माण होऊन त्यांचे पर्यवसान हवामान घडविण्यात होते.

वस्तूचे तापमान कितीही असले तरी त्यापासून प्रारणशक्ती बाहेर पडत असते. सूर्याचे तापमान प्रचंड असल्याने त्यापासून निघाणारी प्रारणशक्ती लघुतरंग स्वरूपाची असते. यामध्ये अतिनील व 'क्ष'किरण तरंग असतात व अतिरिक्त दीर्घ तरंग असतात. (आ. ३.२)

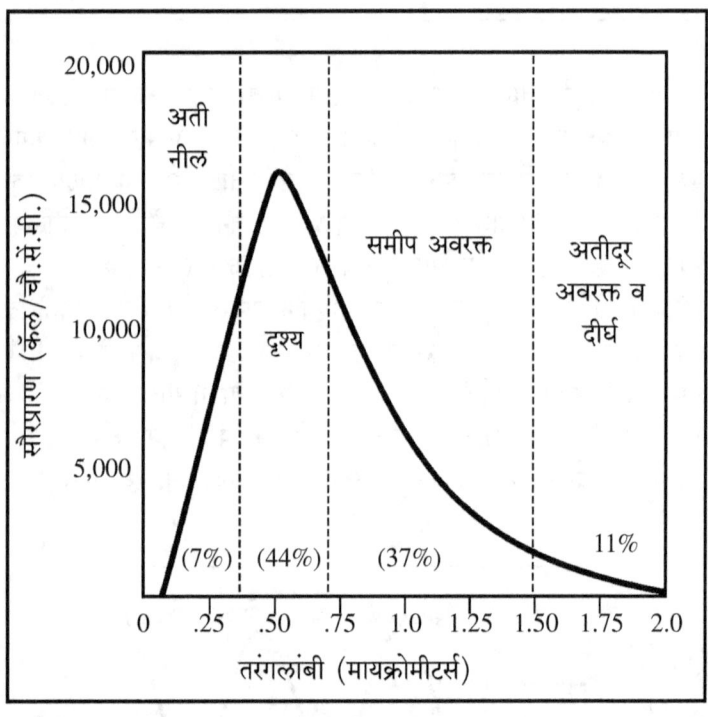

आ. ३.२ सौरप्रारणाचे विभाग (तरंगलांबीनुसार)

सौरशक्ती

ज्या प्रारणतरंगांची लांबी १/२५० ते १/६७०० मि.मी. असते, अशा प्रारणतरंगांना 'सौरशक्ती' असे म्हणतात. पृथ्वीच्या वातावरणाची उष्णता प्रामुख्याने या सौरशक्तीवरच अवलंबून असते. या तरंगावलीचा दृश्य भाग आपल्याला इंद्रधनुष्याच्या स्वरूपात दिसतो.

१८ / हवामानशास्त्र व सागरविज्ञान

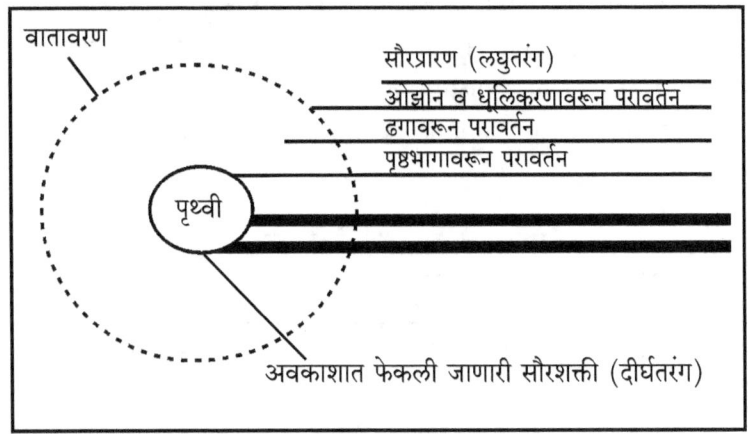

आ. ३.३ सौरशक्तीचे वितरण

एकूण १००% लघुतरंग सौर प्रारणापैकी ६५% पृथ्वीकडे येते; कारण ३५% भाग अंतराळात परत जातो. या ६५% पैकी १४% भाग वातावरणात शोषला जातो; म्हणजे ५१% भाग भूपृष्ठावर पोहोचतो. यापैकी ३४% भाग भूपृष्ठाकडून दीर्घ तरंगाच्या स्वरूपात वातवरणात पाठविला जातो; अशा रीतीने ३४% दीर्घतरंग भूप्रारण, १४% लघुतरंग सौरप्रारण मिळून ४८% ऊर्जा पृथ्वीच्या वातावरणात उष्णतेच्या स्वरूपात शोषली जाते व तितकीच अवकाशात उत्सर्जित केली जाते.

वातावरण आणि सौरप्रारण (Atmosphere and Solar Radiation)

सूर्याच्या एकूण उर्जेच्या केवळ १/२,०००,०००,००० एवढीच ऊर्जा पृथ्वीवर येते. सूर्य आणि पृथ्वी यात सरासरी अंतर १४.९५ कोटी कि.मी. आहे. पृथ्वीच्या वातावरणात प्रवेश करतेवेळी सौर प्रारणाचे प्रमाण १३६७ W/m^2 (किंवा १.९७ ग्रॅम कॅलरी दर चौ. सें.मी. क्षेत्रावर दर मिनिटाला) एवढे असते. याला सौर स्थिरांक (Solar Constant) असे म्हटले जाते. भूपृष्ठावर मात्र हे प्रमाण कमी-अधिक असते व सामान्यपणे दर चौ.सें.मी. क्षेत्रावर हे प्रमाण विषुववृत्ताकडून ध्रुवाकडे कमी होत जाते.

वातावरणातील परावर्तन, विकीरण, शोषण व संचरण अशा अनेक क्रिया-प्रक्रियांमुळे पृथ्वीवर पोहोचणाऱ्या सौर प्रारणाच्या प्रमाणात घट होते.

१) परावर्तन (Reflection) : पृथ्वी व तिचे वातावरण यावरून पृथ्वीकडे येणाऱ्या सौरप्रारणांपैकी काही उर्जा परावर्तित केली जाते. पृथ्वीवरच्या प्रत्येक पदार्थावरून परावर्तित होणाऱ्या प्रतिशत सौरप्रारणास परावर्तन निर्देशांक (Albedo) असे म्हटले जाते. हे प्रमाण साधारणपणे ४० ते ९०% इतके असते. पाण्यावरून किंवा समुद्रपृष्ठावरून

परावर्तित होणाऱ्या सौरप्रारणांवर, पाण्याच्या पृष्ठभागाचे स्वरूप व सूर्यकिरणांनी केलेला कोन यांचा परिणाम होतो. सूर्य क्षितिजावर असताना व समुद्रपृष्ठावर अत्यल्प हालचाली असताना, परावर्तनाचे प्रमाण सगळ्यात जास्त असते. मात्र सूर्य डोक्यावर असताना व पाण्याचा पृष्ठभाग अनियमित असताना, हे प्रमाण २ टक्क्यांपर्यंत खाली येते.

तक्ता

काही महत्त्वाचे परावर्तन निर्देशांक (Albedo)

पृष्ठभाग	परावर्तन निर्देशांक (%)
१) ताजे हिम	७५-९५
२) ढग	
पिसांसारखे	४४-५०
थरांचे	६०-८४
ढिगांसारखे	७०-९०
३) जुने हिम व सागरी बर्फ	३०-४०
४) कोरडी वाळू	३५-४५
५) पृथ्वी	३०
६) वाळवंटे	२५-३०
७) शेतजमिनी	३-१५
८) पानझडी वने	१०-२०
९) सूचिपर्णी वने	५-१५
१०) पाणी	
(सूर्यकिरणांचा कोन)	
0^0	९९ पेक्षा जास्त
१०^0	३५
३०^0	६
५०^0	२.५
९०^0	२
११) कोरड्या शेत जमिनी	५-२५
१२) रस्ते / वाहनतळ	५-१७
१३) हिरवळ	१०-२०
१४) टुंड्रा	१५-२०
१५) सवाना	२५-३०

पृथ्वीवरील बर्फावरून ७५% पेक्षा जास्त तर वाळूवरून ३५% पेक्षा जास्त परावर्तन होते. पृथ्वीचा सरासरी परावर्तन निर्देशांक (Albedo) ३०% आहे. यात समुद्र, जमीन व पृथ्वीभोवतालच्या वातावरणावरून परावर्तित होणाऱ्या सौरप्रारणाचा समावेश आहे.

२) विकिरण (Scattering)

वातावरणातील विविध वायू व सूक्ष्म कणांवरून सौरप्रारण विविध दिशांत पसरले जाते. यास विकिरण (Diffusion) असे म्हटले जाते. (आ. ३.४)

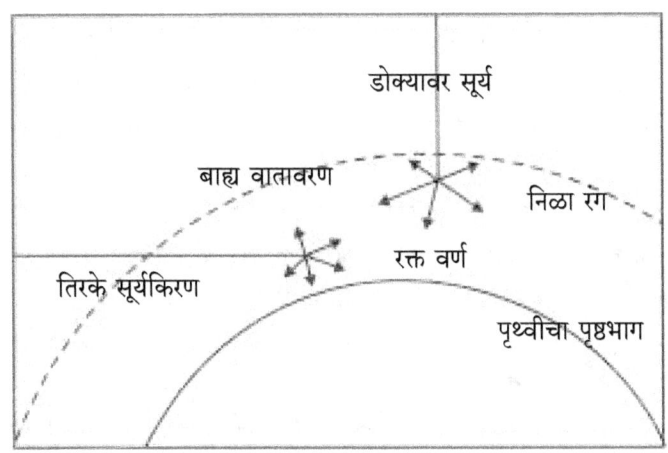

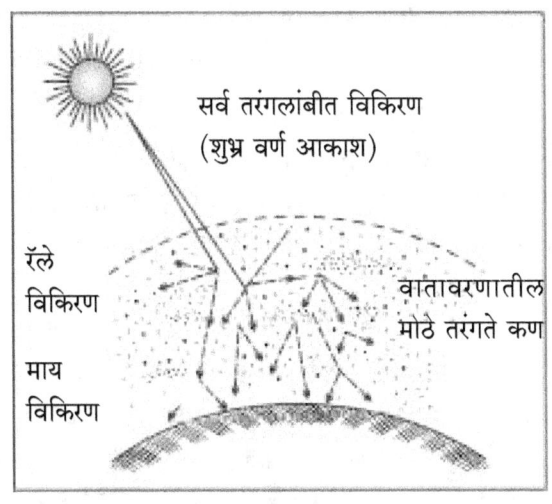

आ. ३.४ विकिरण

लॉर्ड रॅले (१८४२-१९१९) या इंग्लिश वैज्ञानिकाने या विकिरणाची जी कारणमीमांसा व स्पष्टीकरण दिले त्यास 'रॅले विकिरण' असे संबोधिले जाते.

विकिरणाचे प्रमाण व त्याची दिशा या गोष्टी, ज्या कणांवरून विकिरण होते आहे त्याची त्रिज्या व उर्जेची तरंग लांबी यातील गुणोत्तरावर ठरते. तसेच विकिरणाचे प्रमाण हे तरंग लांबीच्या चतुर्थ घातांकाच्या व्यस्त प्रमाणातही ते ठरते. $\left(S = \frac{1}{\lambda 4}\right)$ याचाच अर्थ असा कि कमी तरंग लांबीची उर्जा, जास्त तरंग लांबीच्या उर्जेपेक्षा जास्त विकिरण करते. हे विकिरण वातावरणाच्या खालच्या थरात केवळ ५ कि.मी. उंचीपर्यंतच आढळते.

वातावरणातील या विकिरणाचा मुख्य परिणाम म्हणजे, आकाशाचा रंग. दृश्य सूर्यप्रकाशातील कमी तरंग लांबीच्या विकिरणामुळे आकाश नेहमीच निळे दिसते. पहाटे व सूर्यास्ताच्या वेळी नारंगी व लाल रंग हे सुद्धा विकिरणाचाच परिणाम असतात. या वेळी सूर्यकिरणांचा कोन कमी असल्यामुळे सौरप्रारण जास्त अंतर प्रवास करून पृथ्वीच्या पृष्ठभागाजवळ पोहोचते. वातावरणाच्या पृथ्वीपृष्ठानजीकच्या थरात कोरडे वायू, पाण्याची वाफ, घन कण, सेंद्रीय पदार्थांचे कण व क्षार कण असतात. यावरून जास्त तरंगलांबीचे विकिरण होते. कमी तरंग लांबीची सर्व ऊर्जा वातावरणात शोषली जाते आणि केवळ नारंगी व लाल रंगाच्या दीर्घ तरंग लांबीची उर्जा वातावरणात आढळून येते.

रॅले विकिरणाप्रमाणेच, 'गुस्टेव्ह माय' यांनीही विकिरणासंबंधी त्यांचा एक सिद्धान्त मांडला. त्यांच्या सिद्धान्ताप्रमाणे रॅले विकिरणासाठी आवश्यक असलेल्या गुणोत्तरापेक्षा जिथे जास्त गुणोत्तर असते तिथे सर्व प्रकारच्या तरंगलांबीत विकिरण होते. हे विकिरण वातावरणाच्या थरात १० कि.मी. उंचीपर्यंतच आढळते.

(३) शोषण (Absorption)

वातावरण काही सौरप्रारणाचे शोषण करून त्याचे रूपांतर दुसऱ्या ऊर्जा प्रकारात करते. बरेच वेळा त्याचे रूपांतर उष्णतेत केले जाते व वातावरणाचे तापमान वाढते. घरांच्या भिंतीवर पडलेल्या सौरउर्जेचे शोषण होऊन भिंती तापतात हा त्याचाच प्रकार आहे.

हवेतील वायूचे कण, ढगातील जलकण, धूळ व धूर निवडक तरंगलांबीच्या सौर प्रारणाचे शोषण करतात. नायट्रोजन व ऑक्सिजन वातावरणातील अतिनील (Ultra Violet) सौरप्रारणाचे शोषण करतात. ओझोन, कमी तरंग लांबीचे प्रारण शोषून घेतो. ऑक्सिजन व नायट्रोजनमार्फत होणारे शोषण प्रामुख्याने विदलांबरात (Ionosphere) होते. बाष्प, अवरक्त (Infra Red) तरंगलांबीतील सौरप्रारणाचे शोषण करते.

(४) संचरण (Transmission)

परावर्तन, विकिरण व शोषण यामुळे वातावरणातील सौरप्रारणाचे प्रमाण कमी होते मात्र संचरणशिलता (Transmissivity) वातावरणातून सौरप्रारण किती संचरित होते किंवा पृथ्वीपर्यंत पोहोचते त्याचे प्रमाण आहे. सूर्य डोक्यावर असताना वातावरणातून होणारे सौरप्रारणाचे संचरण तो क्षितिजापासून ३० अंश उंचीवर असताना होणाऱ्या संचरणापेक्षा कमी असते.

भूपृष्ठावर सौरशक्तीचे वाटप सर्वत्र सारखे नसते. अनेक वेळा त्यात बदल घडून येतात. यापैकी (१) सूर्यकिरणांचा भूपृष्ठाशी होणारा कोन व (२) दिनमान हे प्रमुख घटक आहेत. (३) पृथ्वी व सूर्य यामधील अंतर व (४) सौरशक्तीच्या मूल्यांकांत होणारा बदल हे दुय्यम घटक असल्याने त्याबद्दल जास्त खोलात शिरण्याचे आपल्याला कारण नाही.

(१) सूर्यकिरणाचा भूपृष्ठाशी होणारा कोन स्थलपरत्वे कमी-अधिक असतो व अक्षवृत्तानुसार त्यात बदल घडून येत असतो. सूर्यकिरणाचा क्षितिजाशी होणारा कोन कमी असल्यास किरणे तिरपी पडतात व क्षितिजाशी काटकोन होत असल्यास किरणे सरळ म्हणजे लंब पडतात. लंब किरणांपासून मिळणाऱ्या शक्तीचे प्रमाण तिरकस

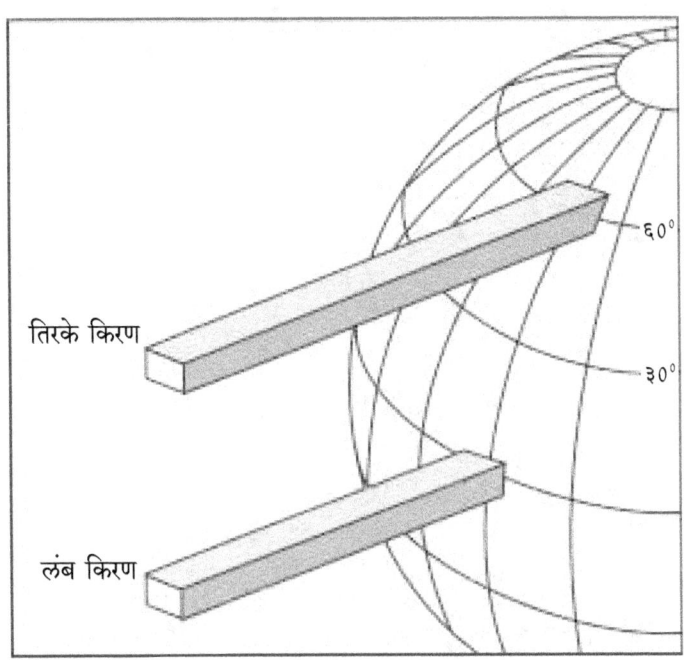

आ. ३.५ सूर्यकिरणाचा भूपृष्ठाशी कोन

किरणांपासून मिळणाऱ्या शक्तीपेक्षा जास्त असते; कारण त्यांना वातावरणाच्या कमी जाडीच्या भागातून प्रवास करावा लागतो. त्यामुळे बाष्प व धूलिकण हे घटक उष्णता शोषून घेतात. विषुववृत्तावर हा कोन नेहमीच जास्त असल्याने सौरशक्ती मोठ्या प्रमाणात येत असते, तर उच्च अक्षवृत्तात आणि ध्रुवांवर कोन कमी असल्याने सौरशक्ती कमी प्रमाणात भूपृष्ठावर येते; कारण त्या प्रदेशात वातावरणाच्या जास्त जाडीच्या भागांतून सूर्यकिरण येतात, त्यामुळे बाष्प व धूलिकणांच्या द्वारे त्यांच्या शक्तीचे शोषण जास्त होते. (आ. ३.५)

(२) पृथ्वीवर एखाद्या ठिकाणी मिळणाऱ्या सौरशक्तीचे प्रमाण तेथील दिनमानानुसार बदलत असते. पृथ्वी दिवसा उष्णता ग्रहण करते व रात्री ती विसर्जित करते. उन्हाळ्यात दिनमान मोठे असते; त्या ठिकाणी प्रकाश जास्त काल मिळतो व रात्रीमान लहान असल्याने मिळालेल्या शक्तीचे पूर्णपणे उत्सर्जन न झाल्याने उष्णता साचून राहते. याउलट हिवाळ्यात रात्रीमान मोठे असते व दिनमान लहान असते. यामुळे किरणही तिरकस असल्याने शक्ती कमी प्रमाणात मिळते व मिळालेल्या शक्तीचे मोठ्या रात्रीमानामुळे मोठ्या प्रमाणात उत्सर्जन होऊन वातावरण थंड राहते.

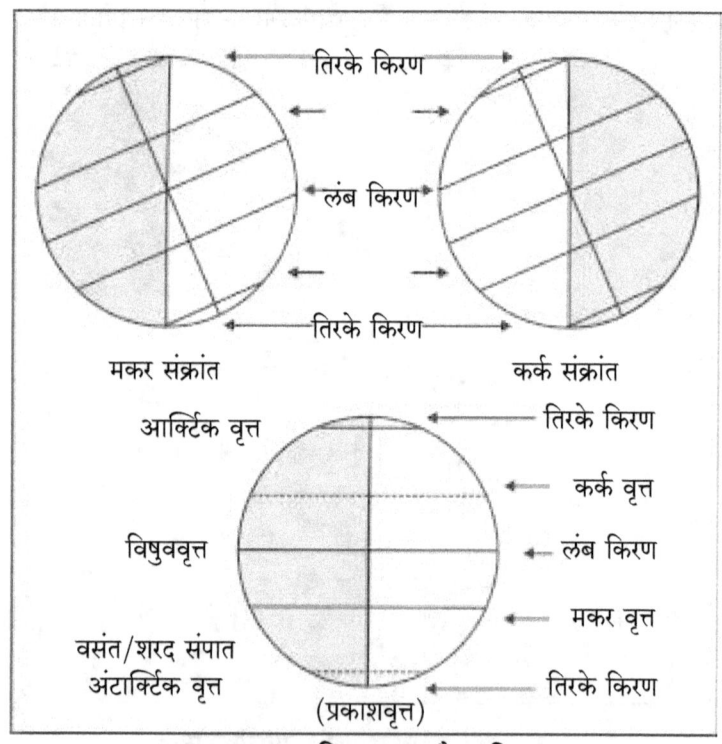

आ. ३.६ दिनमान व सौरशक्ती

२२ मार्च ते २२ सप्टेंबरपर्यंत उत्तर गोलार्धात दिनमान १२ तासांपेक्षा जास्त असते. त्यामुळे त्या काळात उत्तर गोलार्धात जास्त उष्णता मिळते; म्हणून वरील काळात उन्हाळा हा ऋतू उत्तर गोलार्धात आढळून येतो. याउलट रात्रीमान मोठे असताना म्हणजे २३ सप्टेंबर ते २१ मार्च या कालात उत्तर गोलार्धात उष्णता कमी काळ मिळाल्याने व मोठ्या प्रमाणात तिचे उत्सर्जन झाल्याने हिवाळा आढळतो; याच्या नेमकी विरुद्ध स्थिती दक्षिण गोलार्धात आढळून येते. (आ. ३.६)

(३) सौरशक्ती वर्षभर सारखी मिळत नाही; कारण वर्षभर पृथ्वी व सूर्य यातील अंतर सारखे नसते. ३ ते ४ जुलैच्या सुमारास पृथ्वी सूर्यापासून जास्तीत जास्त दूर म्हणजे अपसूर्यस्थितीत असते, तर १ ते २ जानेवारीस ती सूर्यापासून कमीत कमी अंतरावर म्हणजे उपसूर्यस्थितीत असते. पृथ्वी अपसूर्यस्थितीत असताना उष्णता कमी मिळते, तर उपसूर्यस्थितीत असताना ती जास्त मिळते. (आ. ३.७)

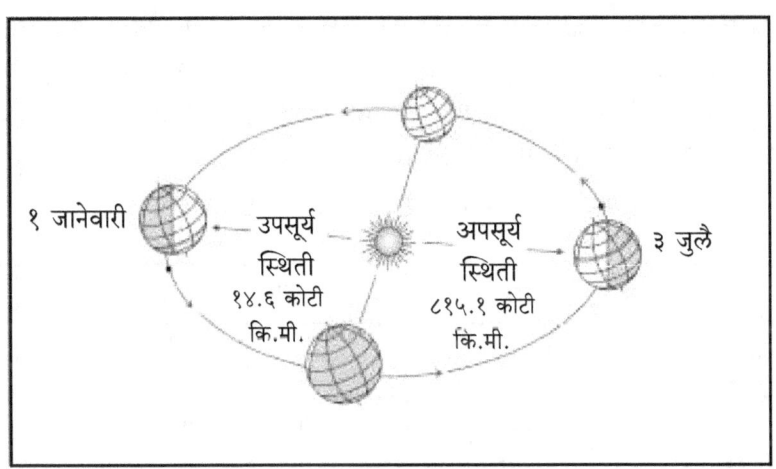

आ. ३.७ अपसूर्य व उपसूर्य स्थिती

(४) सौरशक्तीच्या मूल्याकांत होणारा बदलही कमी-जास्त होत असतो. त्यामुळे मिळणाऱ्या शक्तीचे प्रमाण कमी-अधिक होते. दर सेकंदाला सौरपृष्ठावरून सुमारे १.९ कॅलरी प्रारण बाहेर पडते. यात अल्पांशाने बदल होतात व त्याचेही अल्पांशाने सौरशक्तीवर परिणाम होतात.

भूपृष्ठावर सौरशक्ती निरनिराळ्या विभागात एकसारखी नसल्याने तेथील वातावरणाच्या उष्णतेत भिन्नता आढळून येते. याचाच अर्थ भूपृष्ठावर निरनिराळ्या ठिकाणी तापमानात भिन्नता आढळून येते. कोणत्याही ठिकाणचे तापमान त्या ठिकाणच्या वातावरणातील संचयित उष्णतेवर अवलंबून असते. ज्या कारकांवर भूपृष्ठावरील उष्णतेचे

वाटप अवलंबून असते, तीच कारके प्रामुख्याने तापमानाच्या भिन्न वाटपास जबाबदार असतात. त्याशिवाय इतर कारकांचाही कोणत्याही स्थळांच्या तापमानावर परिणाम होत असतो. स्थळाच्या तापमान वाटणीवर परिणाम करणारी कारके पुढीलप्रमाणे आहेत.

पृथ्वीवरील उष्णतेचा ताळेबंद (Heat Budget)

पृथ्वीवर सूर्याकडून येणाऱ्या प्रारणाचे अनेक घटकांमुळे वाटप होते. काही ऊर्जा वातावरणातून परत जाते, तर काही ऊर्जा पृथ्वीच्या पृष्ठभागाचे तापमान वाढविते. यास उष्णतेचा ताळेबंद असे म्हटले जाते.

सूर्यापासून येणारी उर्जा ही लघुतरंग स्वरूपात असते. येणारी एकूण उर्जा १००% आहे अशी कल्पना केल्यास, त्यातील ३५% ऊर्जा वातावरणाच्या थरातून जाताना तिचा व्यय होतो. (२७% ऊर्जा ढगांवरून परावर्तित होते, २% पृष्ठभागावरून परावर्तित होते व ६% ऊर्जा वातावरणातील धूलिकण, बाष्प यावरून विकीकरण होऊन परत अवकाशात जाते) उरलेली ६५% ऊर्जा भूपृष्ठावर पोहोचते व तिथून परत येते. (यात ३४% सौरप्रारण व १७% विकीकरण झालेली उर्जा असते. १४% ऊर्जा ओझोन ऑक्सिजन (CO_2) मुळे वातावरणात शोषले जाते.)

उष्णतेचा हा ताळेबंद सविस्तर स्वरूपात पुढे दाखविला आहे.

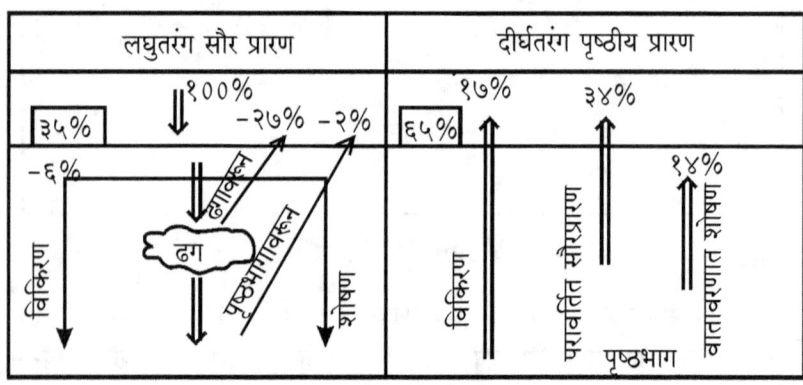

आ. ३.८ उष्णतेचा ताळेबंद

ग्लोबल वॉर्मिंग : (वैश्विक तापमान वाढ)

पृथ्वीच्या पृष्ठभागावरील तापमान सतत वाढत राहणे याला 'ग्लोबल वॉर्मिंग' म्हणतात. ग्लोबल वॉर्मिंगची चर्चा गेल्या काही वर्षांपासून होत आहे. पृथ्वी तापणे ही तशी नैसर्गिक प्रक्रिया आहे. पृथ्वी अस्तित्वात आल्यापासून ती तापत आहे व थंडही

होत आहे; पण आता पृथ्वीच्या पृष्ठभागाचे सरासरी तापमान सतत वाढत आहे. पृथ्वीच्या पृष्ठभागाचे सरासरी तापमान १५ अंश सेल्सिअस आहे, त्यात थोडाफार फरक होत असतो; पण गेल्या तीस वर्षांपासून ते वाढतच आहे व त्यामुळे पृथ्वी तापू लागली आहे. पृथ्वीच्या तापमानात गेल्या शतकात सरासरी ०.६ अंश सेल्सिअस वाढ झाली, २०८० साली तापमानात पाच अंश सेल्सिअसनी वाढ होईल, असा इशारा 'आय.पी.सी.सी.' ने दिला आहे. इतकेच नव्हे तर २००७ या वर्षात गेल्या १५० वर्षातील तापमानाचा उच्चांक होण्याची शक्यता वर्तवण्यात आली आहे.

सूर्यकिरण वातावरणातून पृथ्वीवर पोहोचतात. ते पोहचताना वातावरणातून पृथ्वीवर पोहचल्यावर पृथ्वीच्या पृष्ठभागावरून मिळून एक तृतीयांश सूर्यकिरण परावर्तित होतात. उरलेला सूर्यप्रकाश पृथ्वीवर शोषला जातो. पृथ्वीच्या पृष्ठभागावर दर चौ.सें.मी. भागावर एका मिनिटाला २ ग्रॅम कॅलरी एवढी उष्णता शोषली जाते.

सूर्योदयापासून सूर्यास्तापर्यंत पृथ्वीचा पृष्ठभाग सूर्याची उष्णता शोषून घेत असतो. परंतु सूर्यास्तानंतर पृथ्वीच्या पृष्ठभागातून उष्णता उत्सर्जित करायला सुरुवात होते, या उत्सर्जित उष्णतेपैकी ८५ टक्के उष्णता वातावरणात शोषली जाते. त्यामुळेच पृथ्वीवरील सर्व सजीवांना आवश्यक ती उष्णता मिळते.

हरीतगृह वायू : पृथ्वीच्या वातावरणात कार्बन-डाय-ऑक्साईड, मिथेन, क्लोरोफ्ल्युरोकार्बन, नायट्रस ऑक्साईड इ. वायू असतात. या वायुंना 'ग्रीनहाऊस वायू' म्हणतात. हे वायू सूर्यप्रकाश वातावरणातून पृथ्वीवर जाऊ देतात. परंतु उष्णता उत्सर्जित होते तेव्हा ती उष्णता शोषून घेतात. म्हणजेच पृथ्वीच्या पृष्ठभागाने उत्सर्जित केलेली उष्णता वायुंनी शोषल्यामुळे पृथ्वीच्या जवळच्या वातावरणातील हवेचे तापमान वाढते, त्याला 'ग्रीनहाऊस इफेक्ट' म्हणतात. वातावरणातील हे वायू काचेच्या घराप्रमाणे किंवा पेटीप्रमाणे काम करतात. सूर्यप्रकाश तर काचेतून आत येतो व उष्णता शोषली जाते, पण उष्णता बाहेर फेकली जात नाही. तशाच प्रकारे भूपृष्ठावर वातावरणातून उष्णता येते, पण ती वातावरणातून पुन्हा बाहेर जाऊ शकत नाही; म्हणून त्याला 'ग्रीनहाऊस इफेक्ट' म्हणतात. त्यामुळे 'ग्लोबल वॉर्मिंग' होत आहे.

हे ग्रीनहाऊस गॅसेस पूर्वीपासूनच वातावरणात उपस्थित होते, परंतु त्यांचे प्रमाण गेल्या शतकापासून वाढले आहे. वातावरणात राहिलेली उत्सर्जित उष्णता ही ग्रीनहाऊस गॅसेसच्या प्रमाणावर अवलंबून असते. ग्रीनहाऊस गॅसेसचे प्रमाण वाढले की, उष्णता शोषण्याचे प्रमाण वाढून 'ग्लोबल वॉर्मिंग' वाढते.

वातावरणातील प्रमुख ग्रीनहाऊस गॅसेस आहेत कार्बन-डाय-ऑक्साईड, नायट्रस ऑक्साईड, मिथेन व क्लोरोफ्ल्युरो कार्बन आणि ओझोन, हे वायू वातावरणात

एवढ्या मोठ्या प्रमाणात मानवाच्या कोणत्या कार्यामुळे सोडले जातात ते जाणून घेऊ.

१) कार्बन-डाय-ऑक्साईड : ग्रीनहाऊस वायुंमधील सर्वांत महत्त्वाचा वायू आहे कार्बन-डाय-ऑक्साईड. कार्बन-डाय-ऑक्साईड वातावरणात सोडण्याचे प्रमाण औद्योगिक क्रांतीपासून वाढले आहे. १९९० च्या दशकात दरवर्षी सरासरी ६.४ अब्ज टन कार्बन वातावरणात सोडला जात होता. हे प्रमाण आता २००० ते २००५ च्या दरम्यान दरवर्षी सरासरी ७.२ अब्ज टनांपर्यंत वाढले आहे. त्यामुळे औद्योगिक क्रांतीपासून २००० पर्यंत कार्बन-डाय-ऑक्साईडचे प्रमाण २५ टक्क्यांनी वाढले आहे. औद्योगिक क्रांतीच्या वेळेस कार्बन-डाय-ऑक्साईडची तीव्रता २५० पी.पी.एम. एवढी होती ती आज ३८० पी.पी.एम. पर्यंत वाढली आहे. त्यामुळे जवळजवळ पन्नास टक्के तापमानवाढ कार्बन-डाय-ऑक्साईडमुळे होते. कार्बन-डाय-ऑक्साईड वायू मानवी कृत्यांमुळेच वाढत आहे. लाकूड, कोळसा, गॅस, खनिज तेल जाळल्याने, पाणी व मानवांच्या श्वासोच्छ्वासाच्या क्रियेमुळे, कारखान्याच्या चिमण्यांतून बाहेर पडणाऱ्या धुरामुळे, वाहनांनी सोडलेल्या धुरामुळे, जंगलातील वणव्यामुळे, कचरा जाळण्यामुळे इ. कारणांमुळे दर मिनिटागणिक कार्बन-डाय-ऑक्साईड वायू वातावरणात सोडला जातो. वृक्षतोडीमुळे वातावरणातील ऑक्साईड वायू वातावरणात सोडला जातो. वृक्षतोडीमुळे वातावरणातील कार्बन-डाय-ऑक्साईड शोषलाच जात नाही.

२) नायट्रस ऑक्साईड : शेतातील कचरा, त्याज्य पदार्थ, कोळसा, लाकूड इ. च्या ज्वलनाने हा वायू वातावरणात सोडला जातो. शेतीसाठी नत्रयुक्त खते मोठ्या प्रमाणावर वापरली असल्यास त्याचे विघटन होऊन हा वायू वातावरणात सोडला जातो. ग्लोबल वॉर्मिंगमध्ये या वायुचा सहभाग सहा टक्के असतो.

३) मिथेन : ग्लोबल वार्मिंगला मिथेन १६ टक्के जबाबदार असतो. कुठलाही पदार्थ अर्धवट सडलेल्या अवस्थेत असताना मिथेनोजेनस् बॅक्टेरिया तयार होतात व बॅक्टेरियांमुळे मिथेन वायू तयार होऊन वातावरणात मिसळला जातो. भाताची शेते जैवपदार्थांचे ज्वलन, दलदलीच्या जागा, अर्धवट सडलेला कचरा, जनावरांचे मलमूत्र इ. मुळे मिथेनची निर्मिती होते. सर्वांत जास्त मिथेन वायू भाताच्या शेतातून बाहेर सोडला जातो. अभ्यासांती असे आढळते की, दरवर्षी जवळजवळ ३ ते २० कोटी टन मिथेन भाताच्या शेतांमधून बाहेर पडतो. मैला प्रक्रिया करणारे प्लांट किंवा कचरा पुरण्याची ठिकाणे इ. मधूनही मिथेन वातावरणात सोडला जातो. ब्राझील येथील नॅशनल इन्स्टिट्यूट फॉर स्पेस रिसर्च यांनी केलेल्या संशोधनानुसार भारतातील मोठमोठ्या धरणांतून दरवर्षी ३.५ कोटी टन मिथेन वातावरणात सोडला जातो. हा मिथेन धरणाचे

पाणलोट क्षेत्र, टरबाईन्स् इ. मधून बाहेर पडतो. त्यांच्या मते जगातील सर्व धरणातून बाहेर पडणाऱ्या मिथेनच्या एकूण प्रमाणांपैकी भारतातून २७.८६ टक्के मिथेन वातावरणात सोडला जातो. त्यामुळे धरणातून मिथेन वायू बाहेर सोडण्याबाबत भारताचा जगात पहिला क्रमांक लागतो व त्यानंतर ब्राझीलचा (१८.१३ टक्के) दुसरा क्रमांक लागतो. औद्योगिक क्रांतीच्या सुरवातीला मिथेनचे वातावरणातील प्रमाण ७०० पी.पी.बी. होते ते आता १७५० पी.पी.बी. पर्यंत वाढले आहे.

४) **क्लोरोफ्ल्युरोकार्बन** : क्लोरोफ्ल्युरोकार्बन ग्लोबल वॉर्मिंगला २० टक्के जबाबदार आहे. क्लोरोफ्ल्युरोकार्बनचा वापर प्रामुख्याने रेफ्रिजरेटर, वातानुकूलित यंत्रे यात विद्रावक पदार्थ म्हणून केला जातो. त्याशिवाय अग्निशामक, इन्स्युलेटर्स, एरोसोल स्प्रे, कॅनमधील प्रोपेलन्ट्स इ. मध्येही त्याचा वापर करतात. रेफ्रिजरेटर, वातानुकूलित यंत्रे, एरोसोल स्प्रे कॅन इ.तून वायुची गळती होऊन तो वातावरणात मिसळतो. या वायूचा तापमानवृद्धीत मोठा वाटा आहे.

प्रकरण ४

तापमानाचे समकक्ष व अनुलंब वितरण
(Horizontal and Vertical Distribution of Temperature)

तापमान हे वातावरण व हवामान अभ्यासातले महत्त्वाचे व वारंवार उपयोगात आणले जाणारे परिमाण आहे. तापमान हे वातावरणातील उर्जेचे किंवा उष्णतेचे मापक आहे. उर्जेच्या वहनाची किंवा संचलनाची दिशा तापमानामुळे ठरविता येते. हवेतील तापमानाचा अभ्यास म्हणजे मूलतः उर्जेतील वाढ व घट आणि स्थान विशिष्ट उर्जेतील विविधतेचा किंवा फरकाचा अभ्यासच असतो. मागील प्रकरणात आपण पाहिले आहे कि सूर्यकिरणाचा भूपृष्ठाशी होणारा कोन, दिनमान, सूर्य व पृथ्वीवरील अंतर आणि ऋतू यानुसार भूपृष्ठावरील सौरशक्ती कमी जास्त होत असते; त्यामुळे तेथील उष्णतेत व पर्यायाने तापमानातही भिन्नता आढळून येते.

पृथ्वीवरील तापमानाचा अभ्यास करताना वरील सर्व घटकांचा विचार करून तापमानाचे समकक्ष म्हणजे आडवे व समलंब म्हणजे उभे वितरण अभ्यासले जाते.

तापमान

उष्णतेची पातळी तापमान दाखविते. तापमापकाच्या साहाय्याने तापमान मोजले जाते. सेंटिग्रेड (सेल्सिअस) व फॅरनहीट असे दोन वेगवेगळे तापमान मोजण्याचे प्रकार आढळतात.

कमाल व किमान तापमान : एखाद्या ठिकाणी आढळून येणारे जास्तीत जास्त तापमान म्हणजे कमाल तापमान. ते दुपारी २ च्या सुमारास आढळून येते, तर कमीत कमी तापमान म्हणजे किमान तापमान पहाटे ३ नंतर आढळते.

तापमानकक्षा : एखाद्या दिवसाच्या कमाल व किमान तापमान नोंदीची बेरीज करून त्याला दोनाने भागल्यानंतर त्या दिवसाचे सरासरी तापमान येते. काही ठिकाणी दिवसाच्या प्रत्येक तासाला तापमानाची नोंद केली जाते व त्यांच्या बेरजेला २४ ने

भागून दिवसाचे सरासरी तापमान काढतात. उदा. पुण्याचे २२ ऑक्टोबरचे कमाल तापमान २४ से. आहे, तर किमान १६ से. आहे. म्हणून पुण्याचे २२ ऑक्टोबरचे सरासरी तापमान २० से. इतके आहे. याप्रमाणे महिन्यातील प्रत्येक दिवसाचे सरासरी तापमान घेऊन त्यांच्या बेरजेस महिन्यातील दिवसांनी भागल्यानंतर मासिक सरासरी तापमान मिळते. याप्रमाणे वर्षाच्या प्रत्येक महिन्याचे सरासरी तापमान काढतात. या तापमानाला 'मासिक सरासरी तापमान' असे म्हणतात. प्रत्येक महिन्याच्या सरासरी तापमानावरून वर्षातील जास्त 'तापमान कक्षा' असे म्हणतात. प्रत्येक महिन्याच्या सरासरी तापमानावरून वर्षातील जास्त तापमान असलेला महिनाही ठरविता येतो. त्याचप्रमाणे कमी तापमान असलेला महिनाही ठरविता येतो. सर्वांत जास्त तापमान असलेल्या महिन्याच्या सरासरी तापमानातून कमी तापमान असलेल्या महिन्याची सरासरी तापमानाच्या बेरजेला १२ ने भागल्यानंतर वार्षिक सरासरी तापमान मिळते.

उत्तर गोलार्धात मे, जून, जुलै व काही ठिकाणी ऑगस्ट या महिन्यात सर्वांत जास्त तापमान (कमाल व सरासरी) आढळून येते. याच महिन्यात दक्षिण गोलार्धात कमी तापमान असते. डिसेंबर व जानेवारी या महिन्यात दक्षिण गोलार्धात जास्त तापमान असते तर याच महिन्यात उत्तर गोलार्धात कमी तापमान आढळते.

एखाद्या ठिकाणी सुमारे ३५ वर्षांच्या कालखंडात एखाद्या स्थळाचे आढळून आलेले जे कमाल तापमान असते, त्यातून त्याच कालखंडात आढळून आलेले किमान तापमान वजा केल्यानंतर विक्रमी कक्षा (Absolute Range) मिळते.

तापमानकक्षा पृथ्वीवर सर्वत्र सारखी आढळत नाही. स्थल, काल, ऋतुपरत्वे तीत बदल घडून येतात. अक्षांश, उंची, समुद्रसान्निध्य यांचा प्रामुख्याने तापमानकक्षेवर परिणाम होत असतो.

अक्षांश व तापमानकक्षा : विषुववृत्तीय प्रदेशात दुपारपर्यंत कडक ऊन असल्याने कमाल तापमान ३०° से, ३२° से. असते. परंतु संध्याकाळी पाऊस पडून गेल्यानंतर हवेत गारवा येतो. निरभ्र आकाशामुळे पहाटेच्या वेळी २२° ते २४° से. पर्यंत तापमान असते; म्हणजेच दैनंदिन तापमानकक्षेतील फरक साधारणपणे १०° पर्यंत असतो. परंतु विषुववृत्तीय प्रदेशात वर्षभर दैनंदिन सरासरी तापमान २७° ते २८° से. असल्याने अतिउष्ण महिन्याचे सरासरी तापमान व अतिथंड महिन्याचे सरासरी तापमान यातील फरक ५° च्या आसपास असतो. मोठी दैनंदिन तापमानकक्षा व अगदी कमी वार्षिक सरासरी तापमानकक्षा ही विषुववृत्तीय प्रदेशाची वैशिष्ट्ये आहेत.

परंतु विषुववृत्तापासून अक्षांश जसे वाढत जातात तशी तापमानकक्षा वाढत जाते; कारण विषुववृत्ताकडून ध्रुवाकडे उन्हाळ्यात प्रकाश मिळण्याचा काळ वाढत जातो व

हिवाळ्यात तो कमी होतो. त्यामुळे जास्त तापमान असलेल्या महिन्यांचे सरासरी तापमान कमी तापमान असलेल्या महिन्यांच्या सरासरी तापमानापेक्षा बरेच आढळते. यामुळे वार्षिक सरासरी तापमानकक्षा बरीच आढळते. विषुववृत्तापासून ध्रुवाकडे तापमानकक्षा (वार्षिक) सरासरी कशी वाढत जाते हे पुढील कोष्टकावरून समजते.

वार्षिक सरासरी तापमान कक्षा	स्थळ	अक्षांश	जास्त तापमानाचा महिना व तापमान	कमी तापमानाचा महिना व तापमान
१° से.	सिंगापूर	0	जुलै २७ से.	जाने. २६ से.
५.४ से.	मुंबई	१९° उ.	मे २९.४ से.	जाने. २४ से.
१२ से.	लिस्बन	३८. ४२ उ.	ऑग. २२ से.	जाने. १० से.
१७ से.	कोपनहेगन	५५.४० उ.	जुलै १६.५ से.	फेब्रु. ०.५ से.
२३.५ से.	स्पिट्सबर्जेन	८०	जुलै ५.५ से.	फेब्रु. १८ से.

उंची

उंच प्रदेशात जमीन जास्त तापते; कारण हवा स्वच्छ असून हवेत धूलिकणांचे प्रमाण कमी असल्याने भूपृष्ठावर पडणारे किरण तीव्र असतात. उंच प्रदेशात विरळ हवेमुळे उष्णतेचे शोषण कमी होते, त्यामुळे तेथे उष्णता कमी आढळून येते. परंतु अशा ठिकाणी भूपृष्ठाला सूर्यापासून जास्त उष्णता मिळते, कारण हवेच्या विरळतेमुळे सूर्यापासून मिळणाऱ्या उष्णतेचा थोडा भाग शोषला जातो व भूपृष्ठाला उष्णता मिळण्याचे प्रमाण वाढते, पण उत्सर्जित होणाऱ्या उष्णतेचे प्रमाणही जास्त असल्याने दैनंदिन तापमानकक्षा जास्त असते; पण उंचीनुसार तापमान कमी होण्याचा वेग उन्हाळ्यापेक्षा हिवाळ्यात कमी आढळतो हे दिल्ली व सिमला यांच्या डिसेंबर व जूनच्या तापमानावरून कळून येईल. दिल्ली, डिसेंबर सरासरी ११° से., जून सरासरी ३३° से. सिमला डिसेंबर ४° से. जून १६° से. सिमल्याची उंची २१२६ मीटर्स आहे व दिल्लीची २१० मीटर्स. दिल्लीचे डिसेंबरचे तापमान सिमल्यापेक्षा ७° से. ने जास्त असते व जूनचे तापमान १७° से. ने जास्त असते. म्हणजे दिल्लीपेक्षा १९०६ मीटर्स उंचीवर असलेल्या सिमला येथे उन्हाळी तापमान १७° से. ने कमी होते, तर हिवाळ्याचे ७° से. ने कमी होते. वास्तविक तापमानाच्या खोटीनुसार (१६० मीटरला १ से.) सिमल्याचे हिवाळी तापमान ११.५° से. ने कमी हवे, म्हणजे – ०.५° से. इतके हवे. परंतु ते ४° से. असते; कारण उंच प्रदेशात सूर्यकिरण जास्त उष्णता देत असल्याने हा फरक पडतो. म्हणजेच सिमला येथे उन्हाळा उंचीमुळे जितका सौम्य होतो तितका हिवाळा कडक होत नाही; म्हणजेच वार्षिक सरासरी तापमानकक्षा उंचीमुळे कमी होते. दिल्लीची कक्षा २२ से. सिमल्याची १२ से.

समुद्रसान्निध्य

समुद्रसान्निध्याचा परिणाम तापमापकक्षेवर होतो. सारख्याच परिस्थितीत जमीन व पाणी भिन्न रीतीने तापमान व त्यांचा परिणाम लगतच्या हवेवर होतो. सागरनजीकच्या प्रदेशात उन्हाळ्यातील तापमान सरासरीपेक्षा कमी व हिवाळ्यातील तापमान सरासरीपेक्षा जास्त आढळते. परंतु खंडान्तर्गत प्रदेशात उन्हाळ्याचे तापमान जास्त असून हिवाळ्यातील तापमान बरेच कमी असते. त्यामुळे खंडान्तर्गत प्रदेशात किनाऱ्यावरील प्रदेशापेक्षा वार्षिक सरासरी तापमानकक्षा जास्त असते. हे रत्नागिरी व विजापूर यांच्या तापमानावरून कळून येईल. किनाऱ्यावर दुपारी अनेक दिवस खारे वारे येत असल्यानेही दैनंदिन कमाल तापमानात फरक असतो व त्याचाही परिणाम तापमान कक्षेवर होतो.

स्थळ	अक्षांश तापमान	मे-सरासरी तापमान	जाने. सरासरी तापमान	वार्षिक सरासरी
रत्नागिरी	१६°५७ उ.	२९° से.	२५° से.	४° से.
विजापूर	१६°५८ उ.	३१° से.	२२° से.	९° से.

रत्नागिरीची वार्षिक सरासरी तापमानकक्षा ४° से. असून विजापूरची ९° से. आहे. म्हणजे विजापूरचे उन्हाळे रत्नागिरीपेक्षा अधिक उष्ण व हिवाळे थंड असतात.

समुद्रप्रवाह व तापमानकक्षा : थंड व उष्ण प्रवाहावरून येणाऱ्या वाऱ्यामुळेही तापमानकक्षा कमी झालेली आढळून येते.

लंडनपेक्षा ५° दक्षिणेस असलेल्या हॅलिफॅक्स शहराचे जानेवारीत सरासरी तापमान शून्याखाली असून तापमानकक्षा २४.५° से. आहे. उत्तर अटलांटिक प्रवाहावरून येणाऱ्या ऊबदार वाऱ्यांमुळे लंडनचे हिवाळी तापमान वाढविले जाते तसा फायदा हॅलिफॅक्सला मिळत नाही. त्याचप्रमाणे लिस्बनजवळून कॅलिफोर्नियासारखा शीत प्रवाह वाहात नसल्याने उन्हाळी तापमान सॅन्फ्रान्सिस्कोपेक्षा जास्त असते. सॅन्फ्रान्सिको येथे ते कॅलिफोर्नियाच्या शीत प्रवाहामुळे कमी होते.

स्थळ	अक्षांश तापमान	मे-सरासरी तापमान	जाने. सरासरी तापमान	वार्षिक सरासरी
लंडन	५१° उ.	जुलै १७° से.	जाने. ४° से.	१३° से.
हॅलिफॅक्स	४५° उ.	जुलै १८° से.	जाने. ६.५° से.	२४.५° से.
सॅन्फ्रान्सिस्को	३८°उ.	सप्टें. १५° से.	जाने. ९° से.	६° से.
लिस्बन	३८°उ.	ऑग. २२° से.	जाने. १०° से.	१२° से.

तापमानाचे क्षितिज - समांतर वितरण (समकक्ष वितरण)

हे पुढील घटकांवर अवलंबून असते.

(१) अक्षवृत्त, (२) उंची, (३) समुद्रसान्निध्य, (४) वारे, (५) प्रवाह, (६) भूप्रदेशाचा उतार, (७) पृष्ठभागाचा प्रकार, (८) वनस्पती, (९) अभ्राच्छादित आकाश.

(१) अक्षवृत्त : विषुववृत्तीय सूर्याचे नतांश 0° ते २३¹/₂° असतात. नतांश म्हणजे सूर्याचे ख–स्वस्तिकापासूनचे अंतर म्हणजे विषुवदिनाच्या वेळी ते 0° असून (२१ मार्च व २२ सप्टेंबर या दिवशी) कर्क व मकर संक्रमणाच्या वेळी (२१ जून व २१ डिसेंबर) ते २३¹/₂ असतात. म्हणजे सूर्य २३¹/₂ उत्तरेकडे व दक्षिणेकडे असतो.

कर्कवृत्तावर नतांश २१ जून रोजी 0° असतात म्हणजे सूर्य ख–स्वस्तिकी असतो तर २२ डिसेंबरला नतांश ४७° असतात. मकरवृत्तावर २२ डिसेंबरला नतांश 0° असतात; तर २१ जून या दिवशी ४७° असतात. जेव्हा नतांश 0° असतात तेव्हा उष्णता जास्तीत जास्त मिळते; तर नतांश वाढत जात असताना उष्णतेचे प्रमाण कमी होते व त्यामुळे तापमान कमी होते.

कर्कवृत्ताच्या उत्तरेस व मकरवृत्ताच्या दक्षिणेस सूर्य कधीही ख–स्वस्तिकी दिसत नसल्याने या विभागात सूर्याचे क्षितिजापासूनचे अंतर मोजले जाते. उत्तर व दक्षिण ध्रुव वृत्तीय – आर्क्टिक अंटार्क्टिक वृत्त प्रदेशात सूर्याचे क्षितिजापासूनचे अंतर म्हणजे उन्नतांश 0° ते ४७° असून ध्रुवावर ते 0° व जास्तीत जास्त २३¹/₂ असतात.

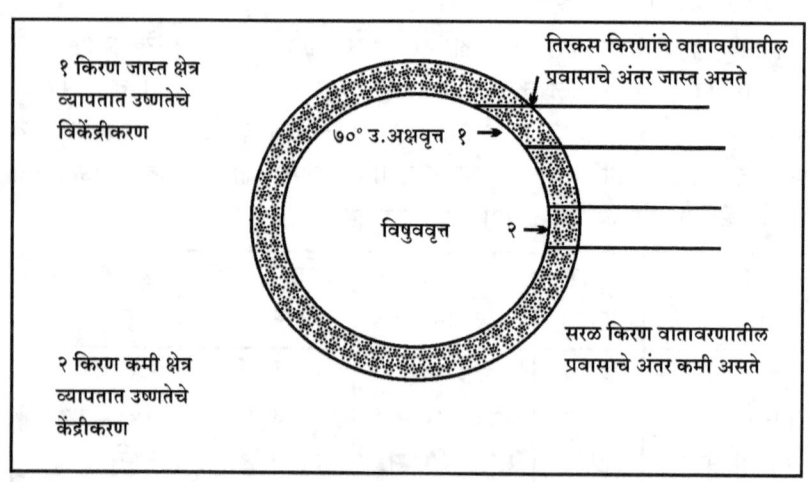

आ. ४.१ अक्षवृत्ताचा तापमानावर होणारा परिणाम

जेव्हा उन्नतांश जास्त असतात तेव्हा उष्णता जास्त मिळते व जेव्हा ते कमी असतात तेव्हा उष्णता कमी मिळते. ध्रुव प्रदेशात ६ महिनेपर्यंत उन्नतांश 0° असल्याने प्रकाश अजिबात मिळत नाही. त्यामुळे उष्णता अगदी कमी असते, तर ध्रुववृत्तीय प्रदेशात उन्हाळ्यात जरी सूर्यकिरण तिरकस असले तरी देखील प्रकाश जास्त काळपर्यंत मिळाल्याने उष्णतेची कमतरता मोठ्या दिनमानामुळे भरून काढली जाते व त्याचा फायदा पिकांना मिळू शकतो.

आणखी एक महत्त्वाची गोष्ट अशी की, विषुववृत्तापासून ध्रुवांकडे किरणशलाका पृथ्वीच्या वक्रतेमुळे जास्त क्षेत्र व्यापतात व त्यांच्यातील शक्ती जास्त भूप्रदेश तापविण्यास वापरली गेल्याने विखुरली जाते. याउलट विषुववृत्तीय प्रदेशात किरणशलाका कमी क्षेत्र व्यापत असल्याने शक्ती विखुरली न गेल्याने जमिनीवर जास्त उष्णता मिळू शकते; म्हणजेच सूर्यकिरणांचा कोन, वातावरणीय माध्यमाची जाडी व किरणशलाकांची क्षेत्रीय विरळता व घनता या तिन्ही गोष्टी अक्षवृत्तावर अवलंबून असतात. विषुववृत्तीय प्रदेशात त्या अनुकूल असल्याने उष्णता जास्त मिळते, तर ध्रुव प्रदेशात कमी मिळते; म्हणून हवेचे तापमान विषुववृत्ताकडून ध्रुवाकडे कमी होत जाते.

आकृती ४.२ व ४.३ मध्ये पृथ्वीवरील तापमानाचे जुलै व जानेवारीतील सरासरी तापमानाचे वितरण दाखविले आहे. अक्षांशानुसार विषुववृत्ताकडून ध्रुवाकडे दोन्ही ऋतूत तापमानात घट होताना दिसते. इतर काही महत्त्वाची वैशिष्ट्ये दिसून येतात ती अशी–

(१) आशिया या सर्वांत मोठ्या भूखंडावर जानेवारीत सरासरी ४ अंश सेल्सिअस तर जूनमध्ये १५ अंश सेल्सिअस इतके तापमान आढळते. आ. ४.४ मध्ये तापमानातील वार्षिक कक्षा (Range) दाखविली आहे. आशियावर ती सर्वांत जास्त म्हणजे ६० अंशापर्यंत आढळते.

(२) समुद्रावर समतापरेषांवर सागरी प्रवाहाचा परिणाम होत असल्यामुळे त्या ध्रुवाकडे थोड्या सरकलेल्या दिसतात.

(३) समुद्रसपाटीपासूनच्या उंचीचा परीणामही या वितरणावर जाणवतो. दक्षिण अमेरिकेतील अँडीज पर्वतावरील समतापरेषांचा कल हे सहज स्पष्ट करतो.

(४) अंटार्क्टिक व दक्षिण समुद्रावरील तापमान वितरणात खूपच एकसंधपणा आढळतो.

(५) जानेवारीत तापमानाचा कल जुलैपेक्षा जास्त तीव्र असतो. जुलैमध्ये तो केवळ १० अंश सेल्सिअस एवढाच आहे.

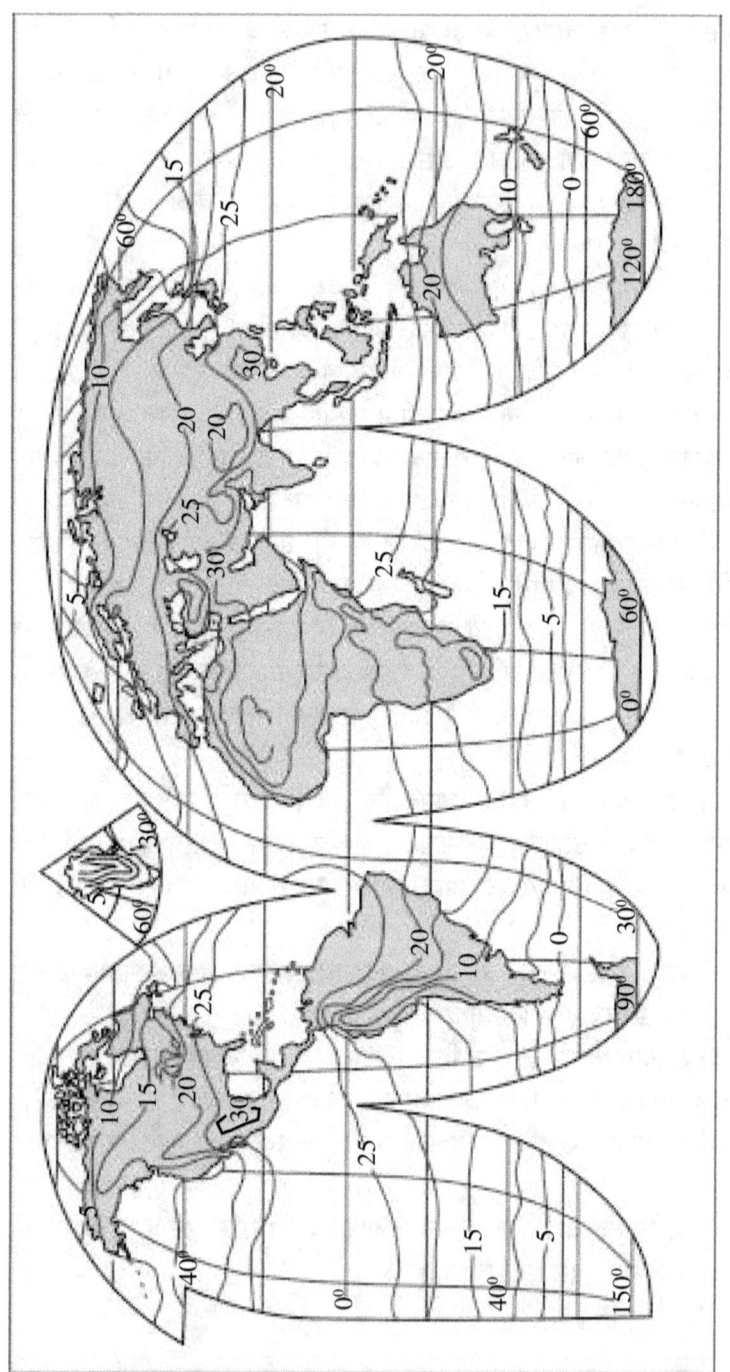

आ. ४.२ पृथ्वीवरील तापमानाचे जुलै महिन्यातील सरासरी वितरण
(तापमान अंश सेल्सिअसमध्ये)

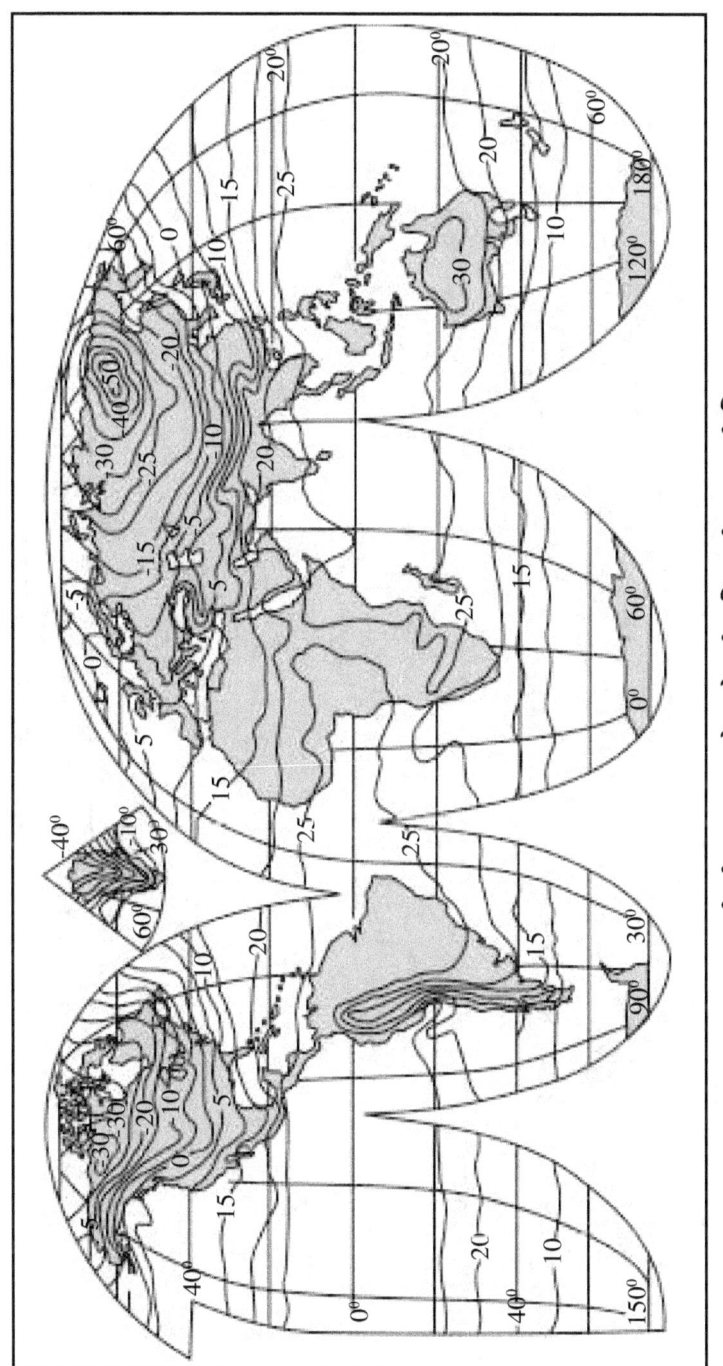

आ. ४. ३ पृथ्वीवरील तापमानाचे जानेवारी महिन्यातील सरासरी वितरण
(तापमान अंश सेल्सिअसमध्ये)

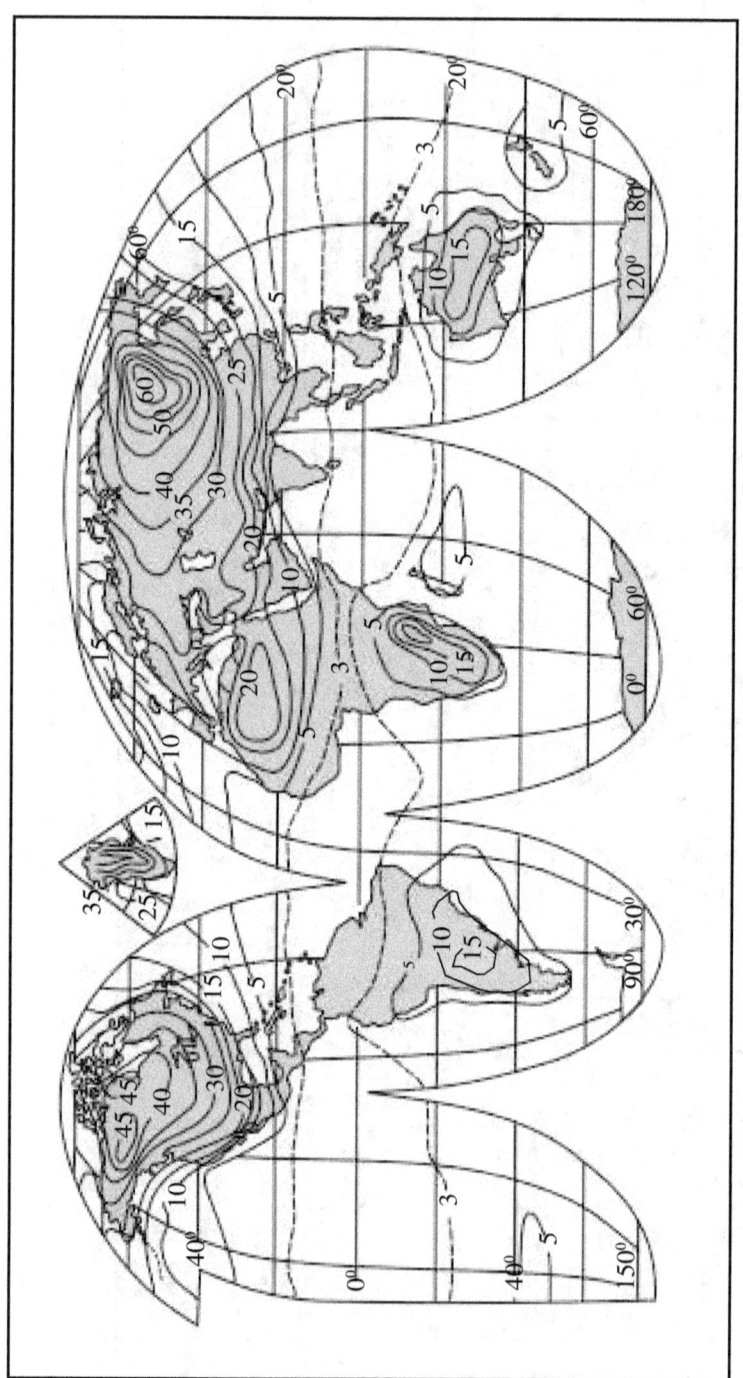

आ. ४.४ पृथ्वीवरील तापमानाची सरासरी वार्षिक कक्षा (Range)
(तापमान अंश सेल्सिअसमध्ये)

(२) उंची : भूपृष्ठापासूनची उंची हा तापमानवाटणीवर परिणाम करणारा दुसरा महत्त्वाचा घटक आहे. उंचीनुसार तापमान कमी होत जाते; कारण वातावरणाला उष्णता प्रामुख्याने भूपृष्ठापासून वहनक्रियेने प्राप्त होते. सौरशक्तीमुळे प्रथम भूपृष्ठ तापते आणि नंतर ती उष्णता पृष्ठभागावर असलेल्या हवेच्या पहिल्या थराला पुरविली जाते. त्यानंतर क्रमाक्रमाने वातावरणाचे वरचे थर तापतात; म्हणजेच पृथ्वीचा पृष्ठभाग हा सूर्याखालोखाल उष्णतेचा साठा असून त्यामुळे वातावरण तापते. साहजिकच या उष्णतेच्या साठ्यालगत असलेले थर जास्त तापतात व त्यापासून दूरवर असलेले थर कमी तापतात. हवेच्या खालच्या थरात धूलिकणांचे व बाष्पाचे प्रमाण जास्त असते;

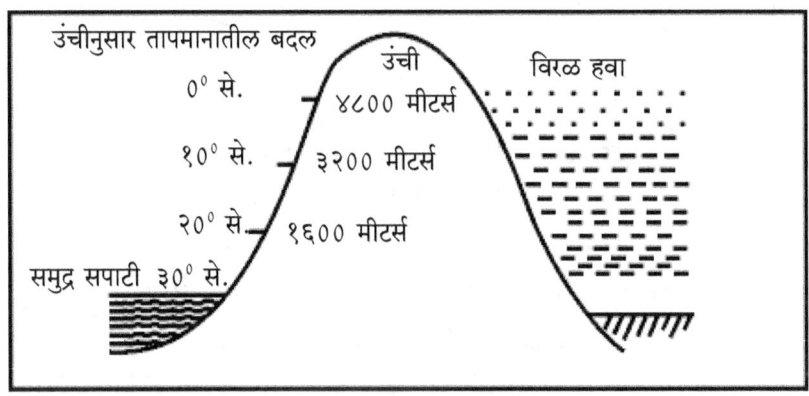

आ. ४.५ उंची व तापमान

म्हणून वातावरणातील हवेचे घटक उष्णता जास्त सामावून घेतात; यामुळे हवेच्या भूपृष्ठालगतच्या थरात तापमान जास्त असते, तर भूपृष्ठापासून जो जो उंच जावे, तो तो वातावरण विरळ व स्वच्छ होत असल्याने उष्णतेचे ग्रहण कमी होते त्यामुळे तापमान कमी आढळते. उंचीनुसार तापमान कमी होण्याचा दर १६0 मीटर्सला १ से. किंवा १000 फुटास ३.५६ फॅ. इतका आढळतो. त्याला पर्यावरणातील तापमानाची घट असे म्हणतात. उंचीचा तापमानावर परिणाम कसा होतो हे खालील स्थळांच्या तापमानावरून कळून येईल. खालील तिन्ही स्थळे ३४° अक्षवृत्तावरील आहेत. उत्तर गोलार्धात उंचीनुसार तापमानात कसा बदल होतो त्याचे एक उदाहरण आ. ४.६ मध्ये दाखवले आहे.

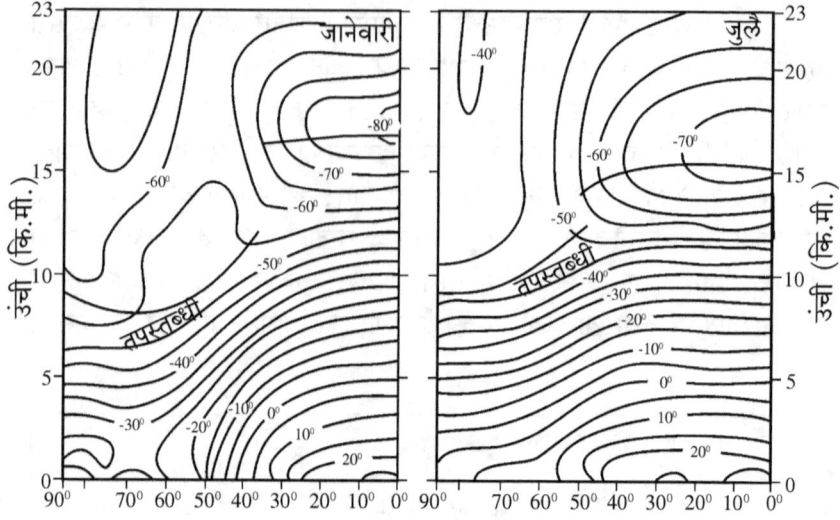

आ. ४.६ जानेवारी व जुलैमध्ये उंचीनुसार तापमानात उत्तर गोलार्धात होणारा बदल

स्थळ	उंची (मी)	उन्हाळी तापमान	हिवाळी तापमान	सरासरी तापमान
(अ) सिडनी ३४° द. ऑस्ट्रेलिया	४९	२८ से. (जानेवारी)	१२ से. (जुलै)	२०° से.
(ब) पाईनब्लफ ३४° उत्तर संयुक्त संस्थाने	८३४	२२ से. (जुलै)	६ से. (जानेवारी)	१४° से.
(क) श्रीनगर भारत ३४° उत्तर	१७१४	२१ से. (जुलै)	१ से. (जानेवारी)	११° से.

सिडनी व पाईनब्लफ यांची वार्षिक सरासरी जरी १४° व २०° असली तरीसुद्धा सिडनीचे हिवाळी तापमान ६° से. ने. जास्त आहे, तर श्रीनगरचे हिवाळी तापमान शून्याखाली आहे. हा फरक उंचीमुळे पडलेला आहे.

(३) समुद्रसान्निध्य : जमीन व पाणी तापण्याच्या क्रियेत फरक आढळतो. पाण्याची पारदर्शकता, हालचाल व बाष्पीभवन यामुळे व त्याची आणि जमिनीची विशिष्ट उष्णता वेगळी असल्याने जमीन पाण्यापेक्षा लवकर तापते व निवते. (आ. ४.७)

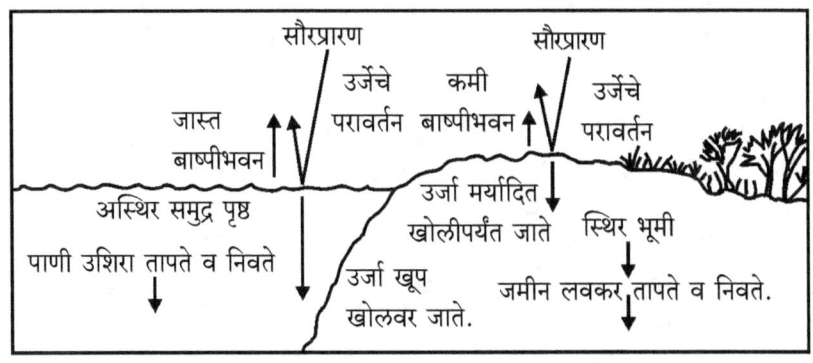

आ. ४.७ जमीन व पाण्याच्या तापमानातील फरक

जमीन अपारदर्शक असल्याने जमिनीत फक्त १ मीटरपर्यंत सूर्यकिरण पोहोचू शकतात; तर पाण्यामध्ये सुमारे २० मीटर्सपर्यंत जाऊ शकतात. यामुळे ठराविक किरणांना जमिनीचे विशिष्ट क्षेत्र तापविण्यास जितका वेळ लागतो त्यापेक्षा कितीतरी अधिक वेळ पाण्याचे तेवढेच क्षेत्र तापविण्यासाठी तेवढ्याच तीव्रतेच्या सूर्यकिरणांना लागतो.

पाण्याची सतत हालचाल चालू असल्याने बरीच सरमिसळ होते व वेगवेगळ्या ठिकाणचे समुद्राचे पाणी एकमेकांत मिसळू शकते; त्यामुळे पाण्यातील उष्णतेचे वाटप बऱ्याच खोलीवर व दूरवर होते आणि त्यामुळे किरणांची शक्ती विखुरली जाते.

पाण्याचे सतत बाष्पीभवन चालू असते. त्याकरिता उष्णता मोठ्या प्रमाणात वापरली जाते. आयनिक प्रदेशातील समुद्रावर बाष्पीभवनाचे प्रमाण जास्त असते. बाष्पीभवनाचा वेग तापमानाबरोबर वाढत असल्याने जलभागांचे तापमान जमिनीवरील तापमानाप्रमाणे एकदम वाढू शकत नाही. पाण्याची विशिष्ट उष्णता जमिनीपेक्षा २.५ पटींनी जास्त असल्याने एखाद्या क्षेत्रातील जमीन तापण्यास जेवढा वेळ लागतो त्यापेक्षा जास्त वेळ पाण्याचे तेवढेच क्षेत्र तापण्यास लागतो.

वरील कारणांमुळे सारख्याच परिस्थितीत पाणी जमिनीपेक्षा उशिरा तापते व निवते. त्यामुळे पाण्याच्या आसमंतात असलेल्या भूप्रदेशावर त्याचा परिणाम होत नाही. परंतु समुद्रापासून दूरच्या प्रदेशात मात्र हा परिणाम आढळत नाही. दक्षिण गोलार्धात पाण्याचे प्रमाण जमिनीपेक्षा जास्त असल्याने एकाच अक्षवृत्तावरील स्थळांच्या तापमानात सरासरी भिन्नता आढळते.

त्याप्रमाणे समुद्रसान्निध्याच्या परिणामाने हिवाळे सौम्य होतात म्हणजे हिवाळ्यात तापमान जास्त आढळते; तर उन्हाळ्यात ते कमी होते हे खालील उदाहरणांवरून दिसून येईल.

स्थळ	अक्षवृत्त	सर्वांत उष्ण महिन्याचे सरासरी तापमान	सर्वांत थंड महिन्याचे सरासरी तापमान
नागपूर	२१°उ.	(मे) ३५° से.	(जानेवारी) २०.५° से.
सुरत	२१°उ.	(मे) ३१.२° से.	(जानेवारी) २२.५° से.

दोन्ही स्थळे एकाच अक्षवृत्तावर असूनही सुरत समुद्राजवळ असल्याने तेथील हिवाळी तापमान (सरासरी) नागपूरपेक्षा २०° नी जास्त असते तर उन्हाळ्यात ते ४° नी कमी होते.

(४) वारे : वारे उष्णतेचे वहन करतात. उष्णकटिबंधात समुद्राकडून किनाऱ्यावर येणाऱ्या वाऱ्यामुळे तापमान कमी होते. उच्च अक्षांशाकडून मध्य अक्षांशाकडे येणारे वारे शीत प्रदेशाकडून येत असल्याने हिवाळी तापमानात चांगली घट होते. त्याचप्रमाणे मध्यअक्षांशाकडून (उष्ण) ध्रुव प्रदेशाकडे म्हणजे शीत प्रदेशाकडे वाहणाऱ्या वाऱ्यामुळे तापमानात वाढ होते. सैबेरियाच्या शीत प्रदेशाकडून येणाऱ्या वाऱ्यामुळे भारतात व चीनमध्ये थंडीच्या लाटा येतात व चीनच्या आयनिक प्रदेशात तर तापमान शून्याच्या खाली जाते. गंगेच्या खोऱ्यातही अशी स्थिती उद्भवली असती; परंतु हिमालयामुळे शीत वारे अडविले जातात. फॉन व चिनुक वाऱ्यांमुळे तापमान एकाएकी २५ अंशांनी वाढून बर्फ वितळते व कुरणे मोकळी होतात; अशा वाऱ्यामुळे हिवाळ्याची तीव्रता कमी होते. (आ. ४.८)

आ. ४.८ फॉन व चिनुक वारे

(५) समुद्रप्रवाह : समुद्रप्रवाहांचा लगतच्या हवामानावर परिणाम होतो. उष्ण प्रवाहावर हवा ऊबदार व बाष्पयुक्त असते; तर थंड प्रवाहांवरील हवा थंड असते. उष्ण प्रवाहावरील हवेच्या अधिक तापमानामुळे त्याची बाष्प सामावण्याची शक्ती जास्त असते; तर थंड प्रवाहावरील हवेचे तापमान कमी असल्याने त्यावरील हवेची

बाष्पधारणा कमी असते. जपानी बेटांच्या नैर्ऋत्य व पश्चिम किनाऱ्यावरील सरासरी तापमान ४° ते ६° असते तर सैबेरियाच्या पूर्व किनाऱ्यावर ते −१०° (उणे दहा) खाली आढळते. जपानी समुद्रावरून वाहणारे वारे ऊबदार क्युरोसिओ प्रवाहावरून येत असल्याने जपानचा किनारा ऊबदार राहतो. उलट अटलांटिक प्रवाहावरून येत असल्याने जपानचा किनारा ऊबदार राहतो. उलट अटलांटिक प्रवाहावरून वाहणाऱ्या वाऱ्यांचा असाच परिणाम ब्रिटिश बेटे व नॉर्वे यांच्या तापमानावर होतो. यामुळे तेथील हिवाळे ऊबदार व सौम्य असतात. कॅलिफोर्निया व पेरू या थंड प्रवाहांमुळे अनुक्रमे कॅलिफोर्निया व पेरूच्या किनाऱ्यावर तापमान कमी होते.

(६) भूप्रदेशाचा उतार : आल्प्स व हिमालयासारख्या पूर्व – पश्चिम पसरलेल्या दक्षिणेकडील उतारावर उत्तरेकडील उतारापेक्षा सूर्यकिरणे कमी तिरकस असल्याने तेथील (दक्षिणेकडील) उतारावर तापमान जास्त असते व उत्तरेकडील उतारावर कमी असते. उत्तरेकडील उतारावर किरण–शलाका जास्त क्षेत्र व्यापतात; तर दक्षिणेकडील उतारावर त्या कमी क्षेत्र व्यापतात. (आ. ४.९) यामुळे उत्तरेकडील उतारावर तापमान कमी आढळते. या कारणास्तव जास्त उष्णता लागणारी पिके डोंगराच्या दक्षिणेकडील उतारावर घेतली जातात व तेथे वसाहतीही जास्त आढळतात.

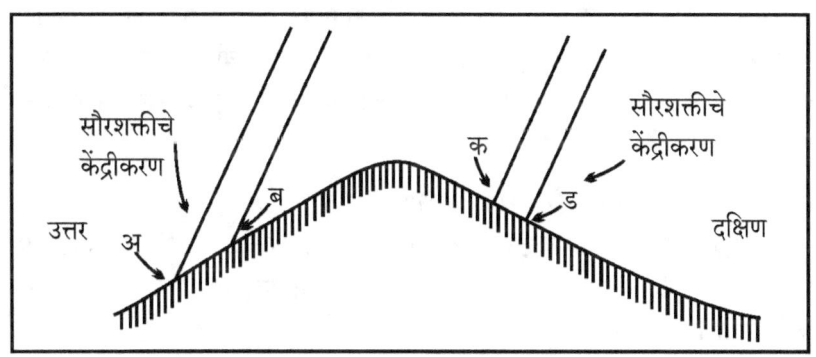

आ. ४.९ भूप्रदेशाचा उतार व तापमान

(७) पृष्ठभागाचा प्रकार : भूपृष्ठाचे वेगवेगळे प्रकार असतात. बर्फाच्छादित, कणाश्मयुक्त, वालुकामय व मृत्तिकामय असे अनेक प्रकार आढळून येतात. प्रत्येक पृष्ठभागाची उष्णताग्रहणशक्ती वेगवेगळी असल्याने त्या पृष्ठभागावर निरनिराळे तापमान आढळते. बर्फाळ पृष्ठभाग मिळणाऱ्या सौरशक्तीचा ७० ते ८० टक्के भाग परावर्तित करत असल्याने व उर्वरित उष्णतेचा काही भाग बर्फाचे बाष्पीभवन करण्यात खर्च होत असल्याने बर्फाळ पृष्ठभागावर तापमान फारच कमी आढळते. गवताळ प्रदेश १४% ते

३७% सौरशक्तीचे परावर्तन करतो, तर सूचिपर्णी अरण्यातून सुमारे १०% उष्णता परत पाठविली जाते. काळसर जमिनीवरून सुमारे ८% ते १४% सौरशक्तीचे परावर्तन होते. वालुकामय जमिनी त्याची विशिष्ट उष्णता कमी असल्याने लवकर ग्रहण करतात व तापमान रात्री अगदी कमी आढळते. पृष्ठभागाच्या प्रकारांचा विचार प्रामुख्याने सौक्ष्मिक हवामानशास्त्रात केला जातो.

(८) वनस्पती : दाट जंगलव्याप्त प्रदेश व झाडी नसलेले प्रदेश यांच्या तापमानातही फरक आढळतो. अत्यंत निबिड अरण्यात सूर्यकिरण अडवले गेल्याने जमिनीवर येऊ शकत नाहीत. त्यामुळे झाडाच्या सावलीतील तापमान मोकळ्या जागेपेक्षा कमी असते. दिवसा बाष्पोच्छ्वासावाटे झाडे बाष्प बाहेर टाकत असल्यानेही झाडालगत हवेचे तापमान कमी आढळते.

(९) अभ्राच्छादित आकाश : दिवसा आकाशात ढग आलेले असल्यास सूर्यकिरणांना अडथळा होतो. त्यामुळे ढगांच्या खाली असलेल्या भूपृष्ठावर कमी तापमान आढळते. याउलट रात्री आकाशात कमी उंचीवर ढग असल्यास भूपृष्ठाने विसर्जित केलेली उष्णता पृथ्वीवर साठविली जाते व त्यामुळे ढगाळ रात्री तापमान कमी आढळते. आपल्याकडे अशी स्थिती सप्टेंबर-ऑक्टोबरमध्ये आढळते. उन्हाळ्यातील निरभ्र रात्री हिवाळ्यातील ढगाळ रात्रीपेक्षा थोड्या सुखकारक असतात त्यामुळेच भारतासारख्या आयनिक प्रदेशातील देशात भरपूर सूर्यप्रकाश असतो. त्याचा वापर इंधनाकरिता करणे शक्य झाल्यास भारताची इंधनसमस्या सुटू शकेल व तेलासाठी खर्च होणारे परकीय चलन वाचेल.

तापमानाचे उभे वितरण (समलंब वितरण)

भूपृष्ठावर तापमानाचे वाटप सारखे आढळत नाही. त्यात ऊर्ध्वगामी क्षितिजसमांतर म्हणजे उभ्या दिशेने व आडव्या दिशेने बदल होत जातात; आपण उभ्या दिशेतील वितरणाचा विचार करू.

पर्यावरणातील तापमानाची घट १६० मीटरला १ से. इतकी असते, पण ती उन्हाळ्यात जास्त असून हिवाळ्यात कमी असते. मध्य कटिबंधात उन्हाळ्यात १४० मीटर्सला १° से. या वेगाने तापमान कमी झालेले आढळते, तर हिवाळ्यात सुमारे १८० मीटरला १° से. या गतीने तापमान कमी होते.

वातावरण प्रामुख्याने भूपृष्ठापासून उत्सर्जित होणाऱ्या उष्णतेमुळे तापते. त्यामुळे वातावरणाच्या भूपृष्ठाला लागून असलेल्या थरांचे तापमान वरच्या थरांपेक्षा जास्त असते. म्हणून उंचीनुसार तापमान कमी होते. हवेच्या खालच्या थरात बाष्प व कार्बन-डाय-ऑक्साईड हे वायू असतात. हे घटक भूपृष्ठाने उत्सर्जित केलेल्या उष्णतेचा

काही भाग शोषून घेतात. भूतलावरच्या हवेच्या थरात या घटकांचे प्रमाण जास्त असते. परंतु उंचीनुसार ते कमी होत जाते. यामुळेही वातावरणातील हवेचे तापमान उंचीनुसार कमी होते. परंतु उंचीनुसार तापमान कमी होण्याची क्रिया फक्त तपांबरातच आढळते व तपस्तब्धीत ती पूर्णपणे थांबते; परंतु काही प्रसंगी उंचीनुसार तापमान कमी होण्याऐवजी ते वाढलेले आढळते. याला तापमानाची विपरीतता असे म्हणतात.

तापमानाची विपरीतता (Inversion of Temperature)

उंचीनुसार तापमानात घट होण्याऐवजी वाढ होण्याचा उलटा किंवा विपरीत प्रकार प्रामुख्याने डोंगरखोऱ्यात घडून येतो. त्यानंतर थंड हवेच्या थरावर उष्ण हवेचा थर आढळतो. तापमानाची विपरीतता घडून येण्यास पुढील परिस्थिती आवश्यक असते: (१) मोठे रात्रीमान, (२) निरभ्र आकाश, (३) निश्चल हवा, (४) डोंगराळ प्रदेश. हिवाळ्यात रात्रीमान मोठे असते. त्यामुळे उष्णता उत्सर्जनाचे कार्य जास्त वेळ चालते व पृथ्वीचा पृष्ठभाग अतिशय थंड होतो. ही स्थिती विपरीततेला उपयुक्त असते.

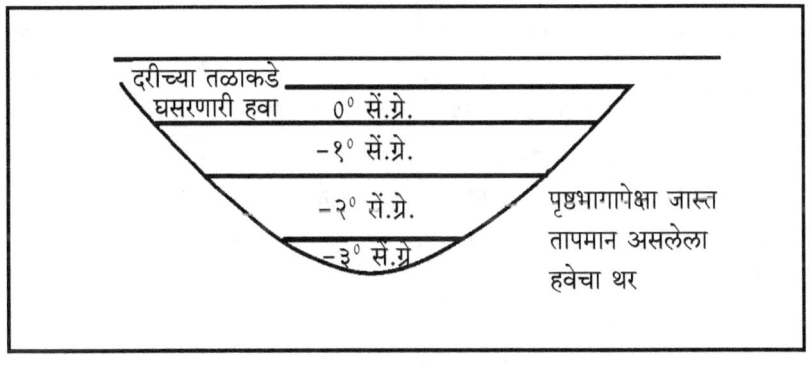

आ. ४.१० तापमानाची विपरीतता

निरभ्र आकाशामुळे भूपृष्ठाने उत्सर्जित केलेली उष्णता पृष्ठभागावर परत येऊ शकत नाही. आकाशात खूप उंचीवर ढग असतील तरीही उष्णता पृथ्वीवर येत नाही. परंतु जर कमी उंचीवर आकाशात ढग असतील तर मात्र उष्णता अवकाशात जाण्याऐवजी अडविली जाते व भूपृष्ठावर तापमान वाढते.

निश्चल व स्थिर हवेची आवश्यकता तापमानाची विपरीतता घडून येण्यास आवश्यक असते. हवेची हालचाल कमी असल्यास कमी-अधिक तापमानाचे हवेचे थर एकमेकांत मिसळू शकत नाहीत व त्यामुळे पृष्ठभागावरील हवेच्या थराचे तापमान वाढू शकत नाही.

डोंगराळ प्रदेशात अशी परिस्थिती असल्यास थंड, जड हवा केवळ जडपणामुळे गुरुत्वशक्तीच्या प्रभावाने खाली दरीच्या तळाकडे घसरते व उष्ण हवा हलकी असल्याने वर चढते.

यामुळे दरीच्या तळावर शून्याखाली तापमान व दरीच्या काठावर शून्यापेक्षा जास्त तापमान आढळून येते. असा प्रकार मध्य कटिबंधातील दऱ्याखोऱ्यात व हिवाळ्यात बऱ्याच वेळेस घडून येतो. दरीच्या तळात शून्याखाली तापमान जास्त असल्यामुळे कॅलिफोर्नियासारख्या मध्य कटिबंधीय विभागात फळझाडांची लागवड खोऱ्यात न करता खोऱ्याच्या बाजूस असलेल्या काठावर केली जाते; कारण तापमान शून्याखाली गेल्यानंतर दहिवर तयार होऊन फळझाडांचा नाश होतो. यामुळेच ब्राझीलमधील कॉफीचे मळे व आल्प्स्मधील अतिथिगृहे दरीत किंवा डोंगरमाथ्याऐवजी या दोहोंच्या मध्ये असलेल्या उष्ण भागात आढळून येतात.

मध्य कटिबंधाच्या वरच्या पट्ट्यात व विशेषतः ध्रुवीय थंड हवा व आयनिक प्रदेशातील ऊबदार व बाष्पयुक्त हवा यांचे प्रवाह जेथे एकत्र मिसळतात, तेथे उष्ण हवा केवळ हलकेपणामुळे थंड हवेवर आरोहण करते किंवा थंड हवा उष्ण हवेला खालून उचलून धरते. यामुळेही तापमानाची विपरीतता घडून येते. त्याचप्रमाणे डोंगराळ प्रदेशात आंतरिक किंवा ॲडियाबेटिक क्रियेमुळेही तापमानाची विपरीतता घडून येते.

गिरण्या व कारखाने असलेल्या शहरात धुराचा एक थर हवेत जास्त तापमान असलेल्या थराखाली तयार होते; अशा वेळी हवेची हालचाल मंदावल्यामुळे तो तेथे जास्त काळ टिकून धुके निर्माण करतो. मुंबईमधील चेंबूर या उपनगरात असा प्रकार हिवाळ्यात नेहमी घडून येतो. कृष्णधुके (Smog) आरोग्याला अत्यंत हानिकारक असते.

प्रकरण ५

वायुभार व वारे

(Atmospheric Pressure & Winds)

वातावरण वायूंचे बनलेले आहे. हे सर्व वायू पदार्थरूप असल्याने त्यांना वजन आहे. वायू उपलब्ध असलेली सर्व जागा व्यापतात. ते स्थितिव्यापक आहेत. वायुरूप पदार्थावरील दाब वाढल्यानंतर ते आकुंचन पावतात व त्यावरील दाब कमी झाल्यानंतर त्यांचे प्रसरण होते. कमी-जास्त दाबानुसार प्रसरण व आकुंचन पावणे हा वायूंचा प्रमुख गुणधर्म आहे म्हणून ते उपलब्ध असलेली सर्व जागा व्यापतात.

कोणत्याही पदार्थाचे ठराविक क्षेत्रफळाच्या पृष्ठभागावर पडणारे वजन म्हणजे त्याचा दाब. वायूंना वजन असते ही गोष्ट गॅरिकच्या काळापासून माहिती झालेली आहे. शेकडो किलोमीटर पसरलेल्या वातावरणातील वायूच्या सर्व थरांचे वजन खालच्या थरांवर व दोन्ही थरांचा भार पृष्ठभागानजीकच्या थरांवर पडतो म्हणून भूपृष्ठावर हवेचे थर दाट व घन असतात. जो जो भूपृष्ठापासून उंच जावे तो तो हवेचे थर विरळ आणि हलके होत जातात.

१) वायुभारमापन

हवामानशास्त्रज्ञ हवेचा भार ज्या एककात मोजतात त्याला 'मिलिबार' असे नाव आहे. ४५$^{\circ}$ अक्षांशावर 0° सेल्सियस तापमान असताना समुद्रसपाटीस असणारा वायुभार म्हणजे १ बार. त्याचा १ हजारावा भाग म्हणजे एक मिलिबार. 'डाईन' या बल मोजण्याच्या एककाने दाब मोजला जातो. एक ग्रॅम वस्तुमानात एक सेकंदात १ सें.मी. इतका प्रवेग निर्माण होण्याकरिता लागणारी शक्ती किंवा बल म्हणजे १ डाईन बल. अशा दहा लाख डाईन्स = १ बार

१ हजार डाईन्स = मिलिबार (चौ.सें.मी.वर) कारण १ मिलिबार = १/१००० बार

वायुभार इंचात व सेंटिमीटरमध्येही मोजला जातो. एक चौरस सेंटिमीटर क्षेत्रावर

वातावरणाचा जो दाब असतो, तेवढाच दाब किती उंचीच्या पाऱ्याच्या स्तंभाने तोललेला आहे हे ज्यावरून ठरते, त्या पाऱ्याची उंची सेंटिमीटर्स किंवा इंचात मोजतात.

३.४ मिलिबार = १/१०'' वायुभार (एक दशांश इंच)

किंवा

३४ मिलिबार = एक इंच वायुभार.

समुद्रसपाटीस ४५ अक्षांशावर १०१३.२ मि. बार अगर ७६ सें.मी. किंवा २९.९२ इंच इतका वायुभार असतो व त्याचे वजन १४.७ पौंड भरते.

तापमान, उंची व बाष्प यांचा वायुभारावर परिणाम होतो.

तापमान : भूपृष्ठावर तापमान सर्वत्र सारखे नसते. विषुववृत्तीय प्रदेशात ते जास्त असते व ध्रुवप्रदेशात कमी असते. उष्णतेमुळे पदार्थांचे प्रसरण होत असल्याने उष्ण प्रदेशातील हवा हलकी होऊन वर जाते; म्हणून तेथे हवेचा दाब कमी होतो. उष्ण प्रदेशावरून तापलेली हलकी झालेली हवा वर जाऊन थंड होते आणि बाजूच्या थंड प्रदेशात खाली उतरते. त्यामुळे तेथे दाब वाढतो.

उच्च अक्षवृत्त व ध्रुवप्रदेशात वर्षभर तापमान कमी असल्याने तेथील हवा भूपृष्ठाच्या सान्निध्यात येऊन थंड होते. थंड हवेचे परमाणू आकुंचन पावतात, एकत्र येतात. त्यामुळे त्यांचे जडत्व वाढते. सर्वसाधारणपणे ध्रुवप्रदेशात नेहमी गुरूभार असतो. उन्हाळ्यात औष्णिक विषुववृत्त म्हणजे सर्वांत जास्त तापमान असणारी स्थळे जोडणारी रेषा, उत्तर गोलार्धात असल्याने तेथे लघुभार आढळून येतो, तर दक्षिण गोलार्धात गुरूभार असतो; तर हिवाळ्यात औष्णिक विषुववृत्त दक्षिण गोलार्धात असल्याने तेथे लघुभार आढळून येतो, तर दक्षिण गोलार्धात उत्तर लघुभाराचे रूपांतर गुरुभारात होते व दक्षिण गोलार्धात लघुभार निर्माण होतो.

ध्रुवप्रदेशात वर्षभर तापमान कमी असल्याने व वर्षातून सुमारे सहा महिने हिवाळ्यात त्या ठिकाणी सूर्य नसल्याने व उन्हाळ्यात सूर्यकिरणांपैकी ७० ते ८०% भाग बर्फाच्छादित प्रदेशामुळे परावर्तित झाल्याने व उर्वरित उष्णतेचा बराचसा भाग बाष्पीभवनात खर्च झाल्याने तेथे तापमान अगदी कमी असते व म्हणून तेथे कायम गुरूभार आढळतो. वरील विवेचनावरून आपल्याला असे दिसते की, तापमान आणि वायुभार एकमेकांच्या व्यस्त प्रमाणात कमी-जास्त होतात.

उंची : समुद्रसपाटीपासूनच्या उंचीचाही वायुभारावर परिणाम होतो. उंचीवर हवा विरळ असते. विरळ हवेचा भार कमी असतो, त्यामुळे उंचीनुसार वायुभार कमी होतो. हवा ही स्थितीस्थापक असल्याने तिच्यावरील दाब वाढल्यानंतर तिची घनता

वाढते व ती दाट होते; हवेवरील दाब कमी झाला की ती विरळ होते व तिचे आकारमान वाढते.

उंचीनुसार वायुभार कमी होण्याचे प्रमाण सुरुवातीस २७० मीटरला ३४ मिलिबार किंवा ९०० ते १००० फुटांस एक इंच असते. सुमारे ३००० मीटर्सपर्यंत हे प्रमाण आढळते. त्यानंतर हवेची विरळता वाढत असल्याने दाब झपाट्याने कमी होतो. ५४५४ मीटर्स उंचीवर समुद्रसपाटीच्या निम्म्याने म्हणजे ५१० मिलिबार इतका वायुभार असतो व १०९०८ मीटर्स उंचीवर भूपृष्ठाच्या एकचतुर्थांश वायुभार आढळतो.

बाष्प : वायुभारात परिणाम करणारा आणखी एक घटक म्हणजे बाष्प. कोरड्या हवेपेक्षा बाष्प वजनाने हलके असते, त्यामुळे बाष्पयुक्त हवेपेक्षा कोरड्या हवेचे वजन जास्त भरते. एकाच तापमानाच्या बाष्पयुक्त हवेपेक्षा कोरड्या, म्हणजे बाष्पविरहित हवेचा भार जास्त असतो.

जमीन व पाणी यांच्या गुणधर्माचाही परिणाम वायुभारावर होतो. एकजिनसी पृष्ठभागावर विषुववृत्तीय प्रदेशात कायम लघुभार व ध्रुवप्रदेशात कायम गुरूभार सर्व ठिकाणी राहिला असता. परंतु जमीन व पाणी यांच्या उष्णताग्रहणशक्तीत फरक असल्याने उन्हाळ्यात भूखंडावर लघुभार असतो, तर समुद्रावर गुरूभार व हिवाळ्यात महासागर ऊबदार असल्याने त्यांच्यावर लघुभार व थंड भूखंडावर गुरूभार आढळतो.

फोर्टिन्सचा वायुभारमापक, निर्द्रव वायुभारमापक व स्वयंचलित वायुभारलेखांच्या साहाय्याने वायुभार मोजला जातो.

ज्या ठिकाणचा वायुभार सारखा आहे, अशी स्थळे नकाशावर एका रेषेने जोडतात. अशा समान वायुभार दाखविणाऱ्या रेषांना 'समभाररेषा' असे म्हणतात. समभाररेषांच्या एका बाजूस वायुभार जास्त व दुसऱ्या बाजूस कमी असतो. हवामानखात्याने रोज प्रसिद्ध केलेल्या नकाशावर समभाररेषा काढलेल्या असतात. समभाररेषांचा अभ्यास करून एखाद्या विभागातील वारे, ढग, पाऊस, आवर्ते यासंबंधी अंदाज वर्तविता येतात.

साधारणपणे समभाररेषांतील वायुभाराचा फरक २ ते ४ मिलिबार इतका असतो. समभाररेषा जवळजवळ असल्यास वायुभारातील बदल तीव्र असतो. यांच्यात अंतर जास्त असल्यास बदल मंदगतीने होतो. यालाच वायुभाराचा कल (Pressure Gradient) म्हणतात. वायुभाराचा कल, वायुभाराच्या बदलाची दिशा व तीव्रता दाखवितो. समभाररेषांतील अंतर जास्त असल्यास वायुभाराचा कल मंद असतो व ते कमी असल्यास वायुभाराचा कल तीव्र असतो व वायुगती जास्त असते. याउलट वायुभाराचा कल मंद असल्यास वायुगती कमी असते.

वायुभराचा कल समभाररेषांना काटकोनात काढलेल्या सरळ रेषांवर दाखविला जातो. त्यामुळे गुरूभाराकडून लघुभाराकडे समांतर रेषांना काटकोन करणाऱ्या दिशेने वायूंची क्षितिजसमांतर हालचाल होते. यास आपण 'वारा' म्हणतो.

२) वायुभार पट्टे

वायुभार सदासर्वकाल सारखा नसतो. त्यात स्थलकालऋतुपरत्वे बदल घडून येत असतात. जमीन व पाणी यांच्यावरील भिन्न तापमानामुळे एकाच अक्षवृत्ताच्या पट्ट्यात भिन्न तापमान असल्याने त्यावरील भारही वेगवेगळा असतो. वायुभाराचे अक्षवृत्तांना समांतर असे सलग पट्टे आढळत नाहीत. परंतु एकमेकांपासून थोडे अलग झालेले विस्तीर्ण प्रदेश आढळतात. यांना (Pressure Cells) 'वायुभार पुंज' असे नाव आहे. औष्णिक व गतिज कारकांमुळे भूपृष्ठावर पुढील वायुभार पुंज आढळून येतात.

(१) औष्णिक (Thermal) कारकांमुळे म्हणजे कमी-अधिक तापमानामुळे तयार होणारे वायुभार प्रदेश.

(अ) विषुववृत्तीय प्रदेशात वर्षभर उष्णता जास्त असल्याने तेथे एक वायुभार पुंज तयार झालेला आढळतो. ५ चे स्थानांतर धरून याची मर्यादा १०° उत्तर ते १०° दक्षिण आढळून येते. विषुववृत्तावर हवा नेहमी ऊर्ध्वगामी असल्याने हवेची क्षितिज समांतर हालचाल कमी असते, म्हणून याला 'शांत पट्टा' असे म्हटले जाते. परंतु ही शांत अवस्था कायमस्वरूपाची नसून यात मंद असे मधून मधून पश्चिम वारे वाहात असतात. यांना Equatorial westerlies विषुववृत्तीय पश्चिमीवारे असे म्हणतात.

(ब) ३०° ते ४०° उत्तर व दक्षिण भागात ऋतुमानानुसार गुणधर्म बदलणारे दोन अस्थायी वायुभार पुंज आहेत. सूर्याचे उन्नतांश जास्त असताना वरील उपआयनिक प्रदेशात लघुभार असतो तर उन्नतांश कमी असतात तेथे गुरूभार असतो.

(क) ध्रुवप्रदेशात सदोदित उष्णता कमी असल्याने दोन गुरूभार प्रदेश आढळून येतात. त्यांची मर्यादा ७५° ते ९०° अक्षांशाच्या दरम्यान असते.

अशा प्रकारे ध्रुवप्रदेशातील दोन गुरूभार विभाग व विषुववृत्तीय प्रदेशातील एक लघुभार विभाग असे तीन वायुभार पुंज तापमानामुळे तयार झालेले आढळतात. (आ. ५.१, ५.२)

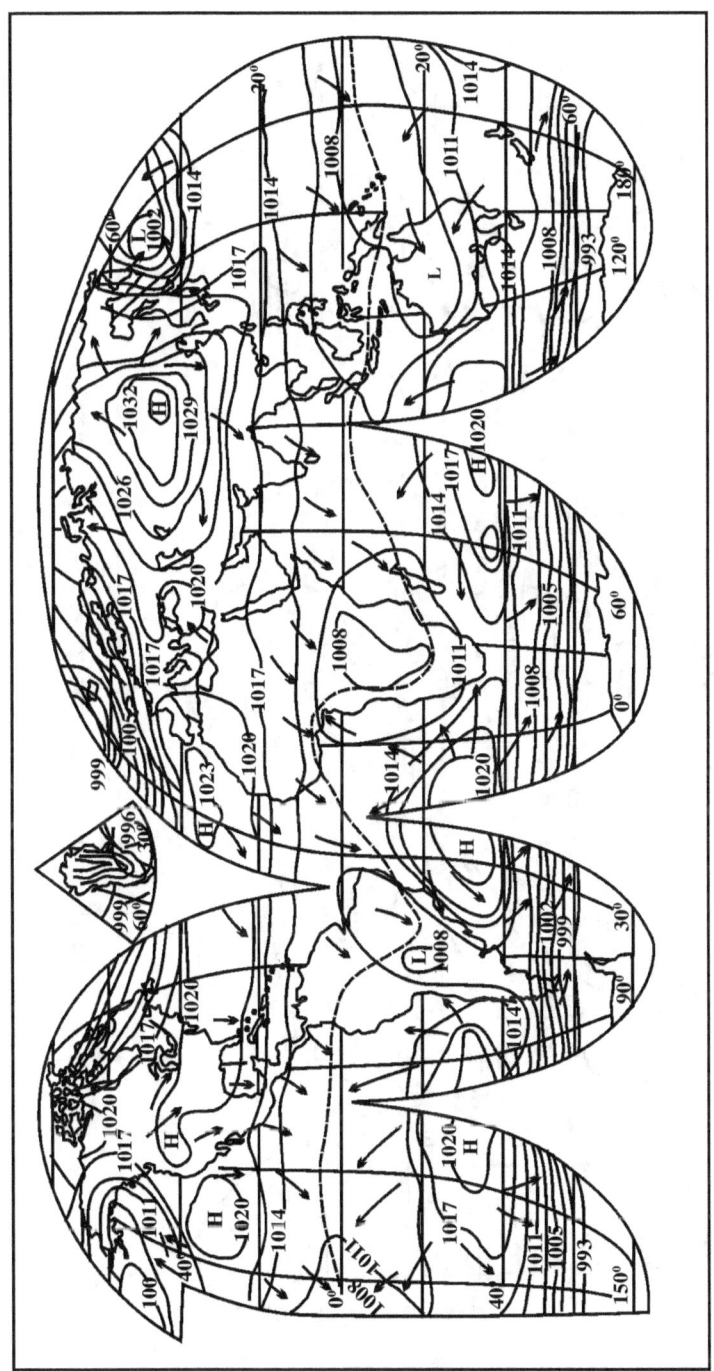

आ. ५.१ जानेवारी महिन्यातील समुद्रसपाटीजवळचा सरासरी वायुभार (मिलिबार)

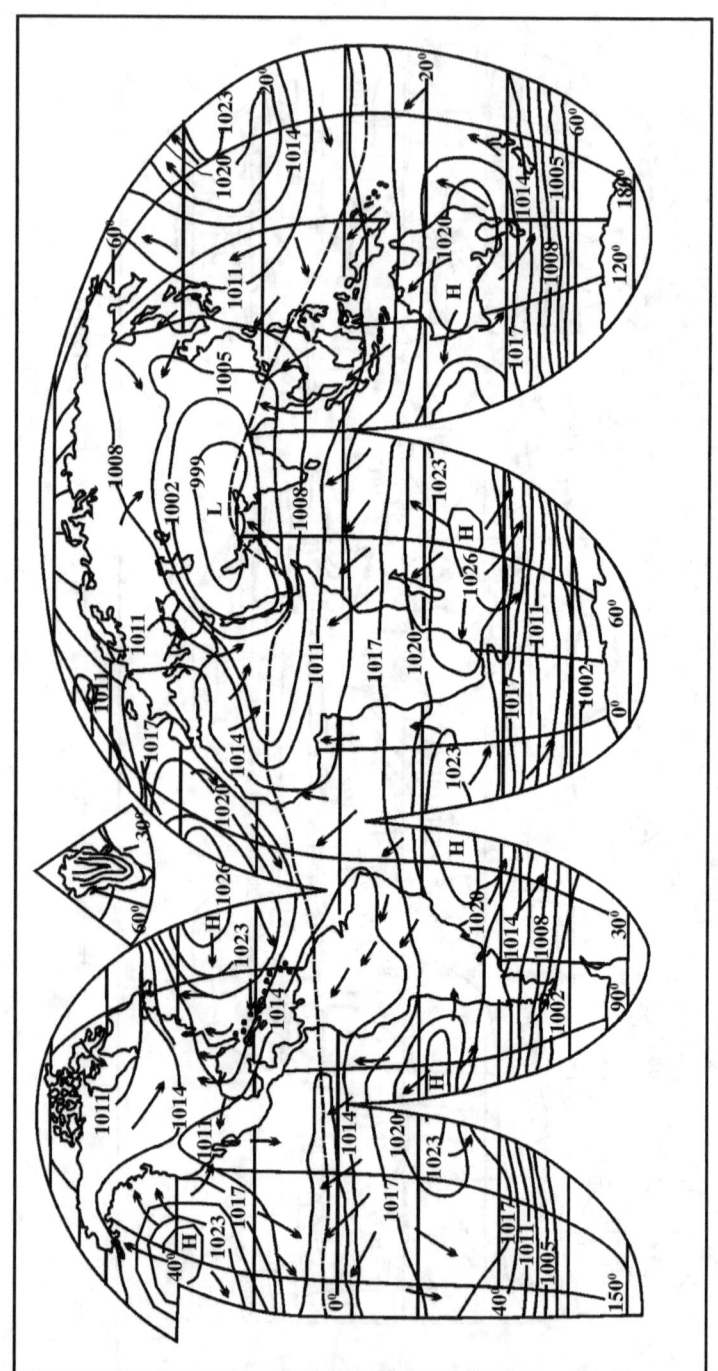

आ. ५.२ जुलै महिन्यातील समुद्रसपाटीजवळच्या सरासरी वायुभार (मिलिबार)

(२) गतिज : पृथ्वीच्या परिवलनामुळे म्हणजेच गतिज कारकांमुळे तयार होणारे वायुभार प्रदेश :

(अ) विषुववृत्तीय प्रदेशात तापलेली हवा तपांबरातून ध्रुवांकडे जात असताना पृथ्वीच्या परिवलनामुळे अडविली जाते व तिचा काही भाग ३० अंश ते ४० अंश अक्षांशांच्या दरम्यान उतरतो व त्यामुळे ३० अंश उत्तर व दक्षिण अक्षांशाच्या दरम्यान गुरूभार तयार होतो. (आ. ५.३)

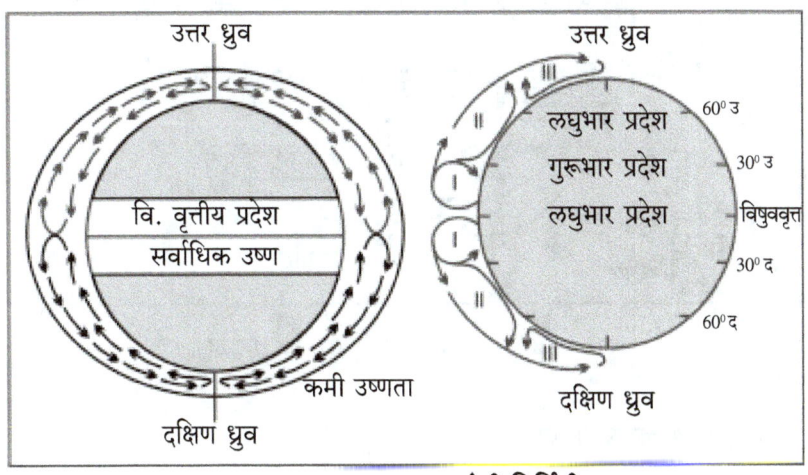

आ. ५.३ वायुभार पट्ट्यांची निर्मिती

(ब) विषुववृत्तीय हवेचा काही भाग तपांबराच्या वरच्या थरातून ध्रुवांकडे जात असतो. त्या हवेचे ध्रुववृत्तीय प्रदेशात (६६ १/२ ०) पृथ्वीच्या अक्षापासूनचे अंतर कमी झाल्याने केंद्रोत्सारी बलामुळे ती भूपृष्ठापासून दूर फेकली जाते. त्यामुळे उत्तर व दक्षिण ध्रुववृत्तीय प्रदेशात हवेचा दाब कमी असतो. (आ. ५.४)

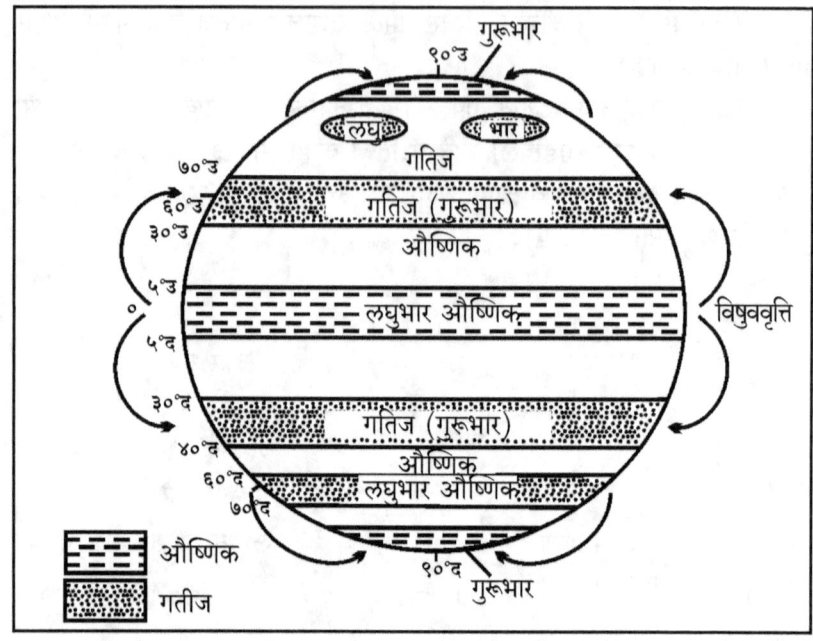

आ. ५.४ भूपृष्ठावरील वायुभार पुंज व प्रदेश

३) वायुभार पट्ट्यांचे आंदोलन

भूपृष्ठावरील भाराचे वितरण :

जुलै महिन्यात औष्णिक वि. वृत्त उत्तरेस असल्याने वि. वृत्तावरील शांत पट्टा वि. वृत्ताच्या उत्तरेस असतो. परंतु या शांत पट्ट्याचे क्षेत्र सर्वत्र सारखे नसते. उन्हाळ्यात खंडावर दक्षिणोत्तर व्याप्ती अधिक असते तर समुद्रावर ती आकुंचित झालेली दिसते, तर हिवाळ्यात ती सागरावर अधिक असून खंडावर उन्हाळ्याच्या मानाने कमी झालेली दिसते.

आ. ५.५ मध्ये डावीकडील आकृतीत २१ जूनची स्थिती तर उजवीकडील आकृतीत २१ डिसेंबरची स्थिती दाखविली आहे. मध्यभागी विषुवदिनांच्या वेळची स्थिती आहे.

उत्तर गोलार्धात भूखंडावर विषुववृत्तीय शांत पट्ट्याची सीमा २०° ते २५° पर्यंत पोहोचलेली आढळते; हाच शांत पट्टा किंवा पुंज जानेवारीमध्ये दक्षिण गोलार्धात १०° ने सरकलेला आढळून येतो. हे वायुभारांचे सरकणे हवामानाच्या व विशेषतः हिवाळी पावसाच्या दृष्टीने अत्यंत महत्त्वाचे समजले जाते.

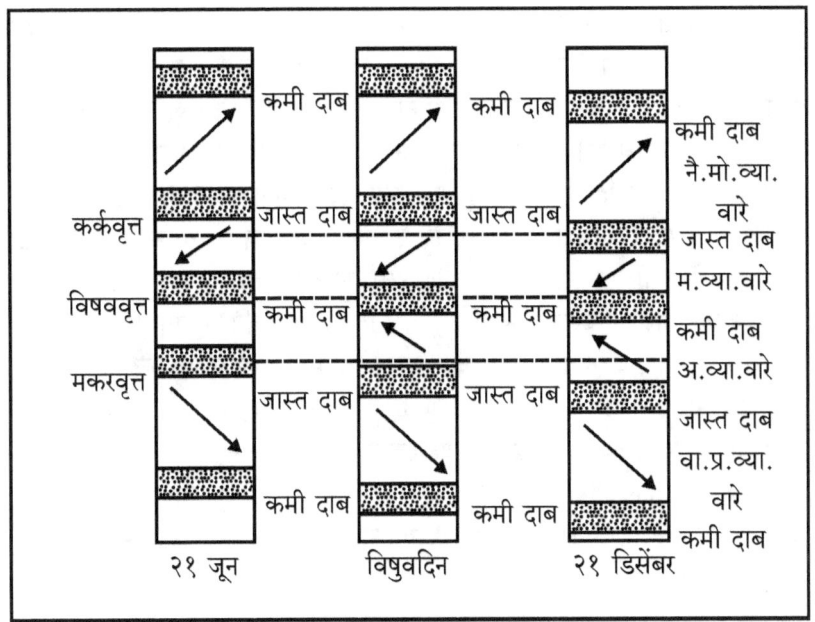

आ. ५.५ भारपट्ट्यांचे आंदोलन

उत्तर गोलार्धात उन्हाळ्यात आशिया खंडामध्ये तांबड्या समुद्रापासून ते वायव्य भारतापर्यंत एक लघुभार प्रदेश असतो, तर उत्तर अमेरिकेत तो मेक्सिकोच्या उत्तर भागापासून संयुक्त संस्थानांच्या नैर्ऋत्य सीमावर्ती प्रदेशापर्यंत आढळतो.

याच सुमारास ३०° ते ४०° उत्तर अक्षांशाच्या भागात अटलांटिक व प्रशांत महासागरावर दोन गुरूभार प्रदेश तयार होतात. दक्षिण गोलार्धात साधारणपणे २५° दक्षिण अक्षांशाच्या आसपास गुरूभार पट्टा तयार झालेला असला तरी सागरावर मात्र तो थोडा कमकुवत असतो. मध्य ऑस्ट्रेलिया व कलहरीचे वाळवंट या ठिकाणी ही गुरूभाराची केंद्रे आढळून येतात.

बर्फाच्छादित अंटार्क्टिका खंडाच्या उत्तर सीमेलगत म्हणजे ६०° दक्षिण अक्षांशाच्या दक्षिणेस वर्षभर लघुभार प्रदेश असतो. ऋतुमानाचा या सलग पट्ट्यावर काहीच परिणाम होत नाही; कारण तो गतिज कारणांमुळे निर्माण झालेला असतो व ६०° दक्षिण अक्षांशाच्या भागात सर्वत्र पाणी असल्याने भाराचे वितरण सर्वत्र सारखे असते. उत्तर गोलार्धातील ध्रुववृत्तीय भागात मात्र लघुभार पट्ट्यात सलगता आढळून येत नाही. अॅल्युशियन लघुभार व आईसलँड लघुभार हिवाळ्यात तयार झालेले असतात. परंतु उन्हाळ्यात मात्र महासागरावरील या दोन लघुभार पुंजांची तीव्रता कमी होते.

जानेवारीत मध्यकटिबंधातील युरेशियाच्या भागात एक मोठा गुरूभार पुंज तयार होतो. उत्तर अमेरिकेतही अशा प्रकारचा गुरूभार पुंज असतो, परंतु त्याची तीव्रता युरेशियाच्या गुरूभार पुंजाच्या मानाने कमी असते. परंतु जुलैत हे खंडप्रदेश तप्त असल्याने त्यावर क्षीण लघुभार पुंज तयार होतात. म्हणजेच मध्य कटिबंधात व उपआयनिक प्रदेशात हिवाळ्यातील गुरूभार प्रदेश बरेच सलग असतात, परंतु उन्हाळ्यात समुद्रावरच जास्त विकसित होतात व तप्त खंडप्रदेशावर मात्र त्यांची सलगता नाहीशी होते, कारण काही ठिकाणी अत्यंत क्षीण लघुभार तयार झालेला असतो.

वरील विवेचनावरून आपल्याला असे दिसून येईल की, भूपृष्ठावर स्थलकाल-ऋतुपरत्वे वायुभार बदलत असतो. वायुभारात विषमता असते. त्यामुळे वायुभाराचा कल कमी-जास्त असतो. गुरुत्वशक्तीमुळे वायुभारात समानता राखण्याचा प्रयत्न केला जात असतो. त्यामुळे एखाद्या स्थळी वायुभाराचा कल जास्त असल्यास वायूची क्षितिजसमांतर हालचाल होते. वातावरणात घडून येणारी ही हालचाल भूपृष्ठाला समांतर म्हणजे आडवी असते. या आडव्या हालचालीस 'वारा' असे म्हणतात.

४) वारे

वायुभारातील भिन्नतेमुळे वारे वाहू लागतात व वाऱ्याची हालचाल नेहमी वायुभारातील कलाच्या दिशेने होत असते. वायुभारातील कल समभाररेषांनी काटकोनात काढलेल्या सरळरेषेवर दाखविला जातो. त्यामुळे गुरूभाराकडून लघुभाराकडे समभार रेषांना काटकोन करणाऱ्या दिशेने वायूंची क्षितिजसमांतर हालचाल होते. (आ. ५.६) ज्या दिशेकडून वारा वाहण्यास सुरुवात होते त्यावरून वाऱ्याची दिशा ठरविली जाते व त्या दिशेचा वारा म्हणून तो ओळखला जातो. नैर्ऋत्यवारा म्हणजे नैर्ऋत्य दिशेकडून वाहणारा वारा; पश्चिम वारा, म्हणजे पश्चिम दिशेकडून वाहणारा वारा.

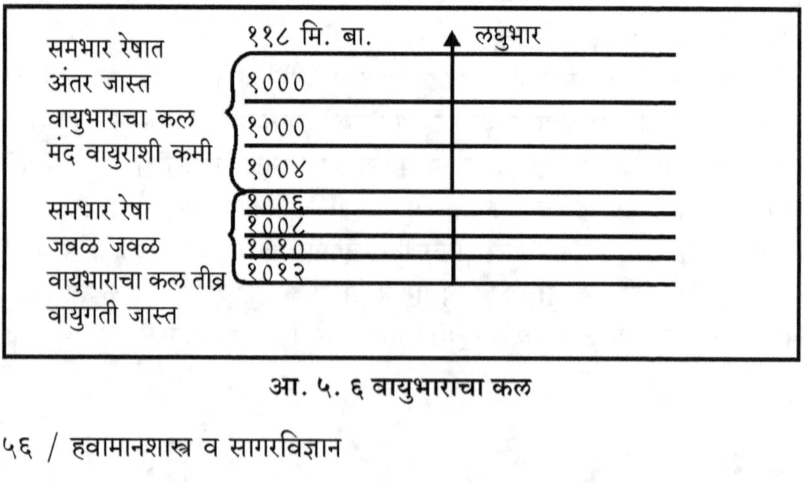

आ. ५. ६ वायुभाराचा कल

वायुभाराचा कल, पृष्ठभागाशी होणारे घर्षण, पृथ्वीचे परिवलन (कॉरिऑलीस प्रेरणा): उन्मध्य प्रेरक व हवेचे ऊर्ध्वगत आणि अधोगत प्रवाह यांचा परिणाम वायुगती व वायुदिशांवर होत असतो. वायुभाराचा कल व समभार रेषा यांची माहिती आपण पाहिलेलीच आहे. पुढील आकृतीवरून ती स्पष्ट होईल. (आ. ५.७)

वायुभाराचा कल (Isobaric Gradient)

पृष्ठभागावरून वाहणाऱ्या हवेत यांत्रिक शक्ती असते. या शक्तीचा काही भाग पृष्ठभागाशी होत असलेल्या घर्षणामुळे नाहीसा होतो व त्यामुळे हवेचा वेग मंदावतो. हवेचा वेग मंदावल्याने कॉरिऑलीस प्रेरणेचा परिणाम कमी होतो आणि त्यामुळे झुकलेले वारे थोडेसे सरळ होतात. घर्षणामुळे जमिनीवर वारे समभाररेषांना सुमारे ४५^0 चा कोन करून वाहतात. घर्षण जास्त असल्यास हा कोन वाढत जातो व कमी असल्यास कमी होतो. समुद्रावर पृष्ठभागातील समानतेमुळे तो फक्त १०^0 असतो. घर्षणाचा परिणाम भूपृष्ठापासून ९०० मी. उंचीपर्यंत आढळतो. (आ. ५.७)

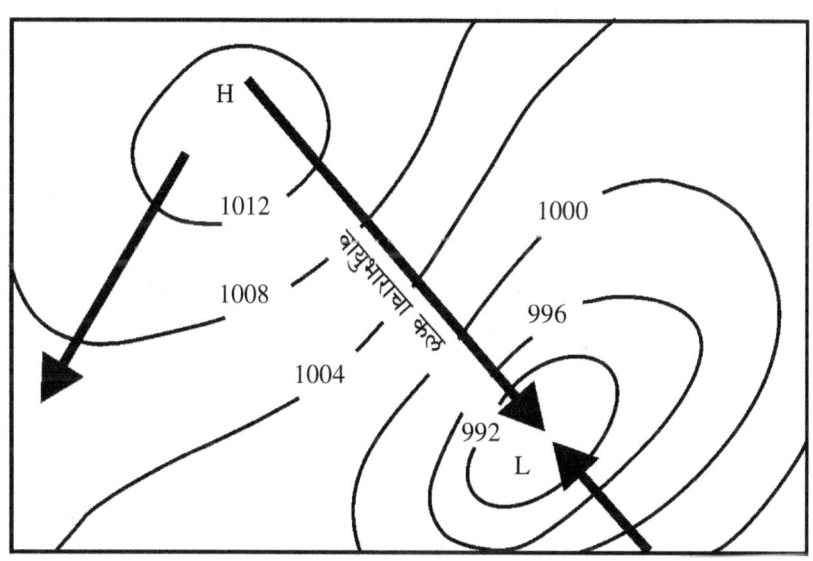

आ. ५. ७ वायुभाराचा कल

कॉरिऑलीस प्रेरणा व फेरेलचा नियम

पृथ्वीच्या परिवलनामुळे ही शक्ती अस्तित्वात आलेली आहे. या शक्तीचा गुरूभाराकडून–लघुभाराकडे वाहणाऱ्या वाऱ्यांच्या मूळ दिशेवर म्हणजे समभाररेषांना काटकोनात वाहणाऱ्या वाऱ्यांवर परिणाम होतो. या शक्तीला 'कॉरिऑलीस प्रेरणा'

असे म्हणतात. या शक्तीमुळे गुरूभाराकडून–लघुभाराकडे जाणारे व समभार रेषांना काटकोनात वाहणारे वारे आपल्या मूळ दिशेपासून थोडेसे विचलित होतात.

फॅरेल या शास्त्रज्ञाने कॉरिऑलीस बलाचा वाऱ्यांचा दिशेवर काय परिणाम होतो ते अभ्यासून नियम तयार केले आहेत. त्यानुसार उत्तर गोलार्धातील गुरूभाराकडून लघुभाराकडे वाहणारे वारे व प्रवाह सरळ न वाहता आपल्या मूळ दिशेच्या उजवीकडे वळतात तर दक्षिण गोलार्धात गुरूभाराकडून लघुभाराकडे वाहणारे वारे व प्रवाह आपल्या मूळ दिशेच्या डावीकडे झुकतात. वाऱ्यांना प्राप्त होणारे वळण विषुववृत्तावर आढळत नाही; कारण हे बल विषुववृत्तावर शून्य असते व ध्रुवांकडे वाढत जाते, त्यामुळे अक्षवृत्तांनुसार वाऱ्यांचा वेग वाढत जातो व वळण तीव्र होते. कॉरिऑलीस प्रेरणेमुळे वारे वायुभाररेषांना काटकोनात न वाहता वक्राकार वाहतात. (आ. ५.८, ५.९)

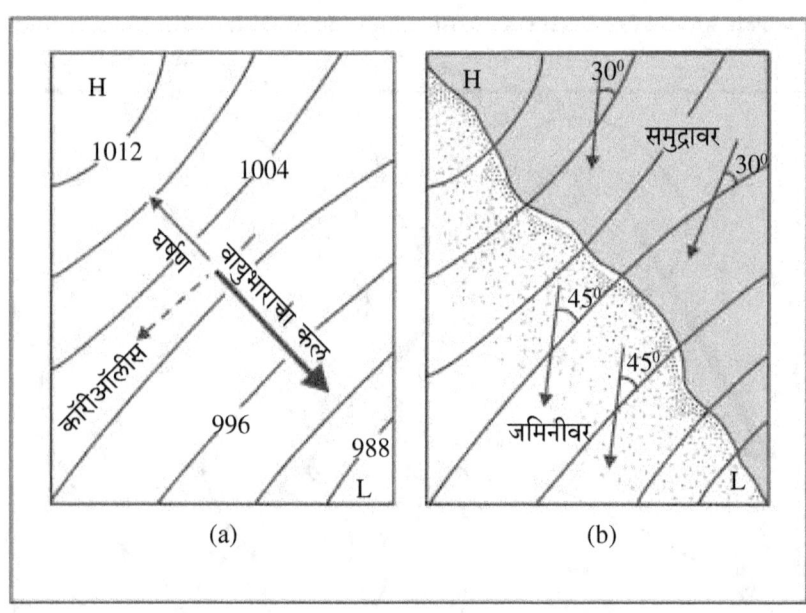

आ. ५.८ जमीन व समुद्रावरील वाऱ्याची दिशा, वायुभार कल

पृथ्वीच्या पृष्ठभागापासून सुमारे ९०० मीटर्स उंचीवरील वाऱ्यांवर कॉरिऑलीस प्रेरणेचा परिणाम होत नाही व उंचीवर वायुभारशक्ती आणि कॉरिऑलीस प्रेरणा एकमेकांना संतुलित अवस्थेत असल्याने वारे नेहमी समभाररेषांना समांतर वाहतात. अशा वाऱ्यांना भूव्यावर्ती वारे (जिऑस्ट्रॉफिक वारे) असे म्हणतात.

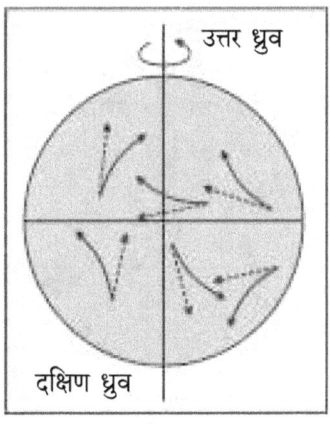

आ. ५.९ कॉरिऑलीस प्रेरणा

पृथ्वीच्या परिवलनामुळे कॉरिऑलीस प्रेरणा निर्माण होते. विषुववृत्तावर परिवलनाचा वेग दर तासाला १६०० कि. मी. असतो व ६०° अक्षांशावर विषुववृत्ताच्या निम्म्याने असतो. ध्रुव प्रदेशात तो शून्य असतो म्हणजेच उपआयनिक प्रदेशाकडून विषुववृत्ताकडे येणारे वारे कमी वेगाच्या प्रदेशाकडून जास्त वेगाच्या (वि. वृत्त) प्रदेशाकडे येत असल्याने मूळ लक्ष्याच्या थोडे मागे पडतात, तर उपआयनिक प्रदेशाकडून ध्रुवांकडे वाहणारे वारे वेगवान प्रदेशाकडून कमी वेगाच्या प्रदेशाकडे जात असल्याने मूळ ठिकाणच्या थोडे पुढे जातात. याच परिणामामुळे उत्तर गोलार्धातील वारे उजवीकडे झुकतात तर दक्षिण गोलार्धातील वारे डावीकडे झुकतात.

मोसमी वारे : मोसमी वारे हे मोठ्या प्रमाणावरील खारे व मतलई वारेच आहेत. अरबी भाषेत 'मोसमी' ह्या शब्दाचा अर्थ ऋतुमानानुसार बदलणारे वारे असा होतो. आयनिक प्रदेशात ऋतूनुसार वाऱ्यांच्या दिशेत उलटसुलट बदल व फेरफार होतात. ही गोष्ट बऱ्याच काळापासून माहिती आहे. उन्हाळ्यात समुद्रावरून येणारे वारे उष्ण व बाष्पयुक्त असतात, तर हिवाळ्यात भूखंडावरून येणारे वारे थंड व कोरडे असतात. ऋतुमानानुसार दिशा बदलणारे वारे खंडप्राय हिंदुस्थानात चांगले अनुभवास येतात. जमीन व पाणी यांच्या कमी-अधिक तापण्यामुळे ते निर्माण होतात. भारताव्यतिरिक्त जगाच्या इतर भागांत ५° ते ३०° अक्षांशाच्या प्रदेशात मोसमी वाऱ्यांचा परिणाम आढळतो. पुढील परिस्थिती मोसमी वारे निर्माण होण्यास आदर्श असते.

(१) विस्तृत व विशेष उंचसखलता नसलेला भूखंडाचा प्रदेश यामुळे विस्तीर्ण प्रदेशात एकाच प्रकारचे तापमान राहून येथे लघुभार निर्माण होतो. आपल्या उत्तर भारतात अशी परिस्थिती उन्हाळ्यात निर्माण होते.

(२) विषुववृत्ताच्या दोन्ही बाजूंस परंतु भूमिखंडास लागून विस्तृत असा जलभाग हिंदी महासागराचा, भारतानजीकचा भाग अशा प्रकारचा आहे. ऑस्ट्रेलियातील वाळवंटी प्रदेशातील गुरूभाराचाही परिणाम मोसमी वाऱ्यावर होतो.

(३) तपांबरातील वरच्या थरात ३०° ते ४०° अक्षांशाच्या पट्ट्यात जेट वायूचे अस्तित्व.

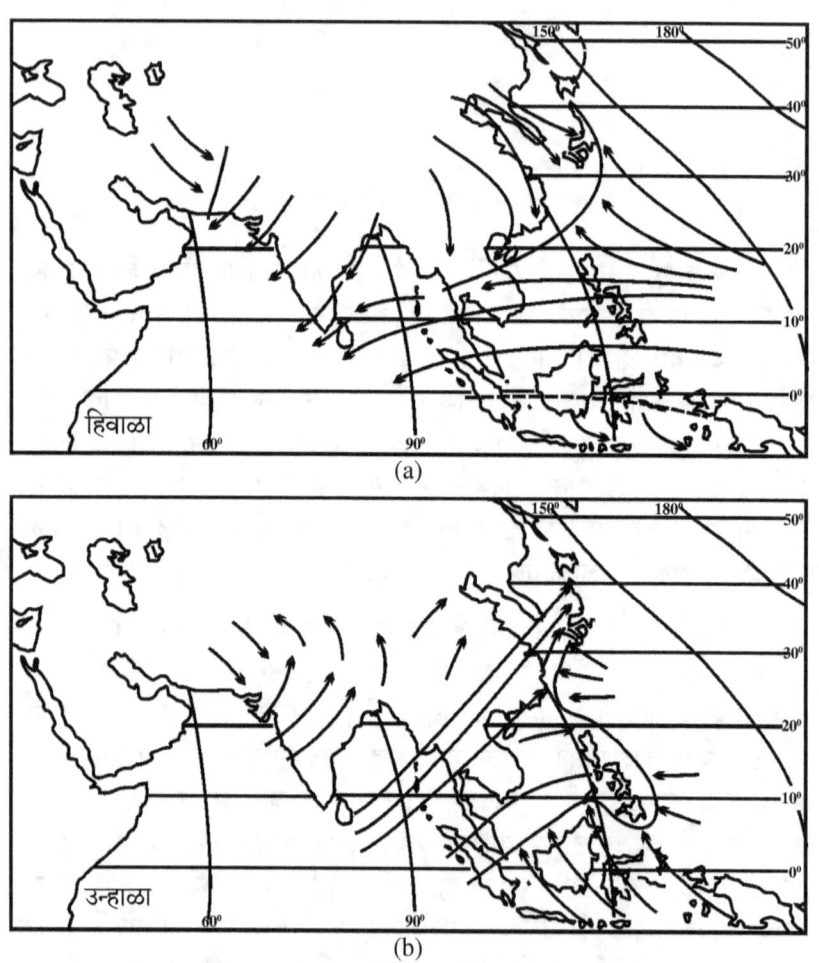

आ. ५.१० भारतातील ईशान्य व नैर्ऋत्य मान्सून

वाऱ्यांच्या दिशेने एकाएकी उलटसुलट बदल व फेरफार का होतात, हे कोडे हवामान शास्त्रज्ञांना उलगडत नव्हते. परंतु दुसऱ्या महायुद्धाच्या शेवटी त्याचा थोडासा उलगडा झाला. तपांबरात सुमारे १० ते १५ हजार मीटर्स उंचीवर पश्चिम-पूर्व जाणारा व तासाला सुमारे ५०० कि.मी. पर्यंत वेग असणाराच हवेचा प्रवाह आहे; याला वायुस्रोत (Jet) असे नाव आहे. त्याखाली हवा अधोगामी असते. म्हणजे हवेचे प्रवाह वरून भूपृष्ठाकडे उतरतात, तेथे साचतात व त्यामुळे गुरूभार तयार होतो व प्रत्यावर्तासारखी परिस्थिती निर्माण होते; अशी परिस्थिती पावसास प्रतिकूल असते. त्यामुळे ज्या भागावर वायुस्रोत असतो, तेथे पाऊस पडत नाही. हिवाळ्यात हिमालयाच्या दक्षिणेस वायुस्रोत असतो. त्यामुळे गंगेच्या मैदानावर थंड हवा खाली उतरते व पाऊस पडत नाही. परंतु उन्हाळ्यात मात्र जेट वायू हिमालयाच्या उत्तरेस असलेल्या टिएनशान पर्वतावर असल्याने हिमालयाच्या दक्षिणेस गंगेचे मैदान व चीनमध्ये मध्य भागात निरभ्र आकाश असते. उन्हाळ्यात हा प्रदेश भरपूर तापल्याने येथील हवा ऊर्ध्वगामी होऊन तेथे लघुभार निर्माण होतो आणि त्यामुळे गंगेच्या मैदानाकडे हिंदी महासागरावरूनव चीनमध्ये प्रशांत महासागरावरून बाष्पयुक्त वारे वाहू लागतात. यांनाच आपण 'नैर्ऋत्य मोसमी वारे' असे म्हणतो, तर चीनमध्ये यांना 'आग्नेय मोसमी वारे' असे नाव आहे.

उत्तर गोलार्धात हिवाळ्यात सूर्य मकरवृत्तावर असल्याने दक्षिण गोलार्धात लघुभार प्रदेश २०° ते २५° अक्षांशाच्या दरम्यान तयार होतो व त्याकडे वारे वाहू लागतात. याच वेळी गंगेचे मैदान, वायव्य भारत येथे गुरूभार असतो, परंतु दक्षिणेस हिंदी महासागरावर लघुभार असतो; या लघुभाराकडे भारतातून ईशान्य दिशेने वारे वाहू लागतात. यांना आपण 'ईशान्य मोसमी वारे' असे म्हणतो. ईशान्य मोसमी वारे जमिनीवरून येत असल्याने कोरडे व थंड असतात; कारण हिवाळ्यात भूखंडे थंड असतात. (आ. ५.१०)

आफ्रिकेतील गियानाचा किनारा, उत्तर ऑस्ट्रेलियाचा किनारा, खंडान्तर्गत आग्नेय आशिया (ब्रह्मदेश, थायलंड, लाओस, कंबोडिया व व्हिएतनाम) चीन, जपान (दक्षिण) व संयुक्त संस्थानाचा मेक्सिकोच्या आखातालगतचा भाग येथेही मोसमी वारे वाहतात. (आ. ५.११)

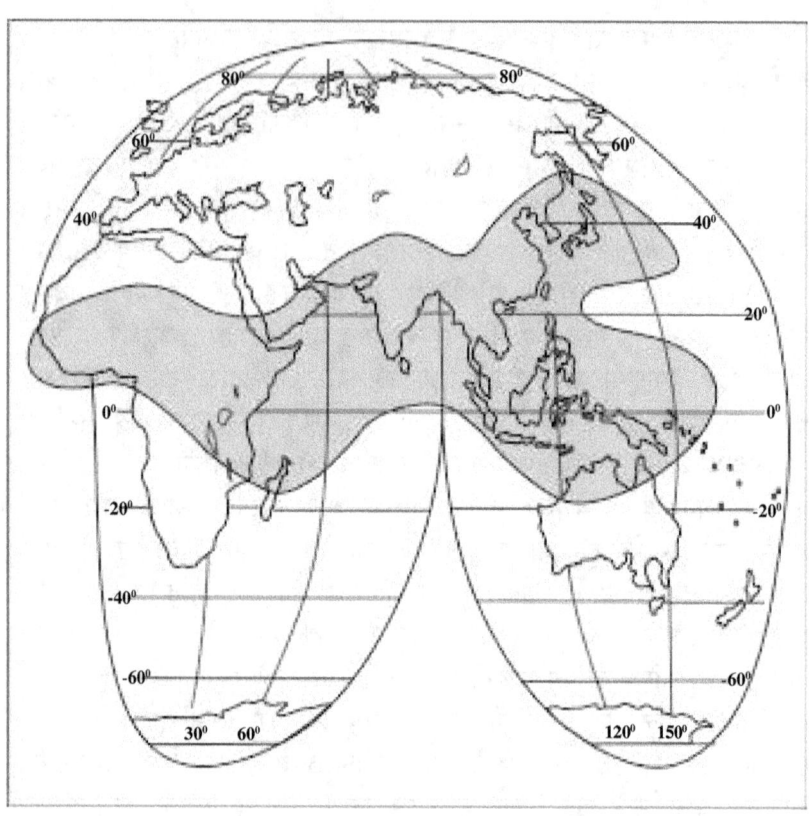

आ. ५.११ आफ्रिका व आशिया खंडावरील मान्सून प्रदेश

ऑस्ट्रेलिया हा दक्षिण गोलार्धातील देश आहे. तेथे डिसेंबरच्या सुमारास लघुभार प्रदेश तयार होतो. आशियाच्या मध्यभागी या वेळी गुरूभार असतो. या गुरूभाराकडून ऑस्ट्रेलियाच्या उत्तर भागाकडे विषुववृत्त ओलांडून वारे वाहतात. ते आशिया खंडातून येत असताना त्यांची दिशा ईशान्य असते. विषुववृत्त ओलांडल्यानंतर त्यांचे फेरेलच्या नियमानुसार वायव्य होते. हे वारे बाष्पयुक्त असतात व दक्षिणेकडे येत असतात त्यांचे तापमान वाढत जाते. जून-जुलैमध्ये ऑस्ट्रेलियात गुरूभार असतो व तेथून विषुववृत्तीय लघुभाराकडे वारे वाहू लागतात. खंड प्रदेशांकडून वाहणारे हे वारे थंड व कोरडे असतात, परंतु हिंदी महासागरावरून ते वाहिल्यामुळे ऊबदार, बाष्पयुक्त होतात व उत्तर गोलार्धात नैर्ऋत्य व आग्नेय मोसमी वारे म्हणून वाहतात.

एल निनो व ला निना प्रवाह

एल निनो : एल निनो हा प्रशांत महासागरात अनियमितपणे निर्माण होणारा सागरी प्रवाह आहे. आज एल निनोचा शोध हा वार्षिक हवामानात आणि मोसमी पावसात होणारे जागतिक बदल नेमकेपणाने सांगणारा शोध आहे हे सर्वमान्य होत आहे. मात्र एल निनोची निर्मिती, विस्तार, तीव्रता आणि कालखंड यांचे भाकीत करण्यात म्हणावी तितकी अचूकता आलेली नाही.

एल निनो ही एक चक्रीय घटना असून काही वर्षांच्या अंतराने ती पुनः पुन्हा कार्यरत होते. ही यंत्रणा ७ वर्षांतून एकदा कार्यरत होते असे पूर्वी वाटत होते मात्र नवीन संशोधनानुसार व हवामानाच्या सातत्याने घेतलेल्या आकडेवारीनुसार आता असे लक्षात येते आहे की ही घटना ४ ते ५ वर्षांतून एकदा घडते आहे. या चक्रीय घटनेत सातत्य आढळत नसल्यामुळे तिचे भाकीतही नेमकेपणाने करता येत नाही.

दक्षिण अमेरिकेच्या पेरू प्रांतातील मासेमारी करणाऱ्या जमातींना, डिसेंबर नंतर किनाऱ्याजवळून दक्षिणेकडे वाहणाऱ्या उष्ण समुद्र प्रवाहाची, एकोणिसाव्या शतकापासूनच माहिती होती. हा प्रवाह ख्रिसमस नंतर वाहत असल्यामुळे त्यांनी त्याचे नाव 'एल निनो' म्हणजे 'बाल येशू' असे ठेवले. (आ. ५.१२)

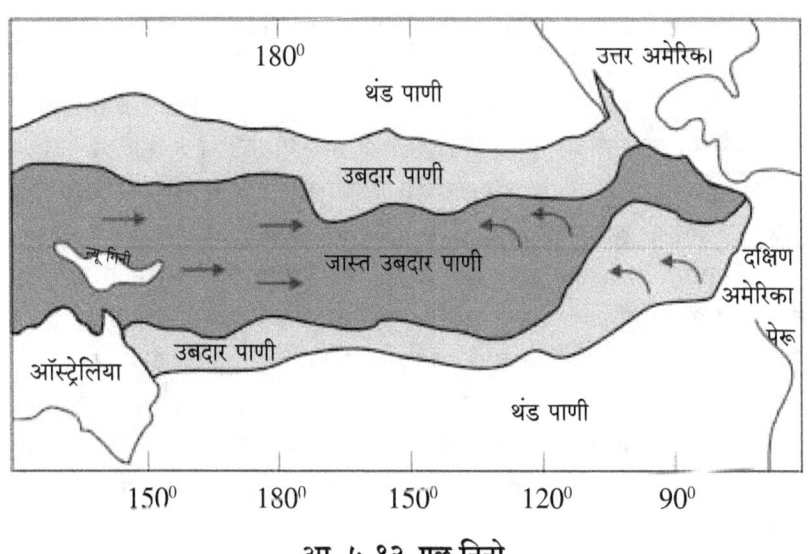

आ. ५.१२ एल निनो

दक्षिण अमेरिकेच्या पश्चिम किनारी प्रदेशात म्हणजे प्रशांत महासागराच्या पूर्व बाजूस, अंटार्क्टिक कडून येणाऱ्या शीत प्रवाहांमुळे नेहमीच थंड हवामान असते. एल निनो प्रवाहाच्या निर्मितीनंतर या भागात उष्ण कटिबंधीय स्वरूपाचे सागरी हवामान तयार होते. हे हवामान खूपच वेगळे असल्याचे पेरूवासियांना जाणवत होते. अनियमितपणे तयार होणाऱ्या एल निनो प्रवाहामुळे समुद्र पृष्ठाचे तापमान वाढून व त्यावरील हवा बाष्पाने संपृक्त होऊन भरपूर पाऊस पडतो. किनाऱ्यावरील वाळवंटी प्रदेशाला तर हे वरदानच असते.

इसवी सन १९३२ मध्ये सर गिल्बर्ट वाकर हे भारतातील सर्व वेधशाळांचे डिरेक्टर जनरल होते. त्या वेळी त्यांनी भारतीय उपखंडातील मान्सून चक्राचा, १८७७ व १८९९ च्या तीव्र दुष्काळाच्या संदर्भात सविस्तर अभ्यास केला. त्यानंतर १९३० मध्ये त्यांनी असे लक्षात आणून दिले की, नैर्ऋत्य प्रशांत महासागरात, वातावरणात चक्रीय स्वरूपाचे वार्षिक बदल होतात. त्यांनी या बदलांना दक्षिण दोलन (Southern Oscillation) असे म्हटले. या दोलनांमुळे समुद्रावरील वायुभार, वारे, पर्जन्यमान या घटकांत नैर्ऋत्य प्रशांत महासागर आणि हिंदी महासागर यांच्या जवळील प्रदेशांत मोठे बदल होतात.

इसवी सन १९६० पर्यंत यासंबंधी खूपच सांख्यिकी (data) तयार झाला आणि त्यामुळे हवामान व सागर शास्त्रज्ञांच्या असे लक्षात आले की, हे दक्षिण दोलन संपूर्ण प्रशांत महासागरावर पसरले आहे. यास Walker Circulation असे म्हटले जाऊ लागले. याचाच एक भाग म्हणजे एल निनो हा उष्ण सागरी प्रवाह.

उष्ण कटिबंधातील समुद्र पृष्ठावरचा पाण्याचा थर कमी घनतेचा, कमी खारट व तुलनेने अधिक उष्ण असतो. त्याखालचा थर मात्र थोड्या जास्त घनतेचा, अधिक खारट आणि थंड असतो. या दोन थरांच्या मधला थर सदैव बदलणाऱ्या घनतेचा व उष्णतेचा असतो. या थराला Thermocline किंवा तापनती म्हणतात.

सामान्य हवामान परिस्थितीत प्रशांत महासागरात पाण्याचा वरचा उष्ण थर वाऱ्यांबरोबर पश्चिमेकडे सरकत असतो. त्यामुळे थर्मोक्लाइनची जाडी पश्चिमेकडे १५० ते २०० मीटर इतकी असते. पूर्वेकडे ती केवळ ३० ते ५० मीटर एवढीच असते. पश्चिमी वारे व पृथ्वीचे परिभ्रमण यामुळे विषुववृत्ताकडून सागर पृष्ठावरील पाणी उत्तर व दक्षिण दिशेकडे जाऊ लागते. यामुळे समुद्र पृष्ठाच्या खालच्या थरातील थंड पाणी वर येते. मात्र रुंद थर्मोक्लाइनमुळे हे पाणी प्रशांत महासागरात पश्चिमेकडे जाऊ शकत नाही.

पश्चिम प्रशांत महासागरात वर्षाच्या सुरुवातीलाच एल निनोसाठी पोषक परिस्थिती तयार होऊ लागते. थंड पाणी वर येणे कमी होते व वरचे उष्ण पाणी पूर्वेकडे सरकू

लागते. त्याबरोबर लघुभाराचा, ऊर्ध्वगामी झालेला हवेचा पट्टाही पूर्वेकडे सरकू लागतो. अशा रीतीने विषुववृत्तीय प्रदेशात पश्चिम पूर्व अशी मोठी लाटच तयार होते. ह्या लाटेला केल्विन वेव्ह म्हटले जाते. ही लाट दर सेकंदाला ३ मीटर या वेगाने पुढे सरकत राहते. एप्रिल मधेच पेरूच्या किनाऱ्यावर समुद्र पृष्ठाच्या तापमानात प्रचंड वाढ होवू लागते साधारणपणे डिसेंबर नंतर ही लाट प्रशांत महासागराच्या पूर्व किनाऱ्यावर पोहोचते व ती दक्षिण व पूर्व वाहिनी होते. पुढील तीन ते चार महिन्यांत किनाऱ्याला समांतर वाहात ती उत्तर व दक्षिण दिशेने पुढे सरकते. किनाऱ्याला आपटून ही लाट परावर्तित होते व पश्चिम वाहिनी रोसबी वेव्हज् तयार होतात. या प्रामुख्याने विषुववृत्ताच्या उत्तरेला व दक्षिणेला आढळतात. या इतक्या संथ असतात की, इथे एल निनो चा परिणाम पुढच्या १० ते १२ वर्षांनी दिसून येतो.

एल निनोच्या या निर्मितीचे परिणाम जागतिक पातळीवर होतात. ही घटना नेहमीच कमी-जास्त तीव्रतेने घडत असली तरी काही वर्षी हा उष्ण प्रवाह इतका प्रबळ असतो की, हवामानात मोठे बदल होऊन अतिवृष्टी होते. डिसेंबरमध्ये पूर्व प्रशांत महासागरात Walker Circulation अक्षरशः उद्ध्वस्त होते.

एल निनोमुळे समुद्र पृष्ठावरील तापमान बदल विषुववृत्तापासून उत्तरेला व दक्षिणेला साडेसात अंश अक्षांश प्रदेशात आढळतात. नेहमीपेक्षा तापमान ३ अंश सेल्सियसनी वाढते. कमी भाराच्या पूर्वेकडील सरकण्यामुळे, प्रशांत महासागराच्या पश्चिमेकडे ऑस्ट्रेलिया, इंडोनेशिया, आफ्रिका व भारतात दुष्काळ सदृश परिस्थिती उद्‌भवते. भारतात मोसमी पाऊस पुढे जातो किंवा खूप कमी पडतो. थर्मोक्लाइनच्या जाडीत फरक झाल्यामुळे पश्चिम प्रशांत महासागराच्या प्रदेशात अन्नद्रव्यात घट होते, प्रवाळ हानी होते, झूप्लांकटन आणि मासे यांची संख्या घटते आणि असंख्य जलचरांचा संहार होतो.

जेकॉब बर्कनेस या नॉर्वेजिअन वैज्ञानिकाच्या म्हणण्याप्रमाणे एल निनो ही संपूर्ण प्रशांत महासागरातील स्थिती, सागरपृष्ठ आणि वातावरण यामधील विशिष्ठ संपर्क क्रियेचा विस्तृत क्षेत्रव्यापी परिपाक आहे; मात्र या संपर्क क्रियेचे संपूर्ण आकलन आपल्याला अजूनही झालेले नाही!

ला निना : ला निना हा प्रवाह एल निनोच्या बरोबर विरुद्ध स्वरूपाचा असून, त्यामुळे प्रशांत महासागरात विषुववृत्तीय प्रदेशात तापमानात एकदम घट होते. हा प्रवाह जेव्हा निर्माण होतो तेव्हा व्यापारी वारे अधिक वेगवान होतात. दक्षिण अमेरिकेच्या पश्चिम किनाऱ्यावर सागरजलाचे तापमान कमी होते आणि प्रशांत महासागराच्या पश्चिम भागात तापमानात वाढ होते. इथे सागर पृष्ठावरील वायुभार कमी होतो आणि

मुसळधार अतिवृष्टी होते. आग्नेय आशियात नेहमीपेक्षा जास्त पाऊस पडतो आणि पूर्व प्रशांतमध्ये पेरू देशातील वाळवंट जास्तच कोरडे होते. (आ. ५.१३)

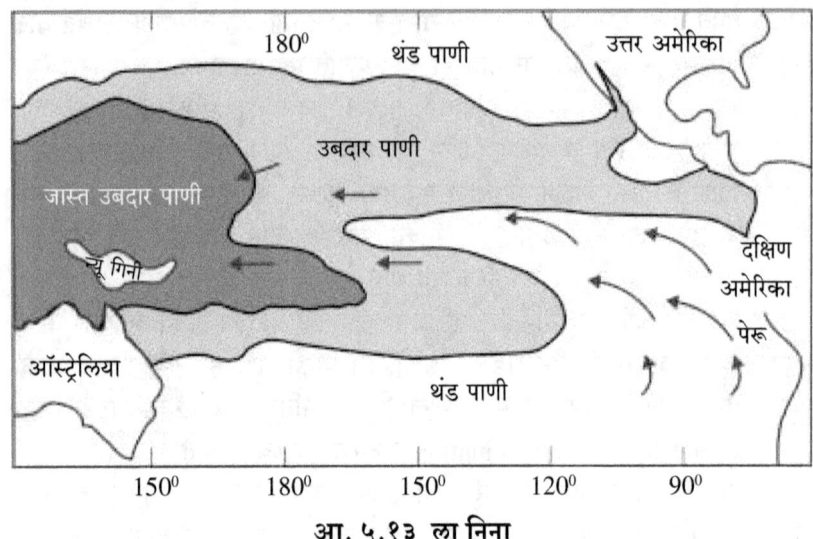

आ. ५.१३ ला निना

प्रकरण ६

हवेतील बाष्प व वृष्टी

(Atmospheric moisture and precipitation)

वातावरणात पाण्याचा साठा अदृश्य स्वरूपात असतो. तो वायुरूप असून त्याला 'बाष्प' असे म्हणतात. या बाष्पाच्या स्वरूपात हजर असलेला पाण्याचा साठा म्हणजे आर्द्रता. आर्द्रता स्थलकालऋतुपरत्वे बदलत असते व तिचे वातावरणातील एकूण प्रमाण अगदी कमी असते. परंतु बाष्प हा एक वातावरणातील महत्त्वाचा घटक आहे. कारण–

(१) भूपृष्ठावरील वृष्टीचे प्रमाण त्यावर अवलंबून असते.

(२) बाष्पाच्या स्वरूपात सुप्त उष्णता साठवलेली असते. तिचा उपयोग वातावरणातील घडामोडींना होतो.

(३) सौरशक्तीने व भूपृष्ठाने उत्सर्जित केलेल्या उष्णतेचे बाष्पामुळे शोषण होते व पृथ्वीवर तापमानाचे नियंत्रण होते.

(४) वातावरणातील बाष्पाच्या साठ्यावर बाष्पीभवन अवलंबून असते व त्याचा वनस्पती आणि मानवप्राण्यांवर परिणाम होत असतो.

भूमीवर द्रवरूप (पाणी) आणि घनरूप (बर्फ) असलेल्या पाण्याचे बाष्पीभवन होऊन हवेत बाष्प तयार होते. बाष्पीभवनाचा वेग हवेचे तापमान, हवेचा कोरडेपणा व वाऱ्याचा वेग यांवर अवलंबून असतो. जलभागावर पाण्याचा साठा अमर्याद असल्याने बाष्पीभवन तेथे जास्त असते. तसेच आयनिक प्रदेशात तापमान जास्त असल्याने तेथेही बाष्पीभवन जास्त असते. ध्रुवाकडे तापमान कमी होत असल्याने ते कमी होत जाते. वातावरणातील बाष्पाचे महत्त्व कळण्यासाठी जलीय चक्र समजावून घेणे आवश्यक आहे.

जलीय चक्र (Hydrological cycle)

पृथ्वीवर विशिष्ट प्रकारचे जलचक्र (Hydrological Cycle) नेहमीच कार्यरत असते. पृथ्वीवर पडणाऱ्या पावसाच्या पाण्यापासून या चक्राची सुरुवात होते. पावसाच्या पाण्यास पहिला अडथळा व वनस्पती किंवा वनांच्या स्वरूपात होतो. भूपृष्ठावर झाडे नसतील तर हे पावसाचे पाणी जमिनीवर लगेचच पोचते. थोडे पाणी बाष्पीभवन होऊन वातावरणात परत जाते. जे पृष्ठभागावर राहते ते पृष्ठजल स्वरूपात आढळते. यापैकी बरेचसे पाणी हे पृष्ठप्रवाह (Surface run off) म्हणून उताराला अनुसरून वाहाते. थोड्या पाण्याचे बाष्पीभवन होते तर थोडे पाणी जमिनीत झिरपते व 'मृदा संचय' (Soil Moisture Storage) म्हणून शिल्लक रहाते. यातीलच काहीचे बाष्पीभवन होते, काही वनस्पतीमुळे, बाष्पोत्सर्जनामुळे कमी होते (Evapo Transpiration) तर काही झऱ्याच्या (Spring) स्वरूपात जमिनीखालून पुन्हा बाहेर पडते. थोडे पाणी भूजल म्हणून जमिनीखाली साठते तर थोडे भूजल म्हणून जमिनीखालून वाहताना नदीपात्रात बाहेर पडते. (Base flow) काही भूजल, केशाकर्षण क्रियेने (Capillary rise) पुन्हा ऊर्ध्वगामी होऊन 'मृदा बाष्प संचया'कडे जाते. म्हणजेच प्राथमिक वृष्टी नंतर पृथ्वीपर्यंत येणारे पाणी दोन प्रकारे वितरित होते– १) नदी, नाले, तलाव, सरोवरे, मृदा यातून बाष्पीभवन व वनस्पतीवरून होणारे बाष्पोत्सर्जन (Evapotran-spiration) आणि २) पृष्ठजल, भूजल अथवा नद्यांमार्फत समुद्राकडे, वर्षभर वृष्टीच्या पाण्याचे हे जागतिक जलचक्र पृथ्वीवर चालू राहाते. (आ.६.१ व ६.२)

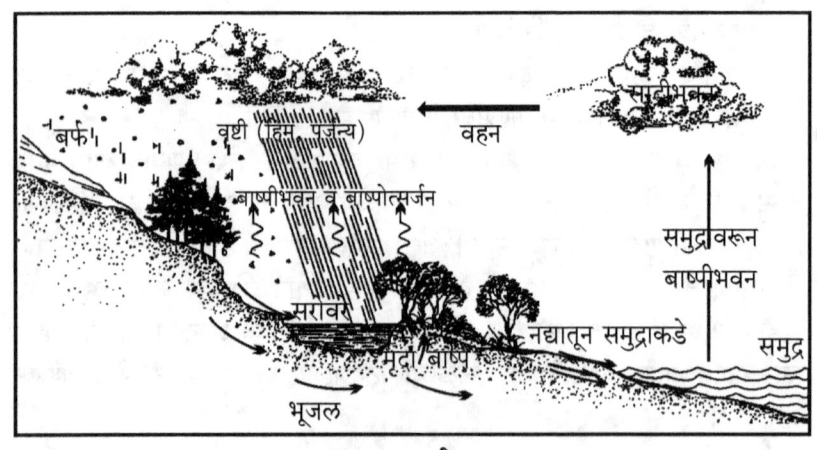

आ. ६.१ जलीय चक्र

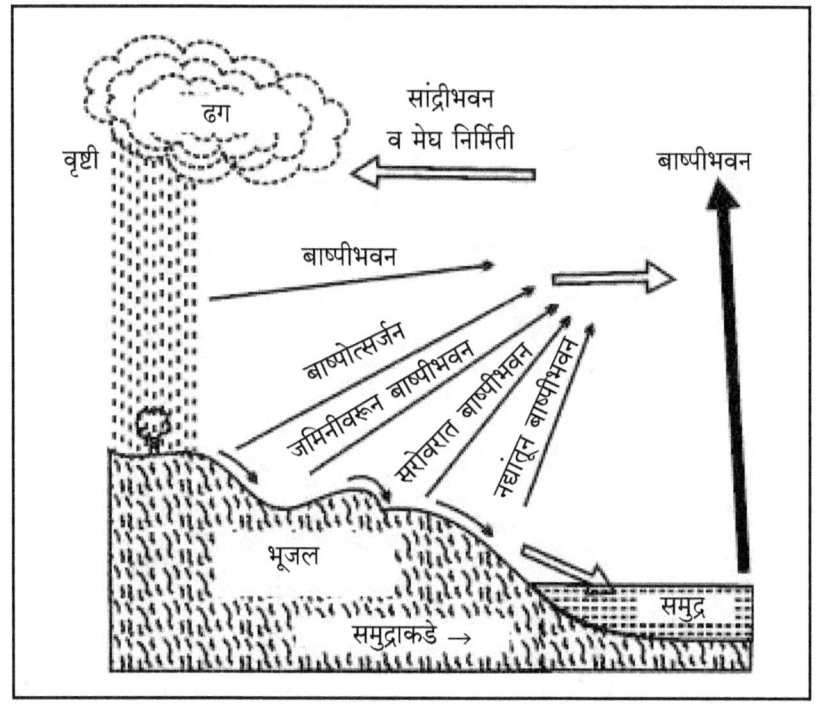

आकृती ६.२ जागतिक जलचक्र

सौरप्रारणामुळे (Insolation) समुद्रातील पाण्याचे बाष्पीभवन होते. या बाष्पाचे आडव्या दिशेत, समुद्रपृष्ठावर व खंडांवर वहन व वितरण होते; वर जाणाऱ्या बाष्पाचे सांद्रीभवन होऊन पर्जन्य अथवा हिम स्वरूपात त्याची वृष्टी होते आणि वर वर्णन केल्याप्रमाणे वृष्टीमुळे भूपृष्ठावर आलेल्या पाण्याचे, झाडावरून बाष्पोत्सर्जन, पृष्ठप्रवाह, भूजल, मृदाबाष्प संचय, झरे, नदीप्रवाह, इत्यादी मार्गांनी वितरण होते. (तक्ता)

पृथ्वीचा एकूण विचार करता, वृष्टीमुळे मिळणारे पाणी व बाष्पीभवनाने वातावरणात परत जाणारे पाणी यामध्ये संतुलन असते. मात्र समुद्र व भूखंडे असा विचार करता त्यावर हे संतुलन आढळत नाही. समुद्र पृष्ठावरून जास्त पाण्याचे बाष्पीभवन होते. (४.५५ लक्ष घन कि.मी. दर वर्षी) मात्र समुद्रावर होणाऱ्या वृष्टीमुळे तिथे कमी पाणी पोचते (४ लक्ष घन कि.मी. दर वर्षी).

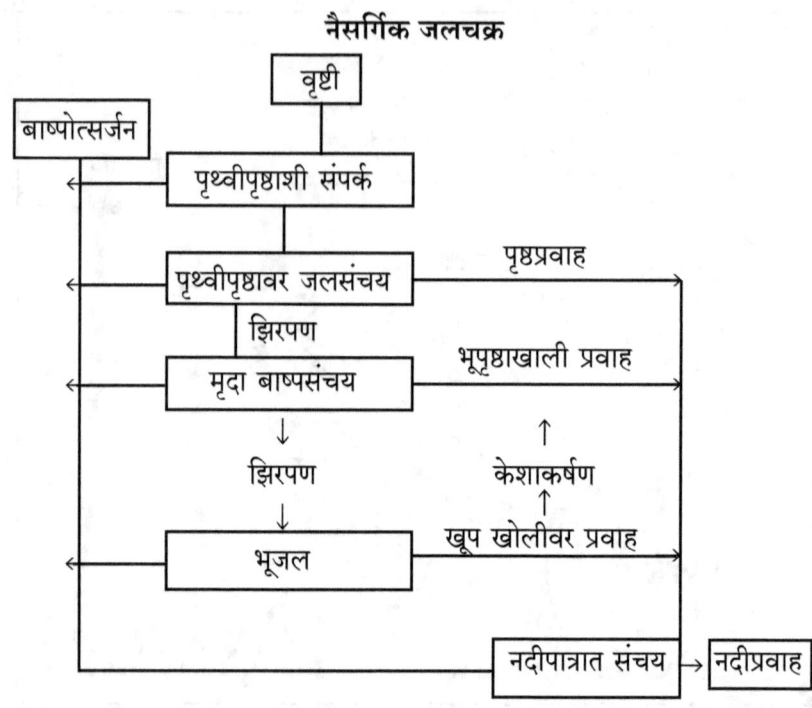

नैसर्गिक जलचक्र

जवळजवळ ५५ हजार घन कि.मी. जास्त पाणी समुद्रावरून दरवर्षी वातावरणात प्रवेश करते. याउलट जमिनीवर दरवर्षी १ लक्ष ८ हजार घन कि.मी. पाणी पडते आणि त्यातले ६२ हजार घन कि.मी. पाणी बाष्पीभवनातून वातावरण जाते. (आ. ६.३)

पृथ्वीवर पडणाऱ्या पावसापैकी केवळ ५ टक्के पाणी जलचक्रास उपलब्ध होते. ९५ टक्के पृथ्वीकवचात साठवून ठेवले जाते. या ५ टक्क्यांपैकी ९७.२ टक्के पाणी समुद्रात साठते. २.१५ टक्के ध्रुवीय हिमप्रदेशात हिमनद्यात ०.६२ टक्के भूजल स्वरूपात आणि ०.०३ टक्के पाणी नद्या, झरे, मृदा, तळी, भूवेष्टित सागर आणि क्षारयुक्त सरोवरात साठते.

पृथ्वीवरील पर्यावरण टिकून राहण्यासाठी हे जलचक्र खूप महत्त्वाचे आहे. यामुळेच पृथ्वीवर वनस्पती आणि उपलब्ध पाण्याचे साठे, मानवी जीवन यात संतुलन आहे.

आज माणसाच्या निसर्गात वाढलेल्या हस्तक्षेपामुळे जलचक्रही बिघडण्याच्या अवस्थेत आहे. जगात मोठ्या प्रमाणावर चालू असलेली जंगलतोड, कृत्रिम पावसाचे प्रयोग, शहरीकरण व खाणकर्म यामुळे पृष्ठजल, भूजल यांचे प्रमाण बदलत आहे.

नदी–नाले कोरडे पडत आहेत. काही ठिकाणी पूर परिस्थितीत व दरड कोसळणे, भूस्खलन या घटनांमध्ये वाढ होऊ लागली आहे.

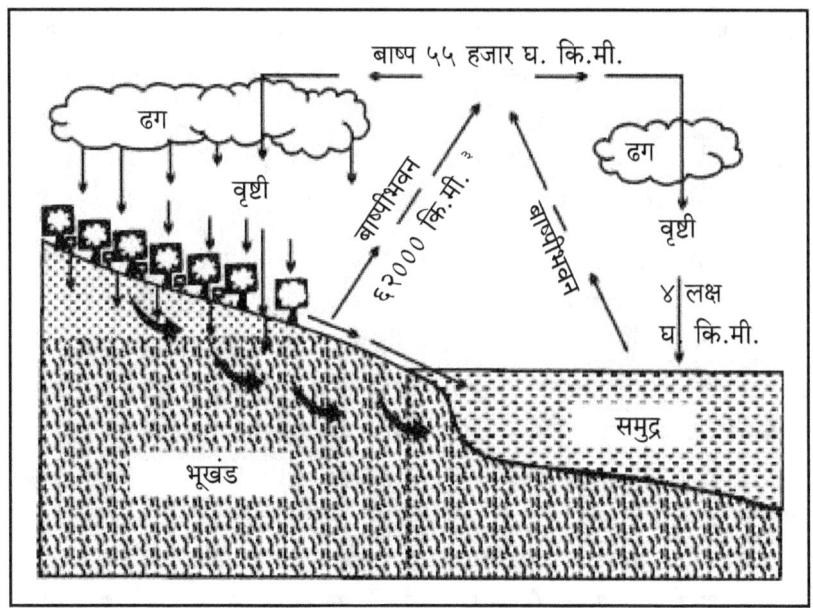

बाष्प ५५ हजार घ. कि.मी.

ढग

वृष्टी

बाष्पीभवन

६२००० कि.मी.³

बाष्पीभवन

ढग

वृष्टी

४ लक्ष घ. कि.मी.

समुद्र

भूखंड

आकृती ६.३ जलीयचक्र

१) आर्द्रता (Humidity)

वातावरणाच्या वेगवेगळ्या थरांत वायुरूप अवस्थेत असलेल्या पाण्याला म्हणजे बाष्पाला आर्द्रता असे म्हणतात. हवेच्या आर्द्रतेचे स्वरूप बाष्पाच्या साठ्यावर अवलंबून असते. गरम हवा शीत हवेपेक्षा जास्त बाष्प धारण करू शकते. वाढणाऱ्या तापमानाबरोबर फक्त हवेतील बाष्पाचा साठा वाढण्यासाठी परिस्थिती निर्माण होते, हे खालील कोष्टकावरून दिसून येईल.

तापमान	कमाल बाष्पधारण	हवेचा साठा शक्ती	बाष्पधारण शक्तीतील फरक
१० से.	१० ग्रॅम	१ घनमीटर	–
१५ से.	१३.४ ग्रॅम्स्	१ घनमीटर	३.४ ग्रॅम्स्
२० से.	१७.८ ग्रॅम्स्	१ घनमीटर	४.४ ग्रॅम्स्
२५ से.	२३.५ ग्रॅम्स्	१ घनमीटर	५.७ ग्रॅम्स्

वरील कोष्टकात तापमानाच्या सर्व आकड्यांतील फरक ५° इतकाच आहे. म्हणजे हवेचे तापमान १०° से.चे. १५° से. झाल्यानंतर बाष्पधारणता ३.४ ग्रॅम्सनी वाढते तर १५° से. चे २०० से. तापमान जास्त आहे, तर २०° से. तापमान वाढल्यानंतर बाष्पधारणता ४.४ ग्रॅम्सनी वाढते म्हणजे ते सुमारे १.२५ पटीने जास्त आहे, तर २०° सें. तापमानाला ५° वाढ झाल्यानंतर तापमान २५° से. होते व बाष्पधारणता ५.७ नी वाढते. म्हणजे त्यात दीडपटीने, ३.४ ग्रॅम्सनी, वाढ झालेली आढळते. हिवाळ्यात तापमान कमी असते म्हणून हवेची बाष्पधारणता कमी असते व उन्हाळ्यात तापमान जास्त असल्याने हवेची बाष्पधारणता जास्त असते.

वातावरणातील आर्द्रतेचे मापन : आर्द्रतेचे मापन करताना हवेचे क्षेत्र व तापमान या गोष्टी विचारात घ्याव्या लागतात. ठराविक क्षेत्र व तापमान यांच्या संदर्भात व्यक्त केल्या जाणाऱ्या आर्द्रतेला 'निरपेक्ष आर्द्रता' असे म्हणतात. उदा. एक घनमीटर हवेत 0°सें. तापमानाला २.५ ग्रॅम्स इतके बाष्प आहे. म्हणजे वरील परिस्थितीत (एक घनमीटर हवा व 0° सें. तापमान) २.५ ग्रॅम ही निरपेक्ष आर्द्रता झाली.

परंतु निरपेक्ष आर्द्रतेवरून हवेतील बाष्पाची वैशिष्ट्ये कळत नाहीत; हवा ओलसर आहे की कोरडी आहे, सांद्रीभवनास परिपूर्ण आहे का नाही, बाष्पसंपृक्त आहे का अजून तिच्यात बाष्प सामावणार आहे याची कल्पना येऊ शकत नाही. हवेची वैशिष्ट्ये ठरविण्यासाठी निरपेक्ष आर्द्रतेची तुलना हवेच्या कमाल बाष्पधारणेशी (शक्तीशी) करावी लागते.

प्रत्येक तापमानाची ठराविक क्षेत्रांमध्ये जास्तीतजास्त बाष्प सामावण्याची मर्यादा ठरलेली असते. त्या मर्यादेपर्यंत बाष्प सामावले गेल्यानंतर ती हवा बाष्पसंपृक्त झाली, असे समजण्यात येते. हवा बाष्पसंपृक्त झाल्यावर त्या तापमानाला तेवढ्याच क्षेत्रात जास्त बाष्प राहू शकत नाही. उदा.२५° से. तापमानाला १ घनमीटर हवेत २३.५ ग्रॅम्स इतके कमाल म्हणजे जास्तीतजास्त बाष्प राहू शकते. तेवढे सामावले गेल्यानंतर ती हवा त्याच तापमानाला (म्हणजे २५° से.) बाष्पसंपृक्त झाली असे समजले जाते. त्यानंतर बाष्पाच्या साठ्यात फरक होत नाही.

विशिष्ट आर्द्रता (Specific humidity) : एक किलोग्रॅम आर्द्र हवेतील बाष्पाच्या ग्रॅम मध्ये व्यक्त केलेल्या वस्तुमानास 'विशिष्ट आर्द्रता' असे म्हणतात. म्हणजेच विशिष्ट प्रमाणातील ओलसर हवेत नेमके किती बाष्प आहे त्याचे हे मोजमाप आहे.

$$\text{विशिष्ट आर्द्रता} : \frac{\text{बाष्पाचे प्रमाण}}{\text{आर्द्र हवेचे वजन}}$$

वायुभार व तापमान यानुसार विशिष्ट आर्द्रतेत क्वचितच फरक पडतो. विशिष्ट आर्द्रतेचे प्रमाण विषववृत्ताकडून ध्रुवाकडे कमी होत जाते. ध्रुवीय प्रदेशात १ किलोग्रॅम मध्ये ०.२ ग्रॅम तर विषुववृत्तीय प्रदेशात ते १ किलोग्रॅममध्ये १८ ग्रॅम असते.

निरपेक्ष आर्द्रता : निरपेक्ष आर्द्रतेची हवा बाष्पसंपृक्त होण्याकरिता लागणाऱ्या बाष्पाच्या साठ्याबरोबर तुलना केल्यानंतर व त्यांच्या गुणोत्तराला १०० ने गुणल्यानंतर हवेतील बाष्प टक्केवारीने व्यक्त करता येते. टक्केवारीत व्यक्त केल्या जाणाऱ्या बाष्पाला सापेक्ष आर्द्रता असे म्हणतात. सापेक्ष आर्द्रतेमुळे हवेची वैशिष्ट्ये कळतात.

सापेक्ष आर्द्रता =

$$\frac{\text{निरपेक्ष आर्द्रता (ठराविक तापमानाला विशिष्ट जागेतील बाष्प)}}{\text{तेवढ्याच तापमानाला हवा बाष्पसंपृक्त होण्यासाठी लागणारे बाष्प}} \times \frac{१००}{१}$$

उदा. १० से. तापमानात १ घनमीटर हवेत ५ ग्रॅम्स इतके बाष्प आहे, परंतु १० सें. तापमानाची कमाल बाष्पधारकता १० ग्रॅम्स इतके बाष्प लागते, म्हणून तापमान १० से. असताना सापेक्ष आर्द्रता ५०% असेल हे वरील सूत्राचा वापर केल्यानंतर कळून येईल.

सापेक्ष आर्द्रता =

$$\frac{\text{निरपेक्ष आर्द्रता ५ ग्रॅम्स}}{\text{बाष्पसंपृक्त होण्यासाठी लागणारे बाष्प १० ग्रॅम्स}} \times \frac{१००}{१} = ५०\%$$

सापेक्ष आर्द्रता ही पुढील गोष्टींवर अवलंबून असते – (१) हवेतील बाष्पाचा साठा, (२) हवेचे तापमान. हवा बाष्पसंपृक्त झाल्यानंतर जर बाष्पाच्या साठ्यात फेरफार न करता तापमान वाढविले तर सापेक्ष आर्द्रता कमी होते; कारण हवेची कमाल बाष्पधारकता वाढत्या तापमानाबरोबर वाढते. पुढील कोष्टकावरून सापेक्ष आर्द्रता व तापमान यांचा संबंध स्पष्ट होईल.

तापमान से.	क्षेत्र	निरपेक्ष आर्द्रता	बाष्पसंपृक्ततेसाठी लागणारे बाष्प	सापेक्ष आर्द्रता
० से.	१ घनमीटर	५.५ ग्रॅम्स्	५.५ ग्रॅम्स	१००%
१० से.	१ घनमीटर	५.५ ग्रॅम्स्	१० ग्रॅम्स	५५%
२० से.	१ घनमीटर	५.५ ग्रॅम्स्	१७.८ ग्रॅम्स	३० %
३५ से.	१ घनमीटर	५.५ ग्रॅम्स्	४० ग्रॅम्स	१३.७५

वरील कोष्टकावरून असे दिसते की, निरपेक्ष आर्द्रता किंवा बाष्पाचा साठा स्थिर असताना जर तापमान वाढले तर हवेतील कमाल बाष्पधारकता वाढल्याने सापेक्ष आर्द्रता कमी होते व तापमान कमी झाले तर सापेक्ष आर्द्रता वाढते; म्हणजे सापेक्ष आर्द्रता व तापमान यांचे व्यस्त प्रमाण आढळून येते. भूपृष्ठावरील सापेक्ष आर्द्रतेच्या वितरणाचा अभ्यास केल्यानंतर असे दिसते की-

(१) विषुववृत्तावर कमाल सापेक्ष आर्द्रता वर्षभर आढळून येते; कारण या प्रदेशात पर्जन्य वर्षभर असून तापमानही वर्षभर २६° ते २८° से. इतके असल्याने बाष्पीभवन खूपच होते. जानेवारीत कमाल सापेक्ष आर्द्रता विषुववृत्ताच्या दक्षिणेस आढळते तर जुलैमध्ये विषुववृत्ताच्या उत्तरेस असते.

(२) २०° ते ४०° उ. व द. अक्षांशांच्या पट्ट्यात दोन्ही गोलार्धात किमान सापेक्ष आर्द्रता असते. उ. गोलार्धात खंडप्रदेश जास्त तापत असल्याने किमान सापेक्ष आर्द्रता दक्षिण गोलार्धात जास्त आढळते.

(३) ४०° उ. व द. अक्षांशांच्या उत्तरेस व दक्षिणेस सापेक्ष आर्द्रता वाढते परंतु या प्रदेशातील सरासरी तापमान कमी असल्याने ही वाढ होते.

(४) उच्च अक्षवृत्तात हिवाळ्यात तापमान कमी असल्याने जास्त सापेक्ष आर्द्रता असते; तर उन्हाळ्यात ती कमी आढळते. आयनिक प्रदेशात याउलट स्थिती आढळते; कारण बऱ्याच ठिकाणी कोरड्या हवेचे प्रवाह खाली उतरत असतात. ऋतुमानाप्रमाणे आर्द्रतेत फरक पडत असतात. परंतु ते जलभागावर खंडापेक्षा कमी असतात. पहाटे तापमान कमी असताना सापेक्ष आर्द्रता जास्त असते. दुपारी २ च्या सुमारास तापमान वाढल्यानंतर ती कमी होते.

२) सांद्रीभवन (Condensation)

हवा असंपृक्त असताना तिचे तापमान कमी झाले तर सापेक्ष आर्द्रता वाढते; परंतु तपमान वाढले तर सापेक्ष आर्द्रता कमी होते; जर असंपृक्त हवेचे तापमान कमी झाले तर तिची बाष्पधारकता कमी होऊन हवा बाष्पसंपृक्त होते. ज्या तापमानाला तिच्यातील हवा बाष्पामुळे संपृक्त होते, त्या तापमानाला 'दवांक' असे म्हणतात. उदा. २०° तापमानाला हवेत १०० ग्रॅम्स बाष्प असताना सापेक्ष आर्द्रता ५५.५ टक्के असते; परंतु जर बाष्पाचा साठा तेवढाच राहिला व तापमान १०° से. झाले, तर सापेक्ष आर्द्रता १०० टक्के होईल व हवा बाष्पसंपृक्त होईल. म्हणजे त्या हवेत १०° से. तापमानास जास्त बाष्प सामावू शकणार नाही. १०° से. हा दवांक होईल, कारण १०° से. तापमानाची एका विशिष्ट जागेत कमाल बाष्पधारकता १०० ग्रॅम्स इतकीच आहे. परंतु हवा बाष्पसंपृक्त झाल्यानंतर किंवा दवांकाच्या खाली जर तापमान गेले

तर सापेक्ष आर्द्रता १०० टक्क्यांपेक्षा वाढते व ज्यादा बाष्पाचे सांद्रीभवन होते. दवांक जर शून्याच्या वर असेल म्हणजे हवा शून्यावर तापमान असताना बाष्पसंपृक्त झाली असेल तर जादा बाष्पाचे रूपांतर जलकणात होते; परंतु दवांक शून्याखाली असेल म्हणजे हवा $-२^{०}$ सें. (उणे दोन अंश सें.) ला जर बाष्पसंपृक्त झाली असेल तर बाष्पाचे रूपांतर हिमकणात होते.

हवेत बाष्पाचा साठा मोठ्या प्रमाणात असेल, तर सांद्रीभवनाची क्रिया बऱ्याच वेळेस शून्यावर दवांक असताना घडून येते. परंतु हवेतील बाष्पाचा साठा कमी असल्यास काही प्रसंगी दवांक शून्याखाली असतो. वरील विवेचनावरून आपल्याला असे आढळते की, सांद्रीभवनाची क्रिया हवेची सापेक्ष आर्द्रता व तापमान यावर अवलंबून असते. सापेक्ष आर्द्रता जास्त असल्यास व तापमान कमी असल्यास सांद्रीभवन लवकर घडून येते. परंतु याउलट सापेक्ष आर्द्रता कमी असेल व तापमान जास्त असेल, तर सांद्रीभवनाची क्रिया घडून येण्यास वेळ लागेल, कारण दवांकापर्यंत तापमान जाईपर्यंत हवा असंपृक्त राहील.

सांद्रीभवन नेहमी धूलिकणांच्या भोवती घडून येते म्हणूनच त्यांना 'जलशोषक अणू' असे म्हणातात. अशा जलशोषक अणूंचे प्रमाण भूतलानजीकच्या हवेच्या थरात जास्त असते व त्यांच्याभोवती सांद्रीभवन घडून येते. बाष्पाचे प्रचंड प्रमाणात सांद्रीभवन घडून येण्यासाठी विस्तृत अशा विभागातील वायुराशींचे तापमान दवांकापर्यंत कमी व्हावे लागते. भूपृष्ठापासून उंच जाणाऱ्या हवेचे तापमान कमी होते व त्यांची सापेक्ष आर्द्रता वाढत जाते. परंतु उंचावरून भूतलाकडे येणाऱ्या वायुराशीचे तापमान मात्र वाढत गेल्याने त्यांची सापेक्ष आर्द्रता कमी होते. धुके, ढग व दव हे सांद्रीभवनाचे मुख्य प्रकार आहेत. याशिवाय राईम, दहिवर यांचाही अंतर्भाव सांद्रीभवनात केला जातो.

धुके

भूतलावरच्या हवेतील थरात तयार झालेले ढग म्हणजे धुके. धुक्याचे पुढील प्रकार आढळतात- (१) क्षितिजसमांतर हालचालींमुळे निर्माण होणारे धुके, (२) उत्सर्जन क्रियेमुळे निर्माण होणारे धुके, (३) मध्यकटिबंधीय हवेच्या आघाडीवरील धुके.

(१) गरम व बाष्पयुक्त हवा थंड भूपृष्ठाकडे किंवा समुद्राकडे वाहात जाते. थंड पृष्ठभागाच्या संसर्गाने ती थंड होते व गरम हवेतील बाष्पाचे सांद्रीभवन होऊन धुके तयार होते. जेथे गरम व थंड समुद्रप्रवाह एकत्र मिळतात, तेथे वरील प्रकारे धुक्याची निर्मिती होते. न्यू फाऊंडलँडजवळ लॅब्रोडोर (शीत) आखात प्रवाहाला (उष्ण) मिळत असल्याने दाट धुके निर्माण होते व हिवाळ्यात ते ७५ दिवस टिकते.

(२) भूपृष्ठाने शोषून घेतलेल्या उष्णतेचे रात्री ढग नसल्यास सुलभतेने उत्सर्जन होते त्यामुळे भूपृष्ठ थंड होऊन त्यावर असलेले हवेचे थरही उष्णतेच्या वहनामुळे व उत्सर्जनामुळे थंड होतात. हवेच्या खालच्या थरात धूलिकण असतात. हवेच्या खालच्या थराचे तापमान दवांकाच्या खाली गेल्यावर या धूलिकणांच्या भोवती सांद्रीभवन घडून येते. सांद्रीभवनानंतर तयार झालेले जलकण अत्यंत सूक्ष्म व हलके असल्याने तरंगतात. आपल्याकडे हिवाळ्यात असे म्हणजे उत्सर्जनामुळे धुके निर्माण होते. औद्योगिक शहरातील वातावरणात जलशोषक अणूंचे प्रमाण जास्त असते; कारण कारखान्यातील धूर वातावरणात सोडला जात असतो. यामुळे सांद्रीभवन मोठ्या प्रमाणात होऊन काळपट धुक्याची निर्मिती होते. लंडन, टोकियो अशा शहरात वरील प्रकार नेहमी घडतो. काळपट धुक्यास (smog) स्मॉग असे म्हणतात. उत्सर्जनामुळे निर्माण होणारे धुके अल्पकाळ टिकते. प्रत्यावर्तामुळेही धुके निर्माण होते.

(३) मध्यकटिबंधातील आवर्तात हवेच्या आघाड्यांवर धुके आढळते. अशा वेळी आवर्तामुळे ऊबदार हवेची फळी पुढे सरकल्यानंतर पाऊस पडतो. या पावसामुळे पृष्ठभागावर असलेल्या थंड वायुराशीतून पावसाचे थेंब जात असताना सापेक्ष आर्द्रता वाढून धुक्याची निर्मिती होते.

ध्रुव प्रदेशातील थंड वायुराशी ऊबदार महासागरावरून व सरोवरावरून जात असताना पाण्यावरील बाष्पाचे सांद्रीभवन होऊन धुके तयार होते. त्यास 'आर्क्टिक स्मोक' व 'स्टीम फॉग'अशी नावे आहेत.

धुके हे नेहमीच एकजिनसी (होमोजिनस), एकसंध व विस्तृतक्षेत्र व्यापी (वाइड स्प्रेड) असते असे नाही. काही भागांवर धुक्याचा दाट थर, तर त्या नजीकच्या भागांत धुक्याचा लवलेशही नाही, असाही विलक्षण अनुभव येऊ शकतो. सामान्यपणे नद्यांची खोरी, नदीपात्रे व खाड्या आणि बंदरे या भागांत धुके लगेचच तयार होते. रात्रीच्यावेळी व सकाळी धुक्याचा प्रभाव अधिक तीव्र असतो. थंड हवामानाच्या प्रदेशात तर धुके हे दिवसभरसुद्धा टिकू शकते.

लांब अंतरावरून पाहताना दाट धुके हा जमिनीलगत उतरलेला ढगच आहे, असे वाटते. जसजसा सूर्य वर चढतो तसतसे तापमान सांद्रीभवन पातळीच्या वर वाढून धुके विरळ होत जाते व कालांतराने पूर्णपणे नाहीसे होते. काही ठिकाणी जोरदार वाऱ्यामुळेही धुके फार मोठ्या प्रदेशावर पसरत जाते आणि विरळ होऊन नष्ट होते. पावसाळ्याच्या दिवसांत हवा बाष्पाने संपृक्त झाल्याने विरळ धुके (मिस्ट) तयार होते. डोंगरदऱ्या, पर्वत-प्रदेश आणि जंगलव्याप्त प्रदेशात विरळ धुके वारंवार तयार होते.

इमारती, झाडे व तत्सम गोष्टींमुळे धुक्याच्या निर्मितीत थोडी घट होते; कारण आजूबाजूच्या हवेपेक्षा यांचे तापमान तुलनेने थोडे जास्त असल्यामुळे व त्यांतून

होणारे उष्णतेचे उत्सर्जनही मंद गतीने होत असल्यामुळे धुके अल्प प्रमाणातच तयार होते. धुके म्हणजे मूलतः हवेत तरंगणाऱ्या अतिसूक्ष्म जलकणांचा किंवा हिमकणांचा पृथ्वीलगत तयार झालेला एक समुच्चय असतो. यामुळे एक किलोमीटर किंवा त्यापेक्षाही जास्त अंतरापर्यंत दृश्यता (व्हिजिबिलिटी) कमी होते. थंडीच्या दिवसात रात्री आकाश निरभ्र असते, तेव्हा पृथ्वीच्या पृष्ठभागाने दिवसभरात मिळवलेली सर्व ऊर्जा वातावरणात परत जाते. दिनमानापेक्षा रात्रिमान मोठे असल्यामुळे पृथ्वीचे तापमान, सर्व ऊर्जा परत गेल्यामुळे आणखीनच कमी होते. पृष्ठभागालगतच्या हवेचे तापमान दवबिंदूपेक्षाही कमी होते. हवा बाष्पसंपृक्त होते व सर्वत्र धुक्याचा दाट थर तयार होतो. अशा धुक्याला प्रारण धुके (रेडिएशन फॉग) असे म्हटले जाते. (आ. ६.४)

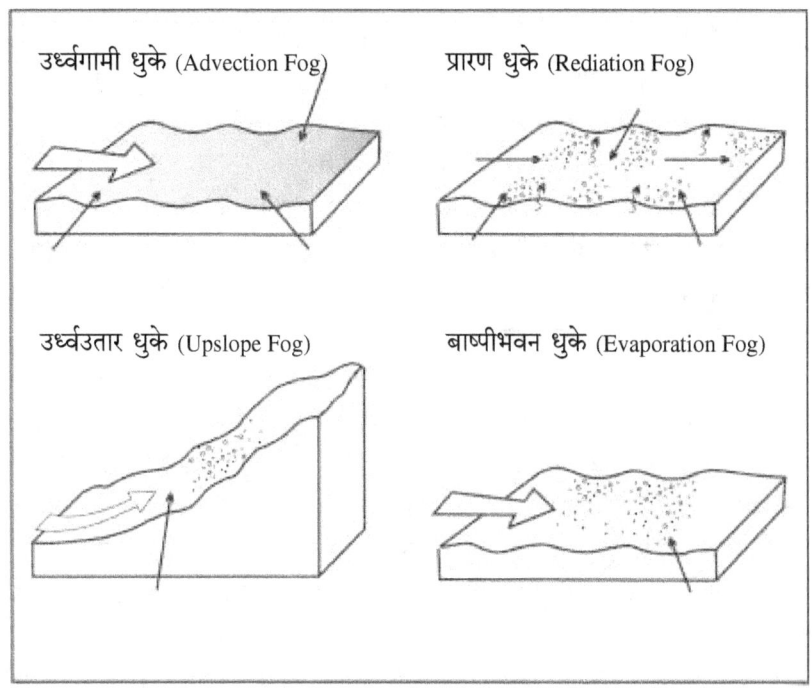

आ. ६.४ धुक्याचे प्रकार

अतिशय मंद गतीचे वारे असणाऱ्या जलस्थली (वेटलँड) प्रदेशात किंवा जिथे पावसाळ्यात खूप पाऊस पडून जमिनी ओल्या झाल्या आहेत अशा प्रदेशात प्रारणी धुके हमखास तयार होते. हे धुके काही मीटर जाडीचे असते व सूर्योदयानंतर काही तासच टिकून राहते. या धुक्याचा अस्तित्वकाळ व त्याची जाडी स्थानिक भूप्रदेशाची रचना व दिवसभरात त्या प्रदेशात जी तापमानवृद्धी झालेली असते, तिच्यावर प्रामुख्याने

ठरते. शिशिर ऋतूतील सूर्यकिरणांची कमी दाहकता आणि नदीखोऱ्यासारखा कमी उंचीवरचा प्रदेश यामुळे प्रारण धुके अशा प्रदेशात खूप दाट असते व खूप काळ टिकूनही राहते. थंडीत बाष्पयुक्त हवा डोंगर उताराच्या वाताभिमुख बाजूवर उताराला अनुसरून वर सरकते तेव्हा ती हळूहळू थंड होऊन थोड्या उंचीवर धुके तयार होते. यास ऊर्ध्वउतार धुके (अपस्लोप फॉग) असे म्हटले जाते. सह्याद्रीच्या पश्चिम उतारावर असे धुके आढळते. हे बऱ्याच काळपर्यंत व विस्तृत प्रदेशावर टिकून राहते.

एखाद्या थंड भूप्रदेशावरून वाहणारी ऊबदार हवा सांद्रीभवन पातळीला एकदम थंड होते, तेव्हा ऊर्ध्वगामी धुके (ॲडव्हेक्शन फॉग) तयार होते. स्थान वैशिष्ट्यानुसार या धुक्याचे किनारी धुके (कोस्टल फॉग), हिमधुके (आइस फॉग) व ऊर्ध्वगामी प्रारण धुके (ॲडव्हेक्शन रेडिएशन फॉग) असे प्रकार पडतात. थंडीच्या दिवसांत तापमान नीचांकी असते तेव्हा थोड्याशा ऊबदार अशा जलाशयावर थंड व उष्ण हवेचे संमिश्रण होऊनही धुके बनते. याला बाष्प धुके (स्टीम फॉग) म्हणतात. आर्क्टिक समुद्रावर असे धुके अति विस्तृत प्रदेश व्यापते. इथे या धुक्याला आर्क्टिक समुद्र धूम्र (आर्क्टिक सी स्मोक) म्हणून ओळखले जाते.

सर्व प्रकारच्या धुक्यातील जलकणांचा व्यास दहा मायक्रोमीटर इतका असतो. धुक्यातील एका घन सेंटिमीटर आकारात असे शंभर जलकण असतात. लहान आकाराचे जलकण नेहमीच बराच काळ तरंगत राहतात. एक हजार मीटरपेक्षाही कमी दृश्यता हे धुक्याचे महत्त्वाचे वैशिष्ट्य असते.

धुके तयार होण्यासाठी अतिसूक्ष्म जलकणांची निर्मिती होणे गरजेचे आहे. ज्या कणांभोवती ही क्रिया घडू शकते ते कण विविध कारणांनी उपलब्ध होत असतात. वडवानल किंवा जंगलातील आग, ज्वालामुखीय उद्रेक, मातीची धूप, जलकण, घराघरांतून बाहेर पडणारा धूर, कारखान्यांची धुराडी या जलकणांचे समुच्चय निर्माण होण्यासाठी सूक्ष्म केंद्रिका (न्यूक्लिआ) उपलब्ध काही केंद्रिका या जलाकर्षक (हायग्रोस्कोपिक) असतात. मॅग्नेशिअम किंवा समुद्र किनाऱ्याजवळ फुटणाऱ्या लाटांतील क्षार हे जलाकर्षक यांच्याभोवती लगेचच सांद्रीभवन होऊ शकते.

धूर व धूळ यामुळे धोकादायक ठरते. वाढते औद्योगीकरण, वाहनांचा वापर यामुळे होणारे प्रदूषण धुक्याच्या निर्मितीला हातभार लावते. असे धुके धुक्यासारखे आनंददायी असत नाही. अशा धुक्यामुळे जगात सर्वत्र प्रदूषण व वाहतूक यांच्याशी निगडित समस्या निर्माण होतात.

नैसर्गिक धुके हे मात्र निव्वळ जलकणांचा समुच्चय असते आणि आल्हाददायक बोचरे आणि हवेहवेसे वाटणारे असते. यात शंका नाही!

धुक्याचे वितरण : मध्य व उच्च अक्षवृत्तात समुद्रावर धुके बऱ्याच वेळेस आढळते. थंड प्रवाह वाहात असलेल्या किनाऱ्यावरही धुके बऱ्याच वेळेस आढळते. परंतु वाळवंटी प्रदेशात मात्र कमी असते.

राईम : काही प्रसंगी धुक्यातील जलकण, झाडांची पाने, तारायंत्रांचे खांब यावर जमा होतात व त्या वस्तूचे तापमान शून्याखाली असल्यास त्यावरच गोठतात. या गोठलेल्या जलकणांना 'राईम' असे म्हणतात. ते गोठत असताना त्यात हवेचा अंश राहिल्याने ते पांढरट रंगाचे असतात.

दव व दहिवर : रात्री उत्सर्जनामुळे तापमान कमी झाल्यानंतर भूतलानिकटच्या हवेची सापेक्ष आर्द्रता वाढते व तापमान दवांकाच्या खाली गेल्यास हवेतील बाष्पाचे सांद्रीभवन होते. त्यामुळे तयार झालेले जलकण दगड, पाने, मोटारीचे टप यांवर चिकटतात. या पाण्याच्या थेंबानाच आपण 'दव' म्हणतो. दवाची निर्मिती होण्यासाठी निरभ्र आकाशाची जरुरी असते. त्यामुळे उष्णतेचे उत्सर्जन सुलभ होते. हवेची सापेक्ष आर्द्रताही जास्त असावी लागते व हवा निश्चल असून रात्रीमान मोठे असावे लागते. हिवाळ्यात जमिनीच्या पृष्ठभागावरील पाण्यापासून व वनस्पतीच्या बाष्पोच्छ्वासामुळे धुके तयार होते. वसंत ऋतूत (समशीतोष्ण कटिबंध) धुके हवेतील बाष्पामुळे तयार होते. भारतात दवामुळे अनेक ठिकाणी रब्बीची पिके पोसली जातात. भूपृष्ठानजीकच्या हवेचे तापमान शून्यावर असल्यासच दवाची निर्मिती हिवाळ्यात होऊ शकते. परंतु दवबिंदू निर्माण होत असताना जर तापमान शून्याखाली गेले तर दवबिंदू थिजतात. थिजलेल्या दवाला दहिवर असे नाव आहे. जर दवांक शून्यावर असेल तर दवाची निर्मिती होते ; पण दवांक शून्याखाली असेल तर दहिवर तयार होते. दव पिकांना उपयुक्त ठरते, तर दहिवरामुळे वनस्पतींच्या आतील रस गोठत असल्याने ते पिकांना मारक ठरते, म्हणून त्याला (Killing Frost) असेही म्हणतात.

दव, दहिवर, धुके व राईम हे सर्व वातावरणातील खालच्या थरातील सांद्रीभवनाचे प्रकार आहे. वातावरणाच्या वरच्या थरात होणारे सांद्रीभवन आपल्याला ढगांच्या स्वरूपात दिसते. परंतु निर्मितीचा विचार करण्यापूर्वी भूपृष्ठाकडून वर जाणाऱ्या हवेचे तापमान कसे कमी होते, हे पाहणे आवश्यक आहे. उंचीनुसार तापमान कमी होते, याला 'तापमानाची घट' असे नाव आहे व ती दर १६० मीटरला १० से. इतकी आहे. परंतु वर जाणाऱ्या हवेचे तापमान आणखी एका क्रियेमुळे म्हणजे प्रसरण-क्रियेमुळे कमी होते ; अशा प्रसरणामुळे तापमान कमी होण्याच्या क्रियेला आंतरिक (ॲडीयाबेटिक) क्रिया असे म्हणतात.

भूपृष्ठाकडून वर जाणारी हवा प्रसरण पावत असते ; कारण ती उंच जात

असताना तिच्यावरील दाब कमी होत जातो. दाब कमी झाल्याने तिचे प्रसरण होते. प्रसरण झाल्याने तिचे आकारमान वाढते व ती जास्त जागा व्यापते.उदा. समुद्र-पातळीवरील १ घनमीटर हवा ५४५४ मीटर उंचीवर गेल्यानंतर तिच्यावरील दाब समुद्रपातळीच्या निम्म्याने होतो. त्यामुळे तिचे आकारमान दोन घनमीटर होते. आकारमान वाढत असताना ती आजूबाजूच्या हवेस ढकलते व ढकलण्यासाठी जी शक्ती लागते, ती वर जाणाऱ्या हवेच्या उष्णतेतून घेतली जाते; म्हणून वर जाणाऱ्या हवेचे तापमान या प्रसरणक्रियेमुळे कमी होते व हीच आंतरिक (अँडियाबेटिक) क्रिया म्हणून ओळखली जाते. वर जाणाऱ्या हवेत सांद्रीभवनाची क्रिया घडून येण्यापूर्वी अँडियाबेटिक म्हणजे आंतरिक क्रियेमुळे तापमान कमी होण्याचा वेग दर १०० मीटर्सला १° से. किंवा १००० फुटास ५.५ फॅ. इतका असतो. हा तापमानाच्या खोटीपेक्षा वेगळा आहे.

वर जाणाऱ्या हवेच्या प्रवाहात प्रसरणाची जी अंतर्गत क्रिया चालू असते, त्यामुळे हवेच्या प्रवाहाचे तापमान कमी होते. या आंतरिक क्रियेमुळेच ऊर्ध्वगामी हवेच्या प्रवाहाचे तापमान दवांकाच्या खाली येते व याच क्रियेने अफाट विस्ताराच्या ऊर्ध्वगामी प्रवाहाचे तापमान कमी होते व ते दवांकाच्या खाली जाऊन मोठ्या प्रमाणात सांद्रीभवन घडून आल्यानंतरच ढग तयार होतात.

परंतु सांद्रीभवनाला सुरुवात झाल्यानंतर मात्र वर जाणाऱ्या हवेचे तापमान १०० मीटर्सला १° से. या वेगाने कमी होत नाही, तर त्यापेक्षा कमी वेगाने तापमानात घट येते. सांद्रीभवन चालू असताना गुप्त किंवा अनुद्भुत उष्णता बाहेर टाकली जाते. त्यामुळे वर जाणाऱ्या हवेचे तापमान १०० मीटर्सला १° से. या वेगाने कमी न होता दर १०० मीटरला ०.४ ते ०.९ से. या वेगाने कमी होते. याला संपृक्त समोष्ण दर (सॅच्युरेटेड अँडियाबेटिक रेट) असे म्हणतात. परंतु दोन्ही प्रकारच्या समोष्ण क्रियांमुळे म्हणजे सांद्रीभवनापूर्वी व नंतर वर जाणाऱ्या हवेचे तापमान कमी होऊन सांद्रीभवन घडून येते व ढग तयार होतात.

ढग

सूक्ष्म जलकण (व्यास ०.२ ते ०.६ मि.मी.) व हिमकण यांच्या समुच्चयास 'ढग' असे म्हणतात. वातावरणातील कायिक बदल ढगांमुळे कळू शकतात. वेगवेगळ्या प्रकारच्या हवेचे सूचक किंवा अग्रदूत म्हणून ढग ओळखले जातात. ढगांमुळे सौर प्रारणाचे विकिरण व परावर्तन होते. सर्वांत महत्त्वाची गोष्ट म्हणजे पृथ्वीवर होणारी वृष्टी ही विशिष्ट प्रकारच्या ढगांतूनच होत असते. ढगांचे जगन्मान्य असे दहा प्रकार असून त्यांचे साधारणपणे उंचीनुसार वर्गीकरण केले जाते. त्यांची चार कुले किंवा गट आहेत. (आ. ६.५)

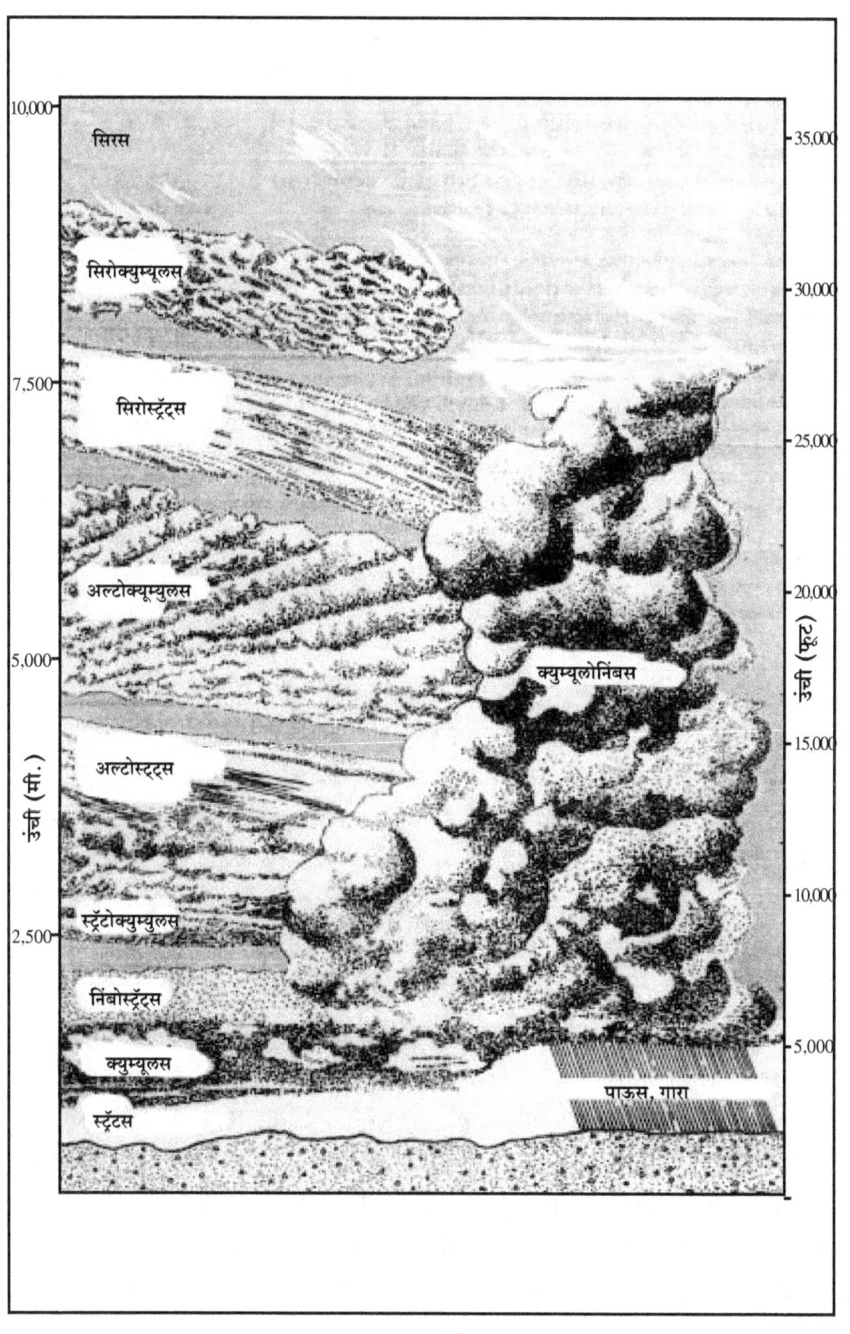

10,000
7,500
5,000
2,500
उंची (मी.)
35,000
30,000
25,000
20,000
15,000
10,000
5,000
उंची (फूट)
सिरस
सिरोक्युम्यूलस
सिरोस्ट्रॅट्स
अल्टोक्यूम्युलस
क्युम्यूलोनिंबस
अल्टोस्ट्र्ट्स
स्ट्रॅटोक्युम्युलस
निंबोस्ट्रॅट्स
क्युम्यूलस
पाऊस, गारा
स्ट्रॅटस

आ. ६.५ ढगांचे प्रकार

(१) 'अ' कुलातील ढग : हे ढग ६५०० मीटर्स उंचीवर आढळतात. त्यांचे सिरस (पिसाऱ्यांसारखे), सिरोस्ट्रँट्स (पिसाऱ्यांचे थर), सिरोक्युम्यूलस (गुठळ्यांसारखे), असे तीन मुख्य प्रकार आढळतात. सिरोस्ट्रॅट्स ढगांमुळे सूर्य-चंद्राभोवती खळे पडते.

(२) 'ब' कुलातील ढग : ६५०० मीटर्सपासून २००० मीटर्सपर्यंत हे ढग आढळतात. अल्टोस्ट्रॅट्स व अल्टोक्युम्यूलस असे त्यांचे दोन प्रकार आहेत.

(३) 'क' कुलातील ढग : सुमारे २००० मीटर्सपासून वातावरणाच्या खालच्या थरापर्यंत हे ढग आढळतात. त्यांचे स्ट्रॅटोक्युम्यूलस, स्ट्रॅट्स व निंबोस्ट्रॅट्स असे प्रकार आहेत.

(४) 'ड' कुलातील ढग : हे ढग ५०० मीटर्सपासून ६५०० मीटर्सवर आढळतात. त्यांची रचना ऊर्ध्वगामी असते. त्यांचे क्युम्यूलस व क्यम्यूलोनिंबस असे दोन प्रकार आहेत. क्युम्यूलोनिंबस मेघ अवाढव्य, पर्वतप्राय असून त्यामुळे वीज, वादळे, गारा व मुसळधार पाऊस या गोष्टी निर्माण होतात. क्युम्यूलस मेघ स्वच्छ हवेचा निदर्शक समजला जातो, परंतु पुढे त्याचा विकास क्युम्यूलोनिंबस मेघामध्ये होतो.

पर्जन्यमेघ

चित्रविचित्र आकारांचे, विस्तारांचे विलोभनीय आणि आकर्षक ढग हे पावसाळ्यातील आकाशाचे एक मनोहारी रूप आहे. या सदैव आनंददायी अशा ढगांचे सर्वांनाच नेहमी कुतूहल वाटत असते.

इतर वेळी खूप उंचीवर पिसांसारख्या पसरलेल्या ढगांचा पावसाळ्यात झपाट्याने वाढणारा आकार, त्यांचा बदलता रंग व विस्तार, या ढगांत तयार होणारी काळजाचा थरकाप उडविणारी आणि सगळे आकाशच जणू कापीत जाणारी वीज - हे सगळेच खूप मनस्वी, मनाचा ठाव घेणारे असते. 'अतिसूक्ष्म जलकण व हिमकण यांचा वातावरणात तरंगणारा एक दृश्य स्वरूपाचा समुच्चय' अशी ढगाची व्याख्या केली जाते. उष्ण प्रदेशात या समुच्चयात केवळ जलकण, तर थंड हवामानाच्या प्रदेशात जलकणांबरोबर हिमकणही तितकेच महत्त्वाचे असतात.

समुच्चयांचे असंख्य आकार व त्यांचा बदलता विस्तार या गोष्टी जलकणांच्या व हिमकणांच्या निर्मितीचे प्रमाण, सांद्रीभवनाची पातळी, वाऱ्याची दिशा व वेग अशा अनेक गोष्टींवर ठरत असतात. हवेत होणाऱ्या बदलांचे सूचक किंवा अग्रदूत म्हणूनही ढगांचा उपयोग होतो. केवळ ढगांचे आकार, विस्तार व उंची याकडे पाहून अनेकदा हवामानाचे भाकीत करता येते. सौरप्रारणाचे विकिरण व परावर्तन हेही ढगांमुळेच होते.

ढगांचे जगन्मान्य असे एकूण दहा प्रकार असून त्यांचे उंचीनुसार कमी, मध्यम आणि अत्युच्च उंचीवरील ढग अशा गटांत वर्गीकरण केले जाते. अतिउंचीवरील ढगांची निर्मिती ही सहा हजार मीटरच्यावर होते. दोन हजार ते सहा हजार मीटर उंचीच्या दरम्यान, मध्यम उंचीवरचे ढग तयार होतात; तर दोन हजार मीटरपेक्षा कमी उंचीवर जे ढग आढळतात त्यांना कमी उंचीवरील ढग असे म्हटले जाते. पावसाळ्यातले ढग मात्र याहीपेक्षा कमी-म्हणजे केवळ पाचशे मीटर-उंचीपासूनच आढळतात. या ढगांची वाढ व विकास ऊर्ध्वगामी असतो. पाचशे मीटरपासून साडेसहा हजार मीटर उंचीपर्यंत विकास पावत जाणारे ढग अवाढव्य व पर्वतमय असतात. वीज, वादळे, गारा, मुसळधार वृष्टी अशा सर्व घटना या ढगांशी निगडित असतात. क्युम्युलस व निंबस हे अशा ढगांचे दोन मुख्य प्रकार मानले जातात. त्यांतही क्युम्युलस मेघ हे स्वच्छ हवेचे निर्देशक, तर निंबस मेघ हे वृष्टीचे निर्देशक म्हणजेच पर्जन्यमेघ म्हणून ओळखले जातात.

विविध उंचीवर आढळणाऱ्या, केसांच्या बटांसारख्या किंवा पिसांसारख्या दिसणाऱ्या ढगांना सिरस, थर किंवा गुठळ्यांसारख्या ढगांना स्ट्रॅटस तर ढिगांसारख्या दिसणाऱ्या ढगांना क्युम्युलस ढग असे म्हटले जाते. क्युम्युलोनिंबस या ढगांमुळे पर्जन्यवृष्टी होते.

बाष्पाने संपृक्त झालेली व अतिशीत हवा ऊर्ध्वगामी होत असताना, अतिउंचीवर तापमान शून्याखाली येताच तेथेच असंख्य हिमकण व जलकण यांचा समुच्चय तयार करण्यास कारणीभूत होते. सुरुवातीला हे समुच्चय आकाराने लहान व वजनाने हलके असल्यामुळे तरंगत असतात. सदैव एकत्र येण्याच्या त्यांच्या वृत्तीमुळे ते हळूहळू जवळ येतात, जड होतात व भूपृष्ठाच्या दिशेने खाली येऊ लागतात. जड होऊन खाली आलेल्या बाष्पयुक्त क्युम्युलोनिंबस ढगांमुळे आकाश कोंदून जाते. सगळीकडे सूर्यप्रकाश कमी होतो आणि काही वेळातच पाऊस पडू लागतो.

अनेक वेळा निंबस या पर्जन्यमेघांची रचना ही एकावर एक ठेवलेल्या अनेक लहान आकाराच्या ढगांसारखी असते. शिवाय दिवसभरात तापमानात जसजसे बदल होतात, तसतसे सकाळच्या स्ट्रॅटस ढगांचे रूपांतर दुपारी स्ट्रॅटोक्युम्युलसमध्ये, दुपारनंतर क्युम्युलसमध्ये आणि संध्याकाळी क्युम्युलोनिंबसमध्ये होत जाते. वीज व गडगडाट होऊन त्याची परिणती पर्जन्यवृष्टीत होते.

क्युम्युलोनिंबस हेच मूलतः निंबस या गटातले पर्जन्यमेघ असतात. ढगांच्या सर्व प्रकारांत हेच ढग सर्वाधिक उंच व वीस हजार मीटर उंचीपर्यंत ऊर्ध्वगामी दिशेने विकास पावतात. इतक्या उंचीवर वाहणाऱ्या जोरदार वाऱ्यांमुळे यांचे माथे ऐरणीच्या आकाराचे असतात, तर पाये विस्तृत आणि लांबरुंद असतात.

वीज व त्यानंतर कडाडून होणारा आवाज हे तर या ढगांचे महत्त्वाचे लक्षण. विजेचा लोळ हा अतिशय शीघ्र गतीने वाहणारा ऋणभाराचा प्रवाह असतो. तो या पर्जन्यमेघांकडून जमिनीकडे निमिषार्धात झेपावतो. हा प्रवाह अर्थातच आयनीकरण (आयोनायझेशन) झालेल्या हवेच्या अणूंतून प्रवास करतो.

अतिविशाल अशा पर्जन्यढगांत विद्युतभाराचे वितरण व पृथक्करण झालेले असते. ऊर्ध्वगामी, ऊबदार हवेत, धनभारित अणुकेंद्रे, ढगांच्या वरच्या म्हणजे माथ्याकडच्या भागाकडे जाऊन स्थिरावतात. त्यामुळे ढगांच्या तळभागापाशी ऋणभाराचे प्राबल्य वाढते. पृथ्वीच्या पृष्ठावरील धनभार व ढगांच्या तळभागाशी असलेला ऋणभार यांतील आकर्षणामुळे विजेचा लोळ तयार होतो आणि पृथ्वीवर प्रचंड वेगाने उतरतो. ढगांतील जलकण जड होऊन ढगाच्या तळभागाशी जमतात.

मात्र या सर्व प्रक्रियेत ढगातल्या विद्युतभाराचे पृथक्करण का होते ते अद्याप तितकेसे नीट समजलेले नाही.

३) वृष्टी

सांद्रीभवन व वृष्टी यांची यंत्रणा क्लिष्ट आहे. मोठ्या प्रमाणात सांद्रीभवन घडून येण्यासाठी हवेचे तापमान दवांकाच्या खाली व्हावे लागते. सांद्रीभवनासाठी असंख्य जलशोषक अणू लागतात व हवेत भरपूर बाष्प असावे लागते.

वृष्टी होण्यासाठी भूपृष्ठावरची ऊबदार व बाष्पयुक्त हवा खूप उंचीवर जाणे आवश्यक असते; ती वर जात असताना समोष्णरीत्या थंड व्हावी लागते. हवेचे ऊर्ध्वगामी प्रवाह अतिसंपृक्त व अतिशीत असणे ही मेघकणांची व वर्षा बिंदूंची निर्मिती होण्यासाठी आवश्यक बाब आहे. तेथे तापमान शून्याखाली येताच तेथेच असंख्य 'हिमकण' व 'वर्षाकण' किंवा जलकण एकत्र येतात. त्यांचा आकार लहान व वजन अत्यंत कमी असल्याने ते तरंगतात. परंतु एकत्र येण्याचा त्यांचा गुणधर्म असल्याने ते एकमेकांना चिकटून जड होतात व गुरुत्वशक्तीमुळे भूपृष्ठाखाली येतात. परंतु खालून वर जाणारा हवेचा प्रवाह अती जोरदार असेल, तर भूपृष्ठाकडे येणारे लहान लहान वर्षाकण परत वर नेले जातात. तेथे ते जलकणांना व हिमकणांना चिकटल्याने त्यांचा आकार वाढतो व ते भूपृष्ठाकडे परत येतात व पावसाच्या स्वरूपात आपल्याला दिसतात.

वरील विवेचनावरून आपल्याला असे दिसते की, भूपृष्ठावरील बाष्पयुक्त हवा वर जाणे अत्यंत आवश्यक आहे; जरी भूपृष्ठावरील हवेत भरपूर बाष्प असेल, परंतु ती वर जात नसेल तर वृष्टी होणार नाही. ज्या हवेची भूपृष्ठाकडून वर हालचाल होते, तीच सांद्रीभवन व वृष्टी घडवून आणण्यास समर्थ ठरते; जर हवेची प्रवृत्ती भूपृष्ठाकडून वर

जाण्याची नसेल, तर ती वायूराशी स्थिर किंवा स्थायी समजली जाते. हवा दोन कारणांमुळे स्थायी बनते- (१) तिचे तापमान कमी असेल म्हणजे ती थंड असेल तर व (२) उंचीवरून भूपृष्ठाकडे अधोगामी प्रवाह येत असतील, तर त्यामुळे भूपृष्ठावरील हवा वर जाऊ शकत नाही. पृष्ठभागावरची हवा खूप तापल्यानंतर प्रसरण पावून हलकी होऊन वर जाऊ लागते व अस्थायी बनते किंवा दोन विभिन्न गुणधर्म असलेले हवेचे प्रवाह एकत्र आल्यानंतर त्यापैकी हलका प्रवाह हवेच्या जड प्रवाहावर आरोहण करतो; त्यामुळेही हवा अस्थायी बनू शकते; भूपृष्ठाकडून वर जाणाऱ्या हवेचे तापमान कमी होत असते व वातावरणाच्या वरच्या थरातही कमी तापमान आढळून येते. जेथे वर जाणाऱ्या हवेचे तापमान व वातावरणाच्या वरच्या थराचे तापमान सारखेच होते तेथे हवेचे वर जाणे थांबते.

उंचीवरून तापमानात होणारी घट दर १०० मीटरला ६ से. किंवा १६०मीटरला १०^{0} से. व समोष्णरीत्या होणारी घट म्हणजे हवेचे प्रसरण व वर जाणे चालू असताना अंतर्गत क्रियेमुळे कमी होणारे तापमान या दोन्ही गोष्टी वेगवेगळ्या असतात. काही प्रसंगी व विशेषत: उन्हाळा अत्यंत प्रखर असताना उंचीनुसार तापमानात होणारी घट ही समोष्णरीत्या होणाऱ्या घटीपेक्षा जास्त असते. त्यामुळे काही प्रसंगी उंचीनुसार तापमान दर १०० मीटरला ५ से. या वेगाने कमी होत जाते; अशा वेळी हवा अत्यंत अस्थिर असून तिचे वर जाणे बऱ्याच उंचीपर्यंत चालू असते कारण वर जाणाऱ्या हवेचे तापमान जरी समोष्णरीत्या कमी झाले तरी सुद्धा तिच्यापेक्षा जास्त उंचीवर कमी तापमान असल्याने ती अस्थिर व अस्थायी असते.

परंतु समोष्णरीत्या होणारी घट जर उंचीनुसार तापमानात होणाऱ्या घटीपेक्षा जास्त असेल तर हवा लवकर स्थायी किंवा स्थिर बनते. स्थायी हवा सांद्रीभवनास अयोग्य समजली जाते. भूपृष्ठावरील हवा तीन प्रकारे वर जाऊ शकते; त्यामुळे आपल्याला पावसाचे तीन प्रकार मिळतात.

(१) भूपृष्ठावर प्रखर उष्णतेमुळे अभिसरण प्रवाह तयार होतात; म्हणजे हवा तापून हलकी होऊन वर जाते.

(२) क्षितिजसमांतर वाहणाऱ्या हवेला पर्वताचा अडथळा झाल्यानंतर हवा अडथळ्याला धरून वर जाऊ लागते.

(३) दोन भिन्न गुणधर्म असलेले हवेचे प्रवाह एकत्र आल्यानंतर ऊबदार बाष्पयुक्त हवा, जड व थंड प्रवाहावर आरोहण करते. मध्यकटिबंधातील आवर्ताच्या वेळी अशी स्थिती असते.

वृष्टीची स्वरूपे व प्रकार (Types of Precipitation)

ढगातून द्रवरूपात व घनरूपात पडणारे पाणी म्हणजे वृष्टी हिम, गार, स्लीट व पाऊस ही वृष्टीची प्रमुख स्वरूपे आहेत.

हिम : तापमान शून्याखाली असताना जर सांद्रीभवन झाले व भूपृष्ठावरही जर शून्याखाली तापमान असेल, तर घनरूपात वृष्टी होते. सांद्रीभवन होत असताना प्रथम अतिसूक्ष्म हिमकणात बाष्पाचे रूपांतर होते. परंतु असंख्य लहान लहान हिमकण एकत्र आल्यानंतर त्यांचे वजन वाढून ते पृथ्वीवर येतात. पृथ्वीवर तापमान जास्त असेल, तर ते आल्याबरोबर लगेच वितळतात. परंतु तापमान कमी असल्यास बराच काळ तसेच राहतात. उच्च अक्षवृत्तात व मध्यकटिबंधात हिवाळ्यात हिमवृष्टी होते. हिमरेषेच्या वरही हिमवृष्टी होते.

गारा : भूतलावर प्रखर उष्णता असताना हवेचा प्रवाह अतिशय जोराचा असतो. तो वर जात असताना अँडियाबेटिक क्रियेमुळे तापमान कमी होऊन सांद्रीभवन घडून येते. काळपट वर्णाचे क्युम्यूलोनिंबस मेघ तयार होतात. या मेघात जलकण असतात. परंतु ते हलके असल्याने भूतलावरून येणाऱ्या हवेच्या झोतामुळे आणखी वर ढकलले जातात. (आ. ६.६) जास्त उंचीवर तापमान शून्याखाली असल्याने जलकणांचे रूपांतर हिमकणात होते. हिमकण जड झाल्याने परत भूपृष्ठाकडे येऊ लागतात. परंतु परत हवेच्या जोरदार ऊर्ध्वगामी प्रवाहामुळे वर नेले जातात. त्यामुळे त्यांना आणखी जलकण व हिमकण चिकटतात व त्यांचा आकार आणि वजनही वाढते. त्यांचे मोठमोठ्या गारात रूपांतर होते. त्या भूपृष्ठाकडे येत असताना हवेशी होणाऱ्या घर्षणामुळे फुटतात व पृथ्वीवर पडतात. भारत, आफ्रिका, आग्नेय आशियाच्या काही भागांत गारा उन्हाळ्यात पडतात. मध्यकटिबंधात त्या वसंत, शरद ऋतूत पडतात. विषुववृत्तावर उष्णतेमुळे व शीत कटिबंधात अभिसरण प्रवाह जोरदार नसल्याने त्या पडत नाहीत.

स्लीट : मध्य कटिबंधाच्या वरच्या पट्ट्यात हिमवर्षाव व पाऊस यांची एकत्र वृष्टी होत असते. त्याला 'स्लीट' असे म्हणतात; बऱ्याच वेळेस पाऊस पडत असताना जलकण प्रथम थिजतात (कडक थंडीने) व नंतर अर्धवट वितळतात. आयनिक प्रदेशात स्लीट हा प्रकार आढळत नाही.

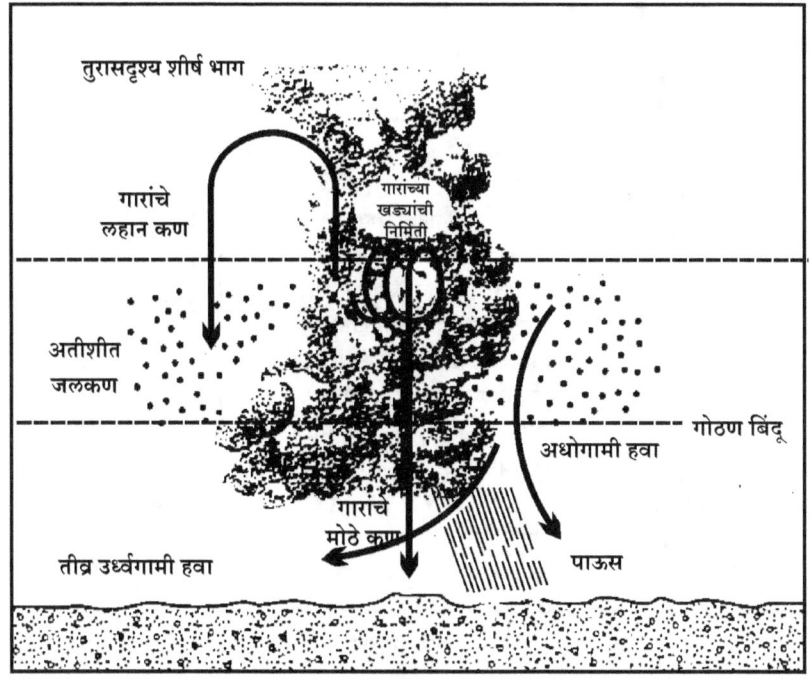

तुरासदृश्य शीर्ष भाग
गारांचे लहान कण
गाराच्या खड्यांची निर्मिती
अतीशीत जलकण
गोठण बिंदू
अधोगामी हवा
गारांचे मोठे कण
तीव्र उर्ध्वगामी हवा
पाऊस

आ. ६.६ क्युम्यूलोनिंबस ढगातील गारांची निर्मिती

पाऊस : आकाशातून द्रवरूपात होणाऱ्या वृष्टीस पाऊस असे म्हणतात. पावसाचे तीन प्रकार पडतात: (१) आरोह किंवा अभिसरण, (२)प्रतिरोध, (३) आवर्त.

(१) आरोह पर्जन्य : वेगवेगळे पृष्ठभाग भिन्न प्रकारे तापल्यानंतर अतितप्त पृष्ठभागावरील हवा तापून प्रसरण पावते व हलकी होऊन वर जाऊ लागते. ज्या प्रमाणात पृष्ठभाग तापला असेल त्या प्रमाणात व तापमानाची खोट जितकी तीव्र असेल त्या प्रमाणात हवा उंच जाते; म्हणजेच वर जाणारी हवा जर अस्थायी असेल व सांद्रीभवन झाल्यानंतरही जर ती वर जात असेल तरच पाऊस पडेल; एरवी पडणार नाही. प्रचंड प्रमाणात हवेचे अभिसरण होऊन पाऊस पडण्यासाठी गरम व बाष्पयुक्त हवा, वेगवेगळ्या प्रकारचे पृष्ठभाग व तीव्र तापमानाची खोट या गोष्टी आवश्यक आहेत. (आ. ६.७)

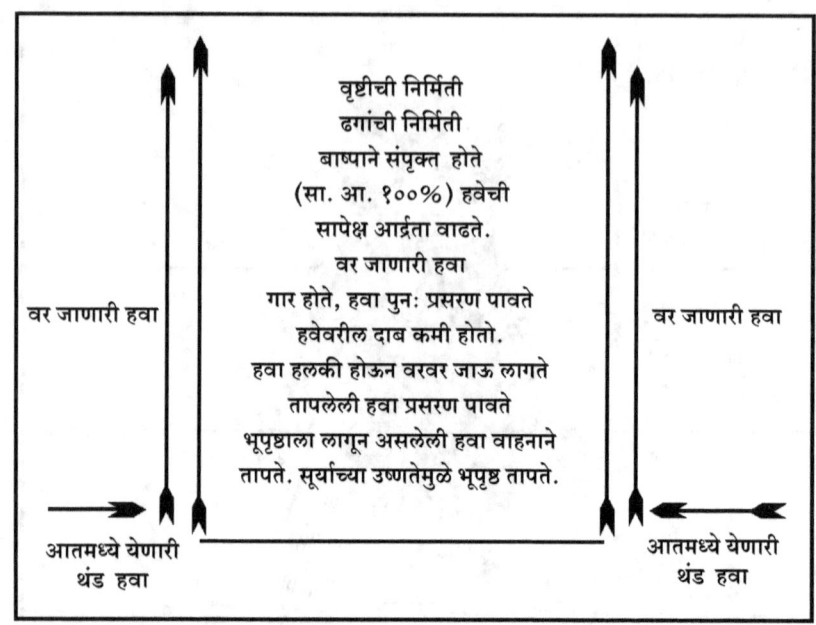

आ. ६.७ अभिसरण किंवा आरोह पर्जन्य

ओलसर विषुववृत्तीय प्रदेशात ऊर्ध्वगामी हवेत भरपूर बाष्प असते व त्यामुळे अभिसरण पर्जन्य तेथे पडतो. मध्य कटिबंधात उन्हाळ्यातही असा पाऊस पडतो. अभिसरण क्रियेमुळे पडणारा पाऊस दुपारनंतर पडत असून त्या वेळी तप्त भूपृष्ठाकडून हवेचे प्रवाह जोराने वर जात असतात व तापमानाची खोट तीव्र असते. परंतु अशी स्थिती म्हणजे दुपारनंतर अभिसरणक्रियेमुळे पडणारा पाऊस जमिनीवरच आढळतो. समुद्रावर सहसा दुपारनंतर पाऊस पडत नाही ; कारण समुद्राचा पृष्ठभाग संध्याकाळनंतर जास्त तापलेला असतो. रात्री त्यावर तापमानाची खोट जास्त असते व त्यामुळे रात्री समुद्रावर अभिसरवृष्टी होते. विषुववृत्तीय प्रदेशात अशा प्रकारचा पाऊस नेहमी पडतो. दुपारपर्यंत प्रखर उष्णता असते व संध्याकाळी चारच्या सुमारास ढग जमून येतात व तासभर मुसळधार पाऊस पडतो. नंतर आकाश स्वच्छ होते. परंतु असा पाऊस शेतीस उपयुक्त नसतो ; त्यामुळे जमिनीची धूप जास्त होते.

(२) प्रतिरोध पर्जन्य : बाष्पयुक्त गरम हवा वाहात असताना डोंगराचा अडथळा होऊन अशा प्रकारचा पाऊस पडतो. बाष्पयुक्त वारे डोंगरामुळे अडवले जातात व डोंगरांना धरून आरोहण करू लागतात ; त्यामुळे ॲडियाबेटिकरीत्या त्यांचे तापमान दवांकाच्या खाली जाऊन प्रचंड प्रमाणात सांद्रीभवन घडून येते व पाऊस पडतो. (आ. ६.८)

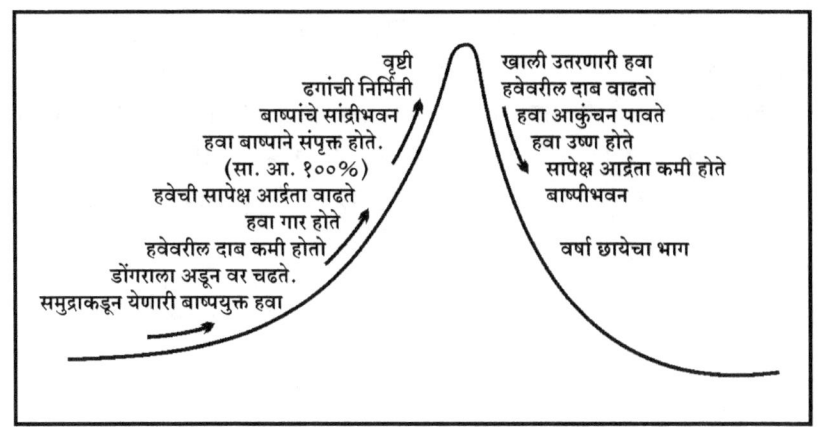

आ. ६.८ प्रतिरोध पर्जन्य

किती उंचीवर पाऊस पडणार हे ठरलेले नसते; जर हवेत खूप बाष्प असेल, तर हवा थोडीशी उंच गेल्यानंतर पाऊस पडतो; पण हवेतील बाष्पाचा साठा कमी असल्यास हवा खूप उंच गेल्यावर पाऊस पडतो; कारण सांद्रीभवनास उशिरा सुरुवात होते. डोंगराच्या वाऱ्याकडील बाजूवर भरपूर व मुसळधार वृष्टी होते. परंतु ज्या दिशेकडे वारे जातात, तेथे मात्र पावसाचे मान कमी आढळते; कारण डोंगरउतरणीवर खाली उतरणारी हवा एकवटली जाऊन समोष्ण क्रियेने दर १०० मीटरला १° से. या वेगाने तापत जाते व तिची बाष्पधारकता वाढल्याने सांद्रीभवन होणे कठीण जाते, कारण तापमानवाढीमुळे डोंगर उतरणीवर खाली येणाऱ्या हवेची सापेक्ष आर्द्रता कमी होत जाते. डोंगराचा अडथळा आल्यामुळे वर जाणारी हवा शून्याखाली तापमान असलेल्या विभागात गेली, तर हिमवर्षाव होतो.

मध्य कटिबंधात पर्वताचा अडथळा आल्यामुळे हिवाळ्यात हिमवृष्टी होते, कारण तापमान अगदी कमी असल्याने हवेतील बाष्पाचे सांद्रीभवन कमी उंचीवरच चालू होते.

जगातील भरपूर पावसाचे प्रदेश व डोंगराळ प्रदेश यांच्या नकाशाची तुलना केल्यास आपल्याला असे आढळते की, भरपूर पावसाच्या प्रदेशात डोंगराळ भागामुळे मुख्यत्वे वाताभिमुख बाजूस पाऊस पडतो (विषुववृत्तीय प्रदेश वगळता). डोंगराच्या विरुद्ध उतरणीवर मात्र वर्षाछायेचे व कमी पावसाचे प्रदेश असतात. साधारणपणे पठारी प्रदेशात वर्षाछाया आढळून येते. महाबळेश्वर (७५० सें.मी.), पाचगणी (३५० सें.मी.) व वाई (१५० सें. मी.) वरील तीन ठिकाणी फक्त १५ कि.मी. अंतरात ६०० सें. मी.ने पाऊस कमी होतो.

(३) आवर्त पर्जन्य : दोन विभिन्न गुणधर्म असलेले हवेचे प्रवाह जिथे एकत्र येतात, तिथेही हवेत अस्थिरता निर्माण होऊन ऊबदार व बाष्पयुक्त हवा, थंड व कोरड्या हवेवर आरोहण करते व त्यामुळे सांद्रीभवन होऊन पाऊस पडतो. आवर्त पर्जन्य मध्य कटिबंधात आढळतो; परंतु आयनिक प्रदेशात मात्र वायुराशी तापमानातील भिन्नता विशेष आढळत नसल्याने हवेच्या आघाड्या क्वचितच तयार होतात.

प्रकरण ७

वायुराशी व हवेची फळी

(Air Masses and Fronts)

वायुराशी (Air Masses)

मध्य अक्षवृत्तातील आवर्तांचा उल्लेख मागे आलेलाच आहे. त्यांच्या निर्मितीस दोन विभिन्न गुणधर्म असलेले वायूंचे प्रवाह कारणीभूत होतात. या वायूंच्या प्रवाहांना वायुराशी (Air Masses) असे म्हटले जाते. आवर्ताच्या निर्मितीत भाग घेणाऱ्या वायुराशींचा विचार प्रथम करणे सयुक्तिक ठरेल. वायुराशींचे गुणधर्म वेगवेगळे असतात. त्यानुसार आवर्ते व चक्रीवादळे यांचे स्वरूप ठरत असते. तापमान, आर्द्रता या संदर्भातील वायुराशींची वैशिष्ट्ये यांचे गुणधर्म ठरवितात. ही वैशिष्ट्ये त्यांच्या निर्मितिस्थानावर व ज्या भागात वायुराशी जातात त्या भागातील परिस्थितीवर अवलंबून असतात. त्यामुळे त्याच्याही विचार वायुराशींची माहिती मिळवताना करावा लागतो.

वातावरणाचा जाड आणि विस्तृत भाग म्हणजे वायुराशी. एकाच वायुराशीत तापमान व आर्द्रता यांचे आडवे म्हणजे क्षितिजसमांतर वितरण सारखेच असते. जेथे वायुराशींची निर्मिती होते, त्या भागाला त्यांचे मूलस्थान असे म्हणतात. युरेशिया व उत्तर अमेरिकेचे खंड प्रदेश, प्रशांत व हिंदी महासागराचे दक्षिण भाग, बर्फाळ ध्रुवप्रदेश ही वायुराशींची प्रमुख मूलस्थाने आहेत. या सर्व विस्तृत प्रदेशात हवामान सारखेच आढळते. आयनिक प्रदेशातील समुद्रावर व बर्फाळ ध्रुवप्रदेशावर अशी स्थिती बऱ्याच वेळेस आढळते. येथे हवा बऱ्याच काळपर्यंत साचून राहिलेली असते. त्या हवेत तेथील प्रदेशाचे तापमान व आर्द्रता या संदर्भातील गुणधर्म सामावले जातात. वायुराशी आपल्या मूलस्थानांच्या प्रदेशावर स्थिर राहात नाहीत, तर भूपृष्ठावरून पुढे सरकतात. पुढे सरकत असताना त्यांच्या तापमानात व आर्द्रतेत बदल होतात, कारण ज्या प्रदेशाकडे त्या जातात तेथील हवामान वायुराशींच्या मूलस्थानापेक्षा म्हणजे उत्पत्तिस्थानापेक्षा निरनिराळे असते.

१) वायुराशींचे प्रकार

मूलस्थानानुसार वायुराशींचे दोन प्रकार पडतात–

(१) ध्रुवीय वायुराशी (Polar Air Masses) : या वायुराशींचा उगम ध्रुव प्रदेशात होतो.

(२) आयनिक वायुराशी (Tropical Air Masses): या वायुराशींचा उगम उष्ण कटिबंधात होतो.

पृष्ठभागाच्या प्रकारावरून वायुराशींचे वर्गीकरण केले जाते. भूपृष्ठांचे भूमिखंडे व सागर विभाग असे दोन प्रकार आहेत, त्यामुळे भूमिखंडावरील वायुराशींना खंडान्तर्गत वायुराशी (Continental air masses) असे म्हटले जाते. अशा वायुराशीत बाष्पाचे प्रमाण अगदी कमी असते. महासागरावरील वायुराशींना सागरीय वायुराशी (Maritime air masses) असे म्हणतात. यांच्यात बाष्पाचे प्रमाण जास्त असते.

वायुराशीचे मूलस्थान व पृष्ठभागाचा प्रकार यांचा एकत्रित विचार केल्यानंतर वायुराशींचे चार प्रकार आपल्याला मिळतात. ते पुढील प्रमाणे आहेत : (आ. ७.१)

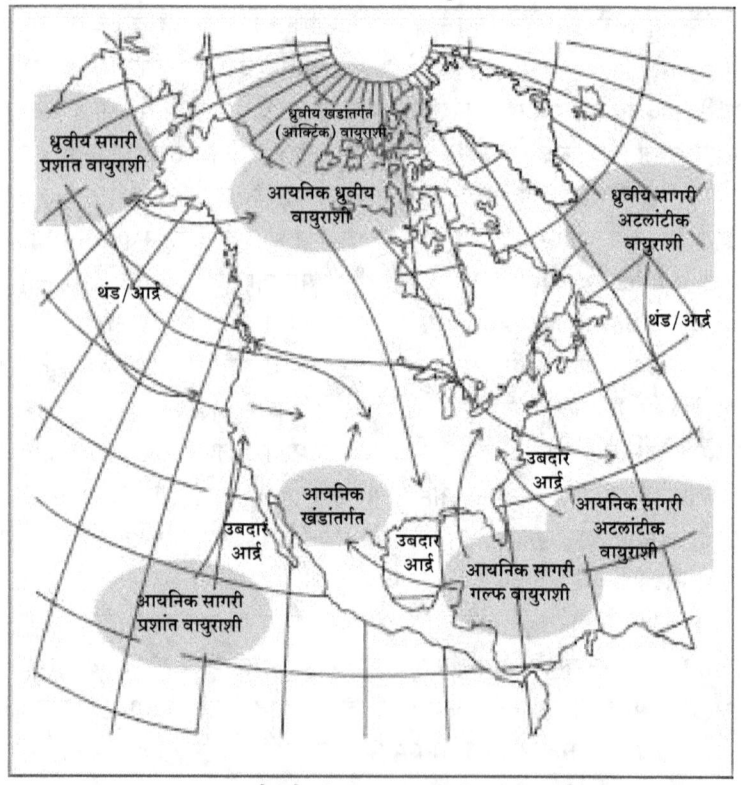

आ. ७.१ उत्तर अमेरिकेतील वायुराशींची उगमस्थाने व प्रकार

वायुराशींचे वर्गीकरण

वायुराशीचा प्रकार	उगम स्थान	वैशिष्ट्ये
ध्रुवीय खंडांतर्गत	ध्रुव समीप खंडिय प्रदेश	कमी तापमान (दक्षिणेकडे वाढणारे) कमी आर्द्रता
ध्रुवीय सागरी	ध्रुवीय व आर्क्टिक समुद्र	कमी तापमान, जास्त आर्द्रता
आयनिक खंडांतर्गत	उपआयनिक गुरूभार प्रदेश	जास्त तापमान, कमी आर्द्रता
आयनिक सागरी	उपआयनिक गुरूभार प्रदेश	थोडे जास्त तापमान, जास्त सापेक्ष आर्द्रता व विशिष्ट आर्द्रता
विषुववृत्तीय	विषुववृत्त व आयनिक समुद्र	उच्च तापमान व जास्त आर्द्रता

(१) ध्रुवीय खंडान्तर्गत वायुराशी – ही ध्रुव प्रदेशातील जमिनीवर तयार होते व ती थंड आणि कोरडी असते.

(२) ध्रुवीय सागरीय वायुराशी – ही ध्रुव प्रदेशातील समुद्रावर तयार होत असून शीत परंतु बाष्पयुक्त असते.

(३) आयनिक खंडातर्गत वायुराशी – ही उष्ण कटिबंधातील जमिनीवर तयार झालेली असते व गरम आणि कोरडी असते.

(४) आयनिक सागरीय वायुराशी – ही वायुराशी उष्ण कटिबंधातील समुद्रावर तयार झालेली असून ऊबदार व बाष्पयुक्त असते.

(५) विषुववृत्तीय

वायुराशींच्या निर्मितीनंतर त्या आपल्या मूलस्थानापासून आजूबाजूस सरकू लागतात. त्यामुळे भिन्न वायुराशी एकमेकींकडे येतात. परंतु जेथे त्यांचा संपर्क साधला जातो; तेथे त्या एकमेकीत पूर्णपणे मिसळत नाहीत, तर काही काळ वेगवेगळ्या राहतात. ज्या सीमेवर वायुराशी एकमेकींपासून अलग राहतात, त्या सीमेला वायुराशीची आघाडी (Front) असे म्हटले जाते. अशा आघाड्यांची रुंदी ५० ते ८० कि.मी. पर्यंत व लांबी हजारो कि.मी. पर्यंत असते. त्यांची उंची १० कि.मी. पर्यंत असते.

वायुराशींची फळी (Airmass Fronts)– पहिल्या महायुद्धाच्या कालात (१९१४-१९१८) नॉर्वेमध्ये हवा (Weather) या संबंधी खूप मोठे संशोधन करण्यात आले. मध्य कटिबंधातील आवर्तांच्या संदर्भात यामुळे काही सैद्धान्तिक प्रतिमाने (Models) मांडण्यात आली. वायुराशींची फळी (Front) हा शब्दही त्या वेळच्या

युद्धकालीन परीस्थितीतच सूचविण्यात आला. याचवेळी नॉर्वेच्या लोकांनी ध्रुवीय फळी सिद्धान्त (Polar Front Theory) विकसित केला.

जेव्हा ऊबदार हवा थंड हवेवर आरोहण करते तेव्हा ऊबदार व थंड हवेच्या वायुराशींच्या दरम्यान जी फळी तयार होते त्याला ऊबदार फळी (Warm Front) म्हटले जाते. (आ. ७.२अ) ऊबदार हवा हलकी असल्यामुळे जड, थंड हवेवर ती फळी तयार करू शकते. या फळीचा कल १ : १०० इतका असतो. (म्हणजे १०० एकक आडवे अंतर असताना १ एकक उंच इतकी फळी वर उचलते). याचा अर्थ असा की, पृष्ठभागाजवळ तयार झालेल्या ऊबदार फळीच्या प्रदेशात तयार झालेले उंचीवरील ढग ८०० ते १३०० कि.मी. अंतर पुढे आढळून येतील.

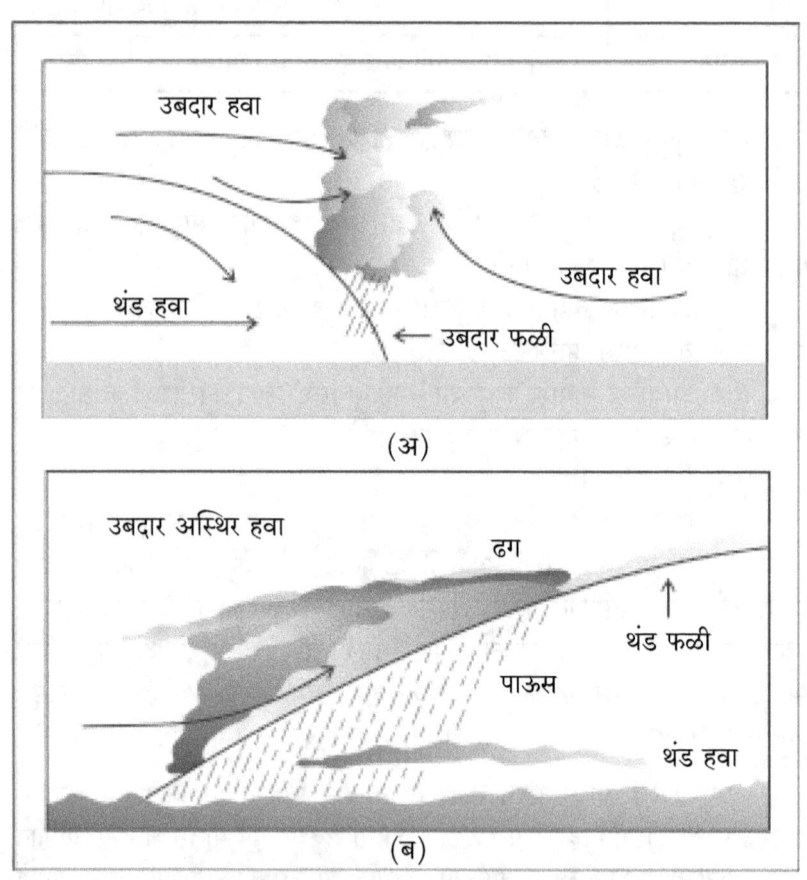

(अ)

(ब)

आ. ७.२ अ अस्थिर ऊबदार हवेला ढकलत जास्त वेगाने हालचाल करणारी थंड वायुराशी

आ. ७.२ ब थंड हवेवर आरोहण करणारी स्थिर, ऊबदार वायुराशी

सामान्यपणे ऊबदार, स्थिर हवा हळूहळू फळी प्रदेशात वर सरकते. यात सिरस पासून निंबोस्ट्रॅट्स असे ढग अनुक्रमे जास्त उंचीवर व पृष्ठभागानजीक तयार होतात. फळी जसजशी पुढे सरकते तशी विस्तृत प्रदेशावर पर्जन्यवृष्टी होते. जेव्हा थंड वायुराशी ऊबदार वायुराशीवर आक्रमण करते तेव्हा त्या प्रदेशात थंड फळी (Cold Front) तयार होते. (आ.७.२ब) थंड फळी, ऊबदार फळीपेक्षा दुप्पट वेगाने पुढे सरकते. या फळीचा कल ऊबदार फळीच्या कलापेक्षा जास्त तीव्र म्हणजे १ : ५० इतका असतो. ऊबदार हवा वेगाने वर उचलली गेल्यामुळे, फळीच्या प्रदेशात क्युम्यूलस प्रकारचे ढग तयार होतात.

काही वेळा फळीचे प्रदेश पुढे किंवा मागे सरकत नाहीत. ते स्थिर रहातात. त्या वेळी ऊबदार फळीतील हवेसारखी हवा तयार होते. अशा फळ्या अनेक दिवस एकाच जागी स्थिर राहू शकतात.

वायुराशीच्या सीमावर्ती प्रदेशात आवर्ताचा उगम होतो. आवर्ताचे दोन प्रकार आढळतात –

(१) मध्यकटिबंधातील आवर्ते, (२) आयनिक प्रदेशातील म्हणजे उष्ण कटिबंधातील आवर्ते.

१) मध्यकटिबंधातील आवर्ते

स्थान : मध्यकटिबंधीय आवर्ते ३५° ते ६५° उत्तर दक्षिण अंक्षांशाच्या पट्ट्यात नेहमी आढळून येतात. उत्तर अटलांटिक महासागरात ग्रीनलँडकडून येणारी थंड व कोरडी वायुराशी आखाती प्रवाहावरील ऊबदार व बाष्पयुक्त वायुराशीत मिळाल्याने आवर्ते निर्माण होतात. ती पश्चिम युरोपातील देशांना पाऊस देतात. उत्तर प्रशांत महासागरात ॲल्युशिअना बेटांच्या सभोवताली आवर्ते तयार होतात व रॉकी पर्वत

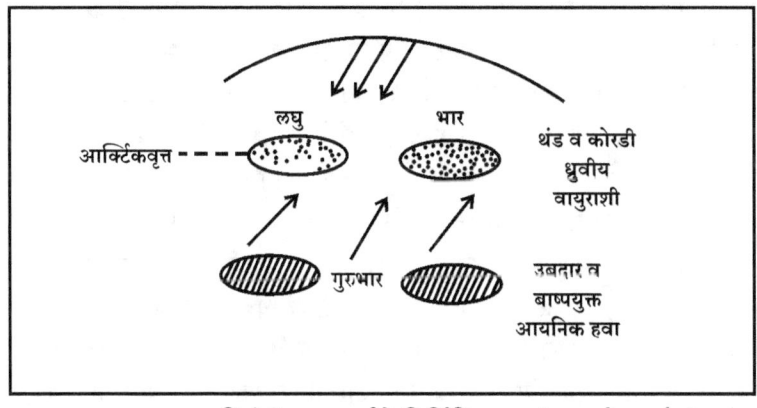

आ. ७.३ मध्यकटिबंधीय आवर्तांचे निर्मितिस्थान (उत्तर गोलार्धात)

ओलांडून कॅनडाच्या दक्षिण भागात व संयुक्त संस्थानाच्या उत्तर भागात प्रवेश करतात. भूमध्य समुद्रावरील बाष्पयुक्त हवा दक्षिण युरोपातून येणाऱ्या थंड हवेत मिसळल्याने आवर्ते तयार होतात व तुर्कस्तान, इराक, इराण, पाकिस्तान मार्गे गंगेच्या खोऱ्यातील पाटण्यापर्यंत येतात. यामुळे हिवाळ्यात वरील प्रदेशात थोडाफार पाऊस पडतो. चिनी समुद्रावरील आवर्तामुळे मध्य व उत्तर चीन आणि जपानी द्वीपसमूह यांना पाऊस मिळतो. दक्षिण गोलार्धात जलभाग जास्त असल्याने वर्षभर आवर्ते तयार होऊन जोराने वाहात असतात. या आवर्ताचा हॉर्न भूशीर (दक्षिण अमेरिका), केप भूशीर (आफ्रिका), दक्षिण ऑस्ट्रेलियाच्या किनाऱ्यावरील हवेवर परिणाम होतो.

विस्तार : मध्य कटिबंधीय आवर्ताचा विस्तार १५००० चौ.कि.मी. पासून असू शकतो. लहान आवर्ते २००० चौ.कि.मी. पर्यंत असतात.

काल : आवर्ते जरी वर्षभर तयार होत असली तरी हिवाळ्यात त्यांचा जोर जास्त असतो; कारण हिवाळ्यात ध्रुवीय वायुराशी अती थंड व कोरडी असते; (बाष्पीभवन अगदी कमी असल्याने) उन्हाळ्यात ध्रुवीय वायुराशी हिवाळ्याच्या मानाने थोडी ऊबदार असते.

निर्मिती : नॉर्वे देशातील एका शास्त्रज्ञाने (Bjerknes बर्कनेस) आवर्ताच्या उत्पत्तीबद्दल एक सिद्धान्त मांडला आहे. त्याला ध्रुवीय आघाडी सिद्धान्त असे म्हटले जाते. या सिद्धान्तानुसार ध्रुव प्रदेशातून थंड व कोरडी वायुराशी आर्क्टिक व अंटार्क्टिक लघुभाराकडे वाहतात. या विभिन्न वायुराशींचा संयोग जेथे होतो, त्याला ध्रुवीय आघाडी असे नाव आहे.

ध्रुवीय आघाडीवर थंड व कोरडी वायुराशी पूर्वेकडून पश्चिमेकडे सरकत असते, तर बाष्पयुक्त वायुराशी पश्चिमेकडून पूर्वेकडे सरकत असते. आघाडीवर उबदार व बाष्पयुक्त हवा केवळ हलकेपणामुळे थंड हवेवर आरोहण करण्यास सुरुवात करते. त्यामुळे थंड हवेच्या भागावर गरम हवेचा भाग वाढतो. थंड हवेच्या क्षेत्रात उबदार व बाष्पयुक्त हवेचा बराच प्रवेश झाल्यानंतर तेथे लघुभार केंद्र तयार होते व त्या केंद्राभोवती थंड व गरम हवेचे संचलन चालू होते. लघुभारातील उबदार व बाष्पयुक्त हवा थंड हवेवर आरोहण करते व हलकेपणामुळे वर जाऊ लागते, तर थंड हवेवर आरोहण करणाऱ्या ऊबदार हवेच्या भागास ऊबदार हवेची फळी असे म्हणतात, तर उबदार हवेला मागून ढकलणारा व तोलून धरणारा जो थंड हवेचा भाग असतो, त्याला थंड हवेची आघाडी असे म्हणतात. उबदार व थंड हवेच्या आघाड्यांमुळे आवर्ताचे विभाजन होते. दक्षिणेकडे गरम हवेचा भाग असतो, त्याला उत्तर, पूर्व, पश्चिम दिशांनी

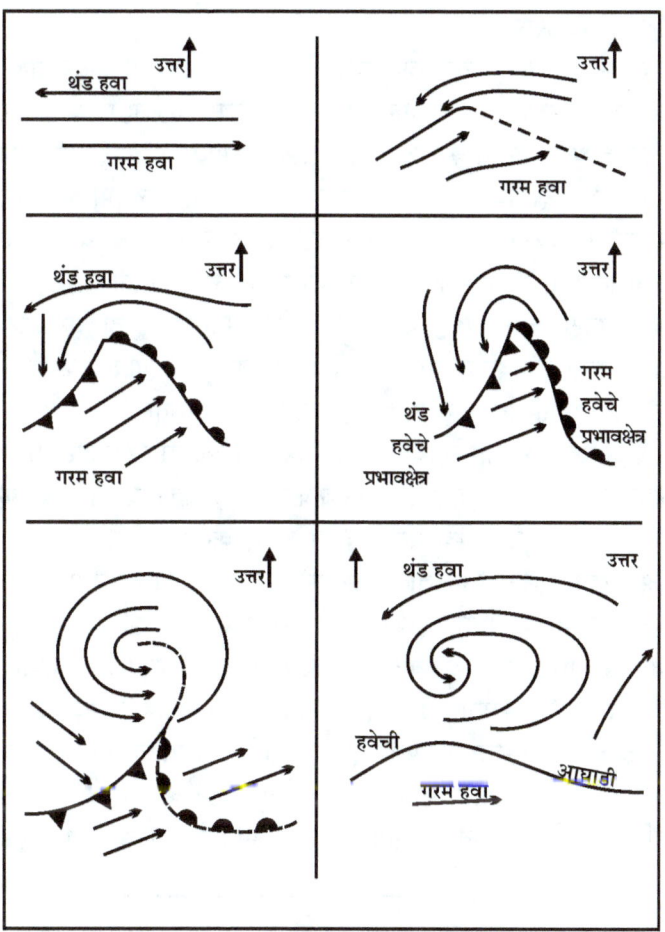

आ. ७.४ आवर्ताची निर्मिती व संशोषण

थंड हवेच्या भागाने वेढून टाकलेले असते. उत्तरेकडून येणारी थंड हवेची आघाडी नंतर दक्षिणेकडील ऊबदार हवेच्या भागात शिरून तिचा पृष्ठभागाशी असलेला संपर्क तुटल्यानंतर तिचा विस्तार हळूहळू कमी होत जातो व त्यामुळे उबदार हवेचा भाग संपूर्णपणे नाहीसा होतो. याला संशोषण (Occulusion) असे म्हणतात. संशोषणाची क्रिया पूर्ण झाल्यानंतर आवर्त नाहीसे होते.

आवर्त नाहीसे झाल्यानंतर थंड वायुराशीच्या सीमेजवळ उबदार हवेचा काही भाग शिल्लक राहिलेला असतो. त्यामुळे नंतर एका लहान किंवा दुय्यम आवर्ताची निर्मिती होते; पण हे आवर्त अल्पकाळ टिकते.

आवर्तातील समभार रेषा

मध्य कटिबंधातील आवर्त नकाशावर गोलाकार समभार रेषा काढून दाखविली जाते. आवर्ताच्या मध्यभागी लघुभार असून बाहेरच्या बाजूस गुरूभार असतो. लघुभाराच्या केंद्रस्थानी अत्यंत कमी दाब असतो. याला आवर्ताचा चक्षू असे म्हणतात. याचा विस्तार २० ते ६० कि.मी. पर्यंत असू शकतो. मध्यभागी लघुभार व भोवताली गुरूभार असल्याने मध्यभागाकडे चक्राकार गतीने वारे वाहू लागतात. या वाऱ्यावरही पृथ्वीच्या परिवलनाचा परिणाम होतो. उत्तर गोलार्धातील आवर्तात वाऱ्यांची दिशा घड्याळाच्या काट्याच्या विरुद्ध असते व दक्षिण गोलार्धात ती घड्याळाच्या काट्याप्रमाणे असते. आवर्तात चोहोबाजूंनी केंद्राभोवती वारे भोवऱ्याप्रमाणे फिरत असतात व स्वत:भोवती फिरणारा हा भोवरा पुढे सरकत असतो.

काही आवर्तात समभार रेषांचा आकार 'व्ही' या अक्षरासारखा असतो. त्याला 'व्ही आकाराचे आवर्त' असे म्हणतात. मध्य कटिबंधातील आवर्तात वारे केंद्राकडे हळूहळू वाहात असतात व त्यामुळे ते विध्वंसक स्वरूप धारण करीत नाहीत. केंद्रस्थानी हवा एकवटली असल्याने व सारखी वर जात असल्याने तिचे सांद्रीभवन होऊन पाऊस पडतो.

आवर्ते पश्चिमी वाऱ्याच्या टापूत निर्माण होत असल्याने पश्चिमेकडून पूर्वेकडे संचार करतात व त्यांचा वेग उन्हाळ्यात ३० कि.मी. पर्यंत दर तासाला तर हिवाळ्यात तो ५० कि.मी. पर्यंत असतो. आवर्तातील वारे एकमेकांकडे म्हणजे अभिमुखी असल्याने केंद्राच्या पूर्व बाजूस वारे पूर्वेकडून व दक्षिणेकडून येतात, तर पश्चिम बाजूस उत्तरेकडून व पश्चिमेकडून येतात. मध्य कटिबंधात पूर्वेकडून वाहणारा वारा आवर्तांचे आगमन सूचित करतो, पश्चिमेकडून वाहणारा वारा आवर्तांचा शेवट दर्शवितो.

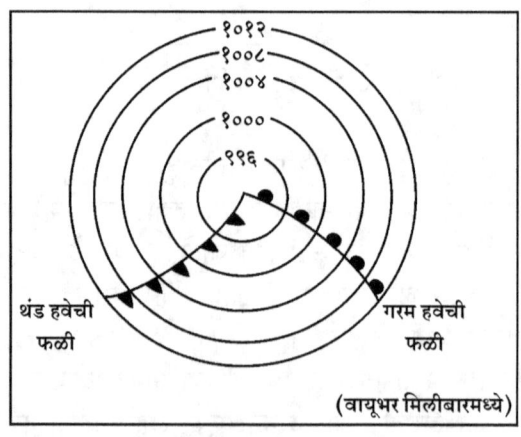

आ. ७.५ मध्यकटिबंधीय आवर्त समभाररेषा

आवर्तातील हवेची स्थिती

आवर्ताच्या चक्षूभोवती वारे मंद असतात व वायुभार अगदी कमी, प्रसंगी ९९६ मि. बा. पर्यंत असतो. आकाशातील सिरोस्ट्रॅट्स मेघ सूर्य-चंद्राभोवती खळे निर्माण करतात. यानंतर दक्षिणेकडून ऊबदार वारे वाहण्यास सुरुवात होते व आवर्ताचा पुढील भाग पुढे सरकतो आणि पावसाला सुरुवात होते. त्यानंतर आकाशात निंबोस्ट्रॅट्स (म्हणजे दाट, आकारविरहित व कमी उंचीवरील ढग) मेघ तयार होतात. त्यामुळे हवेत दमटपणा वाढून जोरात पाऊस पडतो. काही वेळाने आवर्तातील ऊबदार हवेचा भाग परत येतो व हवा स्वच्छ होते. स्वच्छ हवा आवर्ताच्या चक्षूचे आगमन दाखविते. चक्षू पुढे सरकल्यानंतर थंड हवेचा भाग येतो व क्युम्यूलोनिंबस मेघ (दाट मनोऱ्याप्रमाणे असणारे) तयार होऊन परत पाऊस पडतो. ऊर्ध्वगामी रचना असलेल्या या मेघामुळे आकाशात विजा चमकून ढगांचा गडगडाट होतो. थंड हवेनंतर स्वच्छ हवा निर्माण झाल्यास आवर्ताचे संशोषण झाले असे समजले जाते. आवर्तामुळे ढगाळ हवा येत असल्याने रात्री उष्णता विसर्जनाच्या कार्यात अडथळा येऊन तापमान फार कमी होत नाही व दिवसा ढग असल्यास सूर्यप्रकाश कमी मिळाल्याने उन्हाळ्यात तापमान फार वाढू शकत नाही. आवर्तामुळे नेहमी बदलती हवा येत असते. बदलती हवा माणसाच्या अंगातील कार्यक्षमता वाढविण्यास कारणीभूत ठरते.

२) उष्ण कटिबंधातील आवर्ते (Tropical Cyclones)

मध्य कटिबंधातील आवर्तांपेक्षा आयनिक प्रदेशातील किंवा उष्ण कटिबंधातील आवर्ते वेगळी असतात. ती सूर्यानुगामी असतात; म्हणजे सूर्याच्या उष्णतेचे त्यांच्यावर नियंत्रण असते. त्यांचा विस्तार कमी असतो; पण स्वरूप मात्र विनाशकारी असते.

स्थान : आयनिक प्रदेशातील आवर्ते ६° ते २०° उत्तर व दक्षिण अक्षांशाच्या पट्ट्यात आढळून येतात. त्यांचा व्यास ८० ते ४०० कि.मी. पर्यंत असतो.

निर्मिती : उष्ण कटिबंधातील आवर्तांबाबत निश्चित असा सिद्धान्त मांडता येत नाही. काही हवामान शास्त्रज्ञांच्या मते जमिनीवरील व पाण्यावरील वायुराशी भिन्न असतात. त्यांचा संपर्क जेथे साधला जातो तेथे वायुराशींची आघाडी तयार होते व आवर्ते किंवा चक्रीवादळे तयार होतात.

औष्णिक कारणांमुळे उष्ण कटिबंधातील आवर्तांची निर्मिती होत असावी असे काही हवामानशास्त्रज्ञांचे म्हणणे आहे. समुद्राच्या विस्तीर्ण भागात अगर तटवर्ती भागात तापमान जेथे २९° सेल्सिअस असते, त्या ठिकाणी मोठ्या प्रमाणात हवा ऊर्ध्वगामी होते. नंतर या अभिसरण प्रवाहांना पृथ्वीच्या परिवलनामुळे चक्राकार गती प्राप्त होते व आवर्ते तयार होतात. अत्याधिक तापमान असताना हवा ऊर्ध्वगामी

असते; म्हणजे वारे क्षितिज समांतर किंवा आडवे वाहात नाहीत. थोडक्यात हवा शांत असते व त्यामुळे आजूबाजूचे कमी-जास्त तापमानाचे प्रवाह हवेत मिसळू शकत नाहीत. जास्त तापमानाची बाष्पीभवन करण्याची क्षमता जास्त असते. असा प्रकार समुद्रावर घडल्यास वर जाणाऱ्या हवेत बाष्पाचे प्रमाण बरेच असते. अशी परिस्थिती प्रामुख्याने विषुववृत्तावरील शांत पट्ट्यात आढळून येते. हा शांत पट्टा म्हणजे औष्णिक विषुववृत्त जूनमध्ये विषुववृत्ताच्या उत्तरेस असते व डिसेंबरमध्ये विषुववृत्ताच्या दक्षिणेस असते, हे आपण मागे पाहिलेच आहे. त्यामुळे प्रामुख्याने जमिनीपेक्षा विषुववृत्ताजवळच्या सागरी प्रदेशात आवर्ते निर्माण होतात. ऑगस्ट, सप्टेंबर, मार्च व एप्रिल या महिन्यांत म्हणजे विषुवदिनांच्या वेळी ती मोठ्या संख्येने निर्माण होतात. ऑक्टोबर, नोव्हेंबर महिन्यात बंगालच्या उपसागरावरील हवेचे तापमान ३०^{0} से. पेक्षा जास्त असते. तेथील हवेत उत्तर व ईशान्य भारतातून त्यापेक्षा थंड हवा येऊन मिसळत असल्याने आवर्ते तयार होतात व त्यांची प्रवृत्ती पश्चिमेकडे जाण्याची असल्याने आंध्र व ओरिसा किनाऱ्याला वादळे होतात (१९७७ व ऑक्टोबर १९९९).

चिनी समुद्रातील आवर्तांना टायफून असे नाव असून त्यांचा उपसर्ग फिलिपाईन्स, आग्नेय चीन व दक्षिण जपान यांना पोहोचतो. (आ. ७.६) अरबी समुद्र व बंगालच्या उपसागरातही चक्रीवादळे थैमान घालतात. १९७० मध्ये बांगलादेशातील वादळात लक्षावधी लोक प्राणांस मुकले. कॅरेबियन समुद्रातील वादळांना 'हरीकेन्स' असे नाव आहे. ती वेस्ट इंडिज बेटांकडे व संयुक्त संस्थानांच्या आग्नेय भागाकडे व काही मेक्सिकोकडे जातात. मालागासी बेट व ऑस्ट्रेलियाच्या ईशान्य आणि वायव्य किनाऱ्यावरही चक्रीवादळे होतात. सुमात्राच्या किनाऱ्यावरील वादळांना 'सुमात्रा' असे

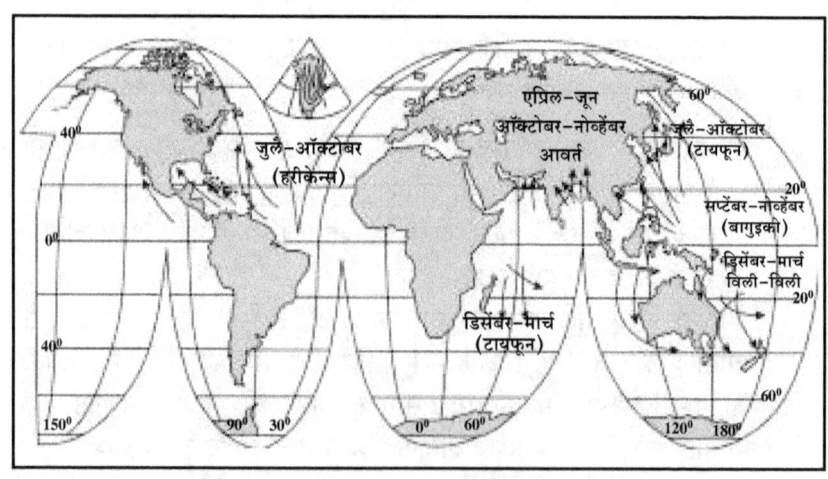

आ. ७.६ उष्ण कटिबंधीय आवर्तांची विविध नावे व कालखंड

नाव आहे. आयनिक प्रदेशातील सागर विभागात चक्रीवादळांची निर्मिती झाल्यानंतर ती आपल्या मूलस्थानांपासून आग्नेय व ईशान्य व्यापारी वाऱ्यांबरोबर पुढे सरकतात. हरीकेन या उभ्या दिशेने झपाट्याने विकास पावतो. १५ कि.मी. उंचीपर्यंत त्यांचा विकास होऊ शकतो. (आ. ७.७)

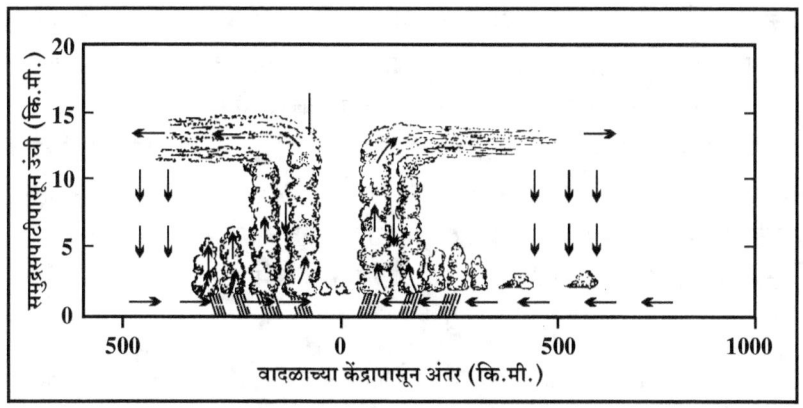

आ. ७.७ हरिकेन वादळाचा विकास

समभार रेषा

उष्ण कटिबंधातील आवर्ताच्या समभार रेषा हवेच्या स्थितिदर्शक नकाशावर समकेंद्र वर्तुळाने दाखविल्या जातात. त्यांच्यातील अंतर फारच कमी असते. त्यांच्या केंद्रस्थानी ९६५ मि. बा. इतका वायुभार असतो. वायुभाराचा कल अतितीव्र असून वायुभारात काही तासांच्या अवधीत ४० मि.बा. इतका फरक पडतो. आवर्ताचा चक्षू किंवा केंद्रबिंदू सुमारे २० कि.मी. परिघाचा असून त्याभोवती घड्याळाच्या काट्याच्या विरुद्ध दिशेने (उत्तर गोलार्ध) वारे जोराने घोंगावत येतात. वाऱ्याचा वेग दर तासाला १२० ते २८० कि.मी. पर्यंत असू शकतो. दक्षिण गोलार्धात वाऱ्याची दिशा घड्याळाच्या काट्याप्रमाणे म्हणजे सव्य असते. आवर्तांमुळे विजा चमकून मेघगर्जनेसह मुसळधार पाऊस पडतो. आवर्ताच्या चक्षूकडे वायुभाराचा कल तीव्र असल्याने वारे प्रचंड वेगाने येतात. समुद्रावर कोणताही अडथळा नसल्याने आवर्ते अतिवेगाने सरकतात व त्यांचा वेग १२०० कि.मी. पर्यंत दर तासाला आढळून येतो.

सर्वसाधारणपणे आवर्तांच्या प्रवासाची दिशा पूर्वेकडून पश्चिमेकडे असते, तर १५° ते ३०° उत्तर व दक्षिण आवर्तांची दिशा ध्रुवांच्या बाजूस झुकलेली आढळून येते.

हवेची स्थिती

उष्ण कटिबंधातील आवर्त येण्यापूर्वी अल्पकाळ तापमान एकदम कमी होते. हवा एकाएकी शांत होते व आकाश काळसर ढगांनी झाकले जाते, नंतर मंद वारे वाहू लागतात व त्यांची जागा काही वेळाने अतिवेगवान वाऱ्यांनी घेतली जाते. आवर्ताचा अग्रभाग आल्यावर वादळी पाऊस पडतो. आवर्ताचा अग्रभाग निघून गेल्यावर आवर्ताचा डोळा (चक्षू) येतो व हवा स्वच्छ होते. परंतु ही स्थिती अल्पकाळच टिकते कारण त्यानंतर आवर्ताचा पार्श्वभाग येतो व परत पावसाला सुरुवात होते. बऱ्याच आवर्तांत गारांचा वर्षाव होतो. आवर्त निघून गेल्यावर हवा स्वच्छ होते.

रामनाथन् या भारतीय हवामानशास्त्रज्ञांच्या मते एप्रिल ते ऑक्टोबर या काळात भारताभोवती असलेल्या जलभागात आवर्ते निर्माण होतात. उत्तरेकडील जमिनीवरून येणारी कोरडी वायुराशी व दक्षिण हिंदी महासागरावरील ऊबदार वायुराशी एकमेकांत विलीन होण्याचा प्रयत्न करीत असल्याने चक्रीवादळे निर्माण होतात.

२) प्रत्यावर्त

गुरुभाराच्या किंवा जास्त दाबाच्या प्रदेशाला प्रत्यावर्त असे नाव आहे. प्रत्यावर्तात मध्यभागी सुमारे १०३५ मि.बा. इतका वायुभार असतो व बाहेरच्या बाजूस तो कमी कमी होत जातो. प्रत्यावर्त प्रामुख्याने मध्य कटिबंधात ३५° ते ६५° अक्षांशाच्या पट्ट्यात दोन्ही गोलार्धात निर्माण होतात.

प्रत्यावर्ताचे तीन प्रमुख प्रकार आहेत– (१) ध्रुव प्रदेशातील शीत प्रत्यावर्त, (२) उपआयनिक प्रदेशांमधील गुरूभारातील प्रत्यावर्त, (३) दोन लघुभारांच्या दरम्यान असलेला गुरूभारांचा प्रदेश काही प्रसंगी प्रत्यावर्तांचे मूलस्थान ठरतो.

(१) शीत प्रत्यावर्त : जेथे तापमान बऱ्याच कालापर्यंत शून्याखाली असते, तेथे गुरूभाराचा प्रदेश तयार होतो व प्रत्यावर्ताची निर्मिती होते. सैबेरियात, कॅनडात व ध्रुव प्रदेशात प्रामुख्याने हिवाळ्यात अशी परिस्थिती आढळून येते.

(२) उपआयनिक प्रदेशातील प्रत्यावर्ते : पश्चिम युरोपात हिवाळ्यात प्रत्यावर्ते तयार होतात. त्यांचा विस्तार सुमारे ३००० कि.मी. पर्यंत असतो.

(३) दोन आवर्तांमधील प्रत्यावर्त : साधारणपणे दोन आवर्तांच्या मध्ये एक गुरूभाराचा उंचवटा असतो, त्याला (Wedge) किंवा पाचर असे म्हणतात.

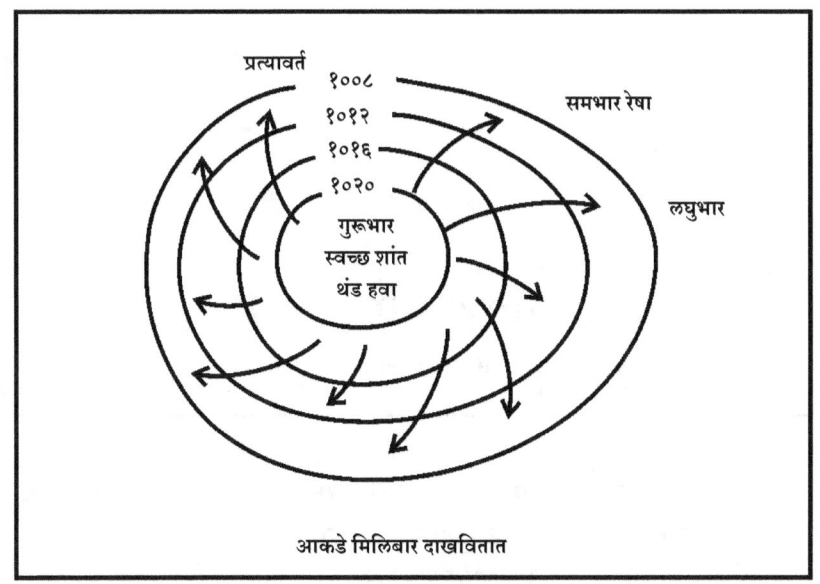

आ. ७.८ प्रत्यावर्त

प्रत्यावर्तातील समभार रेषा

प्रत्यावर्तातील समभार रेषा गोलाकार असतात व त्या एकमेकींपासून थोड्या थोड्या अंतरावर असतात. त्यामुळे केंद्रस्थानापासून सभोवताली वायुभाराचा कल मंद असतो; म्हणून प्रत्यावर्तातील वारे मंद गतीने वाहतात. प्रत्यावर्तातील वाऱ्याची दिशा उत्तर गोलार्धात घड्याळाच्या काट्याप्रमाणे म्हणजे सव्य, दक्षिण गोलार्धात घड्याळाच्या काट्याच्या विरुद्ध दिशेने म्हणजे अपसव्य असते. सैबेरिया व रशियन तुर्कस्तानच्या प्रदेशातून प्रत्यावर्ते आयनिक प्रदेशाकडे येतात. प्रत्यावर्तामुळे थंडीच्या लाटा येतात. सर्वसाधारणत: प्रत्यावर्ते पूर्वेकडे सरकतात परंतु बरीच प्रत्यावर्ते अनिश्चितपणे हालचाली करतात.

हवेची स्थिती

युरोपातील प्रत्यावर्ते वगळता इतर प्रत्यावर्तांतील हवा स्वच्छ असते. केंद्रस्थानी हवा स्वच्छ असून इतर प्रत्यावर्तांच्या पश्चिम भागात सिरस व सिरोस्ट्रॅटस म्हणजे पिसाऱ्यासारखे तुरळक मेघ असतात. हिवाळ्यातील प्रत्यावर्तांपासून हिमरेषेवर व मध्य अक्षांशात हिमवर्षाव होण्याची शक्यता असते. काही ठिकाणी दव व धुके निर्माण होते. उन्हाळ्यातील प्रत्यावर्तांपासून थोडा पाऊस पडतो.

प्रकरण ८

सागरविज्ञानाची ओळख

(Introduction to Oceanography)

पृथ्वीवरील महासागर व सागर, त्यातील सागरजल, त्याची खोली, त्याचे तापमान, क्षारता, घनता यासारखे गुणधर्म, सागरजलाच्या, सागरी प्रवाह, लाटा, भरती ओहोटी अशा हालचाली, सागरतळरचना व समुद्रातील जीव आणि वनस्पती या सगळ्यांचा अभ्यास ज्यात केला जातो ती विज्ञान शाखा म्हणजे 'सागरविज्ञान' अशी सागरशास्त्राची व्याख्या केली जाते.

'सागरतळाची रचना, सागरजलाचे रसायनशास्त्र व सागरीजलाच्या हालचालींचा अभ्यास करणारे शास्त्र' अशीही या शास्त्राची व्याख्या केली जाते.

सागरविज्ञानाच्या, प्राकृतिक सागरविज्ञान (Physical Oceanography) आणि सागरी जीवशास्त्र (Marine Biology) अशा दोन पारंपरिक प्रमुख उपशाखा केल्या जातात.

आज सागरशास्त्र पुढील उपशाखांतर्गत अभ्यासले जाते.

(१) प्राकृतिक सागरविज्ञान (Physical Oceanography) : यात मुख्यतः सागरतळाची रचना आणि सागरजलाच्या समुद्रप्रवाह, लाटा, भरती-ओहोटी या हालचाली, तापमान, क्षारता, घनता ही वैशिष्ट्ये आणि सागरतळावरील निक्षेप यांचा अभ्यास केला जातो.

(२) रासायनिक सागरविज्ञान (Chemical Oceanography) : यात, सागरजलाच्या रासायनिक वैशिष्ट्यांचा विचार केलेला असतो. सागरजलातील क्षार, त्यांचा सेंद्रिय, भूजन्य आणि इतर प्रक्रियांशी संबंध, सागरजलाचे प्रदूषण, जमिनीवरून येणारी औद्योगिक प्रदूषके, रसायने या सर्वांचा अभ्यास हे या शाखेचे मुख्य उद्दिष्ट असते.

(३) सागरी जीवशास्त्र (Marine Biology) : सागरजलातील प्राणी व वनस्पतीजन्य शैवाल (Plankton), विविध सागरी जलचर, अस्गी, या सगळ्यांचा अभ्यास ज्यात केला जातो ती सागरविज्ञानची शाखा आहे.

समुद्र हे अनेक प्रकारचे खाद्य-अन्न मिळण्याचे मोठे भांडार आहे. जगातील मोठी लोकसंख्या समुद्रकिनारी रहाते. त्यांच्यादृष्टीने तर समुद्राचे फारच मोठे महत्त्व आहे.

(४) भूशास्त्रीय सागरविज्ञान (Geological Oceanography) : या शाखेत समुद्र तळाच्या संरचनेच्या (Structure) प्रामुख्याने अभ्यास केला जातो. यात सागरांची निर्मिती, तळरचना, सागरतळावरील निक्षेप, प्रवाळ, सागरी बेटे व त्यांची निर्मिती, रचना, सागरतळावरील उष्णतेचे प्रवाह व संक्रमण, सागरतळावरील भूकंप, सागरतळावरील खडकात असलेले चुंबकत्व याबरोबरच भूखंड व समुद्रांचे वितरण त्यात झालेले बदल व त्यासंबंधीचे सागरतळ विस्तार, भूपट्टविवर्तनी असे सिद्धान्त यांचा सविस्तर अभ्यास केला जातो.

(५) सागरी हवामानशास्त्र (Marine Meteorology) : हवामानशास्त्र व सागरशास्त्र ही दोन्ही शास्त्रे एकमेकांशी एवढी निगडित आहेत की त्यांची एक संयुक्त उपशाखा तयार होणे आवश्यक होते. या शाखेस सागरी हवामानशास्त्र असे म्हटले जाते.

समुद्रपृष्ठावरील लाटा, त्यावर तयार होणारे आवर्त-प्रत्यावर्ताचे प्रदेश, वादळे, सागरी प्रवाह, हवामानाच्या अनेक घटकांचा समुद्रपृष्ठावरील पाण्यावर फार मोठा परिणाम होत असतो. सोरऊर्जेचा समुद्रावर होणारा परिणाम, बाष्पीभवन क्रिया, या सर्व गोष्टींचा अभ्यास यात केला जातो.

सागरविज्ञानाचे आधुनिक काळातील महत्त्व

सागरशास्त्रातील अभ्यास व संशोधनाची सुरुवात अनेक दशकांपूर्वीच झाली असली तरी १९व्या शतकापासून या विज्ञानशाखेतील संशोधन खूप वाढले आणि पर्यायाने या शाखेचे महत्त्व अनेक क्षेत्रांत मोठ्या प्रमाणावर वाढीस लागले.

समुद्र तळावर लक्षावधी वर्षांच्या कालखंडात भरपूर गाळ साठला आहे. या गाळाच्या अभ्यासातून समुद्रांचा उगम, पृथ्वीची निर्मिती, त्यावरील जीवनाची सुरुवात, खनिजांचे साठे, त्यांचे प्रमाण याबद्दल भरपूर माहिती साठा उपलब्ध होत असल्यामुळे आधुनिक सागरविज्ञानात सागरतळावरील अवसाद (Sediments) यांचा सविस्तर अभ्यास चालू आहे. पृथ्वीवर ७१ टक्के पाणी असले तरी अजूनही या ७१% पाण्याखाली असलेला सागरतळ, तिथले सजीव, उर्जा याबद्दल आपल्याला फारच कमी माहिती आहे. ती तयार करणे हे आधुनिक सागरविज्ञानाचे महत्त्वाचे उद्दिष्ट आहे.

सागरी प्रवाह, लाटा, भरती आहोटी अशा अनेक प्रक्रियांचा नेमका उलगडा करणे, त्सुनामी सारख्या आपत्तींची कारणमीमांसा करणे, सागरतळावरील नैसर्गिक वायू आणि विविध प्रकारच्या आर्थिक महत्त्वाच्या खनिजांचा शोध घेणे, सागरी जैवविविधतेवर सागरी प्रदूषणाचा परिणाम अभ्यासणे अशा अनेकविध मुद्द्यांचा विचार आधुनिक सागर विज्ञानात केला जात आहे.

याचबरोबर, सागरतळ विस्तार, भूपट्टविवर्तनी, भूखंडांच्या हालचाली, सागरी बेटांच्या शृंखलांची निर्मिती अशा संकल्पना पुन्हा एकदा तपासून पहाणे, त्यांच्या पुष्टीसाठी पुरावे एकत्रित करणे, ह्या गोष्टीही सध्याच्या सागरविज्ञानात केल्या जात आहेत.

या सर्व कारणांसाठी व पृथ्वीवरील वातावरण व जीवावरण यांच्याशी जलावरणाचा असलेला संबंध नवीन तंत्र व संशोधन वापरून तपासण्यासाठी आधुनिक काळ सागरविज्ञानाचे महत्त्व खूपच वाढते आहे.

मानव आणि समुद्र

मनुष्याच्या नैसर्गिक पर्यावरणाचा बराच मोठा भाग जलावरणाने व्यापला आहे. गेल्या काही शतकांत मानवाने या जलावरणाचा अनेकांगी उपयोग करून घ्यायला सुरुवात केली आहे.

एक विस्तृत 'जैविक पर्यावरण' (Biological Environment) या दृष्टीने समुद्राचा मानवाला खूपच उपयोग झाला आहे. निरनिराळ्या तऱ्हेचे खाद्यपदार्थ सहजपणे उपलब्ध करून देणारे सागर हे एक मोठे भांडार आहे. समुद्राने व्यापलेले क्षेत्र खूप मोठे असल्यामुळे निरनिराळ्या हवामान परिस्थितीत जगू शकणारे सजीव निरनिराळ्या अक्षवृत्तांवरील सागरजलात आढळतात, एवढेच नव्हे तर, निरनिराळ्या खोलीवरही तापमान, क्षारता, इत्यादी घटक बदलत असल्यामुळे त्या त्या खोलीवर विभिन्न प्रकारचे सजीव निर्माण झालेले आढळतात. यावरून हे भांडार किती मोठे आहे याची कल्पना येईल.

सागरजलाच्या हालचालींमुळे निरनिराळ्या खोलीवर तयार होणारे जीव किंवा वनस्पती, एका प्रदेशाकडून दुसऱ्या प्रदेशाकडे स्थलांतर करतात. थंड पाण्यातील सजीव, उष्ण पाण्यातील सजीव, उथळ भागातील सजीव, खोल भागातील सजीव, अधिक सूर्यप्रकाशात वाढणारे सजीव, किनाऱ्याजवळ व किनाऱ्यापासून खूप दूरपर्यंत वाढणारे सजीव असे भिन्न भिन्न नैसर्गिक परिस्थितीत विविध प्रकारचे सजीव आढळतात.

या सर्वांचा मनुष्याला खाद्य म्हणून उपयोग होतो. यांतील मासे हा जगातील बऱ्याच लोकांचा आवडता खाद्यपदार्थ आहे. मासेमारीच्या व्यवसायाची जगभर गेल्या काही वर्षांत खूपच प्रगती झाली आहे.

सागरतळावर उत्तम प्रगतीची व खूप मोठ्या प्रमाणात मंगल, कोबाल्ट, खनिज तेल इत्यादी खनिजे आहेत.

वाढत्या औद्योगिकीकरणामुळे, जमिनीवरील खनिजांचे साठे दिवसेंदिवस अपुरे पडत असून, मानवाने सागरतळावरील खनिजांचा उपयोग करायला सुरुवात केली आहे. जगाचे भावी काळातील इंधन सागरातून मिळणार आहे.

भूराजनैतिकदृष्ट्या समुद्रांना सध्या अनन्यसाधारण महत्त्व प्राप्त होत आहे. सागरी सीमा, सागरपृष्ठावरील लष्करी तळ, आंतरराष्ट्रीय दर्जाचे कालवे, सागरी दळणवळणाचे मार्ग आणि या मार्गांवर चालणारा निरनिराळ्या देशांतील व्यापार, या सर्व गोष्टींमुळे, प्रत्येक देशाच्या आजूबाजूला असलेले सागरी सीमांचे राजकीय महत्त्व वाढत आहे. अनेक प्रकारचे क्षार समुद्रात विपुल असल्याने रासायनिक उद्योगांना कच्चा माल मोठ्या प्रमाणात उपलब्ध होऊ शकेल.

अशा रीतीने संपूर्ण जगाची आर्थिक सुबत्ता, व्यापार, वाढत्या लोकसंख्येच्या वाढत्या गरजा, अशा अनेक क्षेत्रांत सागरी पर्यावरणाचा अधिकाधिक उपयोग होत आहे. त्यामुळे समुद्राला 'रत्नाकर' हे नाव यथार्थ आहे.

पर्शियाचे आखात, उत्तर समुद्रतळ, बाँबे हाय, रत्नागिरीच्या पश्चिमेस असलेला आंग्र संचय येथे तेल व मासे हे दोन महत्त्वपूर्ण पदार्थ मिळतात.

प्रकरण ९

सागरतळ रचना
(Submarine Relief)

पृथ्वी गोलाचे वर्णन अनेक वेळा 'जलग्रह' (Water Planet) असे केले जाते. भूपृष्ठाच्या एकूण क्षेत्रफळांपैकी प्रमुख महासागरांनी व्यापलेल्या क्षेत्रफळाचा विचार केल्यानंतर हे वर्णन अगदी सार्थ आहे. भूपृष्ठावरील जलभागाची निर्मिती पृथ्वीच्या उत्पत्तीच्या वेळीच झाली असावी, असे एक मत आहे, तर काहींच्या मते भूकवचाच्या निर्मितीनंतर महासागर तयार झाले असावेत.

१) जलावरणाची निर्मिती

निर्मितीच्यावेळी पृथ्वी एक तप्त गोळा होता. त्या वेळी वायुरूप पदार्थांचे आवरण पृथ्वीभोवती होते. जसजसे तपमान कमी होऊ लागले तसतसे या वायुरूप आवरणाचे तापमान कमी कमी झाले असावे. या वायूंच्या सांद्रीभवनातून जे पाणी तयार झाले ते पृष्ठभागावरील खोल भागात साठून त्यापासून समुद्र बनले असावेत. या कल्पनेनुसार आज जितके पाणी सगळ्या समुद्रांतून आढळते, तितकेच पाणी पृथ्वीच्या निर्मितीपासून असावे, फक्त ते वायुरूप अवस्थेत असावे.

निर्मितीच्या वेळी पृथ्वी थंड होती, अशी कल्पना केल्यास असे म्हणता येईल की, पृथ्वीच्या अंतर्गत भागात अनेक खनिजांचे मिश्रण असलेले पाणी होते. पृथ्वीचे तापमान वाढू लागल्यानंतर अंतर्गत भागातील पाणी ज्वालामुखीय लाव्हारसातून व वायूतून पृष्ठभागावर आले असावे. अशा प्रकारे पृष्ठभागावरील समुद्राच्या पाण्यात अंतर्गत भागातील पाण्याची भर पडली असावी.

सागरतळावरील निक्षेपांच्या एकूण संचयनावरून व संचयनाच्या वेगावरून महासागरांच्या निर्मितीचा काळ ठरविला जातो. जीवपूर्व महाकल्पात जलावरणाची निर्मिती झाली असावी.

भूपृष्ठावरील जमीन व पाणी यांचे वितरण : भूपृष्ठावरील जमीन व पाणी यांचे वितरण असमान असून एकूण पृथ्वीपृष्ठापैकी ७१ टक्के भाग पाण्याने व्यापलेला आहे व २९ टक्के भाग जमिनीने व्यापलेला आहे. उत्तर गोलार्धात जमिनीचे प्रमाण जास्त असून दक्षिण गोलार्धात पाण्याचे प्रमाण जास्त आहे. जमीन व पाणी यांचे गुणोत्तर उत्तर गोलार्धात १ : १.५ इतके असून दक्षिण गोलार्धात ते १ : ४ इतके आहे.

भूपृष्ठावरील एकूण पाण्याचा विचार करता ९७ टक्के पाणी सागरी असून उरलेले ३ टक्के पाणी सरोवरे, नद्या, बाष्प व हिमनद्या यांत आढळते.

सागरी पाण्याचा विचार करताना तो प्रामुख्याने महासागरांतील पाणी व सागरांतील पाणी असा केला जातो.

विस्तृतपणा आणि भूखंडाजवळील लांबरुंद सीमा यांच्या साहाय्याने महासागर हे समुद्रापासून वेगळे ओळखले जातात. या दृष्टीने विचार करता, भूपृष्ठावर अटलांटिक, प्रशांत (पॅसिफिक), हिंदी, आर्क्टिक व अंटार्क्टिक असे पाच मुख्य महासागर असल्याचे दिसून येते.

दक्षिण महासागर (अंटार्क्टिक) हा जमिनीने सीमित केलेला नसून, त्यानेच अंटार्क्टिक खंडास वेढले आहे. त्यामुळे दक्षिण महासागर व अटलांटिक, प्रशांत किंवा हिंदी महासागर एकमेकांपासून वेगळे करणारी निश्चित सीमा ठरविता येत नाही. समुद्रप्रवाहावरून व पाण्याच्या बदलणाऱ्या तापमान इत्यादी गुणधर्मावरूनच ही सीमा ठरवावी लागते.

प्रमुख महासागर, आकार व आकारमानाच्या (Shape and Size) दृष्टीने एकमेकांपासून थोडेफार भिन्न आहेत. एकट्या अटलांटिक महासागरामध्येही, उत्तर अटलांटिकचे स्वरूप, दक्षिण अटलांटिकपेक्षा वेगळे असल्याचे आढळते. उत्तर अटलांटिकची किनारपट्टी अनियमित असून ती अनेक लहानमोठ्या अर्धभूवेष्ठित जलाशयांनी बनलेली आहे. दक्षिण अटलांटिकची किनारपट्टी त्या मानाने बरीचशी नियमित आहे. अटलांटिकचे क्षेत्रफळ ८२ कोटी चौ.कि.मी. व खोली ३९२६ मीटर आहे. हिंदी महासागराचा आकार त्रिकोणाकृती असून त्याचे क्षेत्रफळ ७३ कोटी चौ.कि.मी. आहे व याची खोली ३९६३ मीटर आहे. प्रशांत महासागर बराचसा वर्तुळाकृती आहे. त्याचे क्षेत्रफळ अटलांटिक व हिंदी या दोन्ही महासागरांच्या क्षेत्रफळाच्या बेरजेपेक्षा थोडे जास्तच आहे. याची खोली ४२७२ मीटर आहे.

२) सागरतळाची रचना

अगदी अलीकडच्या संशोधनानंतर, सागरतळाची रचना बरीच स्पष्ट झाली असून, जमिनीवर जशी पर्वत, डोंगर, मैदाने, पठारे अशी भूस्वरूपे आहेत. तशाच प्रकारची भूरूपे सागरतळावर असल्याचे लक्षात आले आहे.

जमिनीवरील निरनिराळ्या उंचीवरील प्रदेशाचे क्षेत्रफळ व सागरतळावरील निरनिराळ्या खोलीवर असलेल्या प्रदेशाचे क्षेत्रफळ ज्या आलेखाच्या साहाय्याने दाखविलेले असते त्यास क्षेत्रोन्नती आलेख असे म्हणतात. (आ. ९.१)

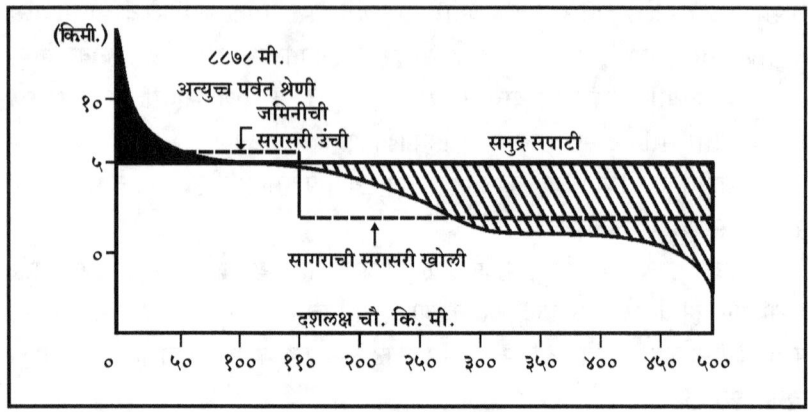

आ. ९.१ क्षेत्रोन्नती आलेख

आ. ९.१ वरून स्पष्ट होणाऱ्या गोष्टी खालील तक्त्यामध्ये आढळतील.

समुद्रसपाटीपासून उंची (मीटर्स)	क्षेत्रफळ टक्के	समुद्रसपाटीपासून खोली (मीटर्स)	क्षेत्रफळ टक्के
० – २००	८	० – २००	५
२०० ते १०००	१३	२०० ते १०००	३
१००० ते २०००	५	१००० ते २०००	२
२००० ते ४०००	२	२००० ते ४०००	१५
४००० पेक्षा अधिक	१	४००० ते ६०००	४१
		६००० पेक्षा जास्त	५
एकूण	२९		७१

या आलेखावरून असे आढळते की, जमिनीची सरासरी उंची ८४० मीटर्स असून त्या मानाने समुद्राची खोली बरीच जास्त म्हणजे ३८०० मीटर्स आहे.

क्षेत्रोन्नती आलेखावरून सागरतळाच्या खोलीचे सर्वसाधारण स्वरूप समजते. सर्वच महासागराच्या तळाची रचना अशी नसून ती निरनिराळ्या महासागरात निरनिराळी असल्याचे आढळून आले आहे.

सागरतळावरील उंच-सखल प्रदेशाचे आकृतीमध्ये दाखविल्याप्रमाणे विभाग केले जातात.

समुद्रबुड जमीन (Continental Shelf) : यास भूखंड मंच असेही म्हटले जाते. सागरतळाचा हा विभाग जमिनीला लागूनच व उथळ असल्यामुळे ह्या विभागाविषयी सर्वांत अधिक माहिती उपलब्ध आहे. समुद्रबुड जमिनीचा क्षितिज समांतर रेषेशी २° चा कोन होतो.

हा विभाग म्हणजे भूखंडाचाच विस्तार असून, तो बराचसा सपाट आहे. (आ. ९.२) भूखंड व खोल समुद्र यांच्या सीमारेषेवर याचे स्थान असते. याची खोली सगळीकडे सारखी नसून ती ३५ मीटर्सपर्यंत कम-जास्त अशी आढळते. समुद्रबुड जमिनीवरील पाण्याचा उथळपणा अनेक गोष्टींवर अवलंबून असतो. हिमनद्यांच्या कार्याने बदलल्या गेलेल्या किनारपट्टीजवळ ह्या प्रदेशाची खोली जास्त व नदीमुखाशी जर गाळाचे अत्याधिक संचयन झाले असेल किंवा नदीमुखाशी जर प्रवाळ खडक तयार झाले असतील तर येथे याची खोली कमी आढळते. जगभर आढळणाऱ्या समुद्रबुड जमिनीची सरासरी खोली १२८ मीटर्स आहे.

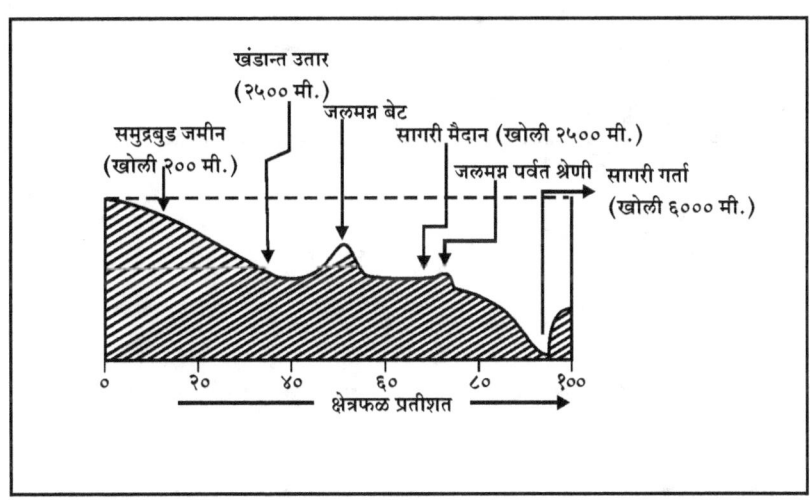

आ. ९.२ सागरतळाची सर्वसामान्य रचना

समुद्रबुड जमिनीचा सागरतळाच्या दिशेने असलेला उतार दर किलोमीटरला २ मीटर्स इतका असतो. जमिनीच्या दिशेने हा उतार कमी असतो, कारण जमिनीकडच्या बाजूवर गाळाचे बरेच संचयन झालेले असते. भूखंड मंच या विभागाचा विस्तारही सगळीकडे सारखा नसतो. काही ठिकाणी याचा विस्तार जवळजवळ नसतोच, तर काही ठिकाणी तो १३० कि.मी. इतका आढळतो. पर्वतमय किंवा डोंगराळ किनारपट्टीच्या प्रदेशापाशी याचा विस्तार कमी व प्रचंड नद्यांच्या मुखाशी विस्तार जास्त असल्याचे

आढळून आले आहे. काही ठिकाणी या सपाट प्रदेशावर कमी उंचीच्या टेकड्या किंवा नद्यांच्या दऱ्याही आढळतात. सैबेरियाच्या ईशान्य किनाऱ्याजवळ समुद्रबुडाचा विस्तार ४०० कि.मी. आहे.

ग्रीनलँडमध्ये किनाऱ्याला समांतर अशा खोल दऱ्या समुद्रबुड जमिनीवर आढळून आल्या आहेत. समुद्रपातळी उंचावल्याने दऱ्या पाण्याखाली गेल्या असाव्यात. भारताच्या भूखंड मंचाचा विस्तार पूर्व किनाऱ्याजवळ ५० कि.मी. व पश्चिमेस १०० कि.मी. आहे.

खंडान्त उतार (Continental Slope) : समुद्रबुड जमिनीच्या पुढच्या सागरतळाचा भाग एकदम कलता होत जातो, यास खंडान्त उतार असे म्हणतात. या विभागाचा सर्वसाधारण उतार ४° १७' इतका आहे. सामान्यत: ३६०० मीटर्स खोलीपर्यंत हा उतार पसरलेला आहे. या उताऱ्यावरही अनेक दऱ्या आढळतात. (आ. ९.३)

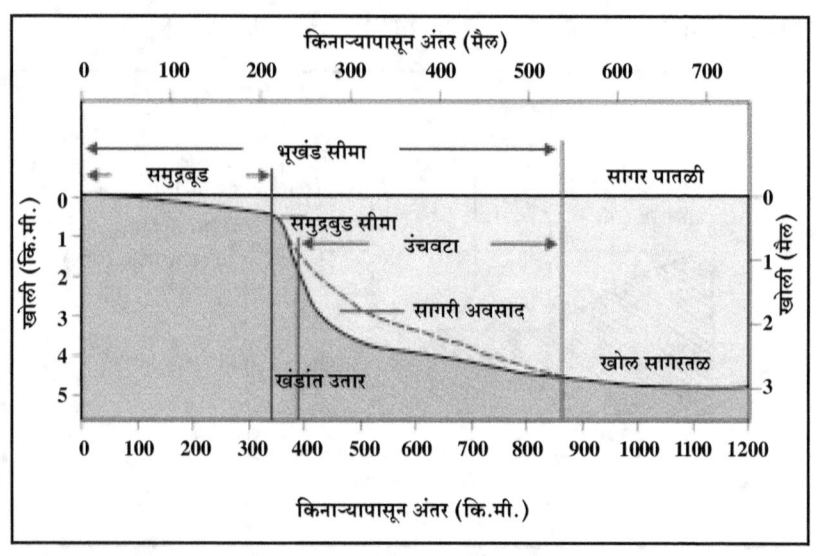

आ. ९.३ खंडान्त उतार

पर्वतमय किनारपट्टी लाभलेल्या प्रदेशाच्या सागरतळावरील खंडान्त उतार हा मैदानी किनारपट्टीच्या प्रदेशाजवळील खंडान्त उतारापेक्षा जास्त कलता असतो. पहिल्या ठिकाणी तो ३° ३०' तर दुसऱ्या ठिकाणी २° २' इतका असतो. खंडान्त उताराचे स्वरूप आणि किनाऱ्यापासूनचे त्याचे अंतर या गोष्टी जमिनीवरील उंचसखलपणावर अवलंबून असल्याचे सिद्ध झाले आहे. यावर अनेक दऱ्या आढळतात. (आ. ९.४)

खंडान्त उतारावर सामुद्रिक निक्षेपाचे प्रमाण, त्याच्या उतारामुळे, फारच कमी असते.

सागरी मैदान : खंडान्त उतारानंतर हा विभाग आढळतो. विस्तृतपणा आणि सपाटी ही याची वैशिष्ट्ये आहेत. सागरतळाचे ३००० ते ६००० मीटर खोलीवरचे फार मोठे क्षेत्र या विभागाने व्यापले आहे. अशा तऱ्हेची विस्तृत मैदाने जमिनीवर आढळत नाहीत.

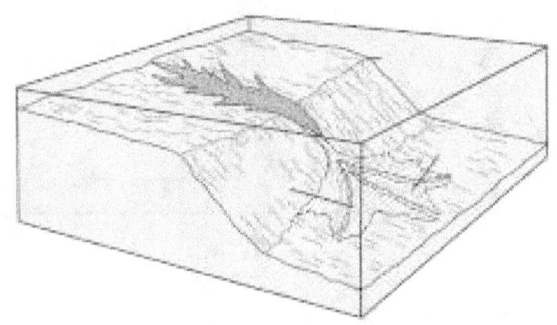

आ. ९.४ खंडान्त उतारावर तयार होणाऱ्या दऱ्या

या मैदानावर उंच - सखल भाग असला तरी, उंच भागाची उंची लक्षात घेण्याइतकी जास्त नाही. खंडान्त उतारावर तयार झालेल्या दऱ्यांतून गाळ या प्रदेशावर आणून टाकला गेल्यामुळे या प्रदेशास इतकी सपाटी आली असावी.

प्राणिजन्य व वनस्पतिजन्य गाळासारख्या सामुद्रिक निक्षेपांचे प्रमाण येथे अत्याधिक आढळते.

सागरी गर्ता (Ocean Deeps) : सागरतळाच्या रचनेचा हा शेवटचा विभाग असून सामुद्रिक मैदाने ज्या खोलीवर आढळतात, त्याहीपेक्षा अधिक खोलीवर या गर्ता आढळतात. सागरपृष्ठाचा फक्त ७% भागच त्यांनी व्यापला आहेत.

या गर्तांची संख्या पॅसिफिक महासागरात जास्त आहे. आत्तापर्यंत एकूण ५७ गर्तांचे अस्तित्व समजले असून त्यातील ३२ गर्ता एकट्या पॅसिफिकमध्ये, १९ अटलांटिकमध्ये व ६ हिंदी महासागरात आहेत. (आ. ९.५)

जवळजवळ सगळ्याच गर्ता ६१०० मीटरपेक्षा जास्त खोलीच्या असून जगातील सगळ्यात खोल सागरी गर्ता पश्चिम पॅसिफिक महासागरात आहेत. फिलीपाईन्स बेटांच्या प्रदेशात असलेल्या या गर्तेस मरियाना गर्ता असे संबोधले जाते. तिची खोली ११ कि.मी. (६०३३ फॅदम्स) इतकी आहे. सागरी गर्तांची लांबी काही हजार कि.मी. व रुंदी २०४ कि.मी.च्या जवळपास आढळते.

अलीकडच्या संशोधनावरून असेही स्पष्ट झाले आहे की, सागरी गर्तांचे प्रदेश हे जमिनीवरील अर्वाचीन वळ्यांच्या प्रदेशाला समांतर आहेत.

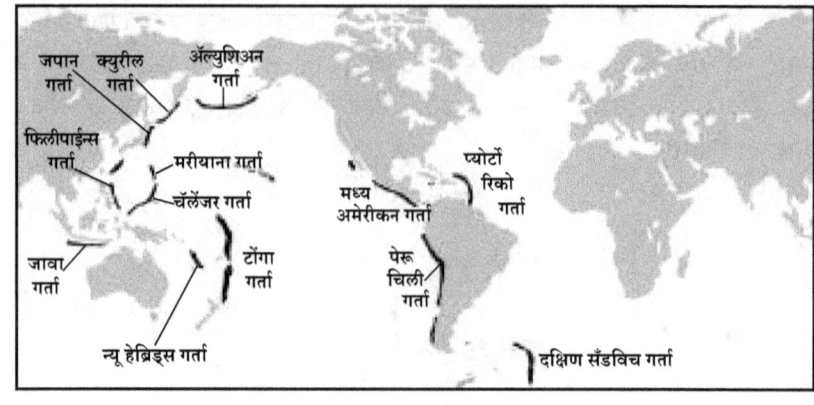

आ. ९.५ सागरी गर्ता

सागरी गर्ता या सतत भूकंप होणाऱ्या व ज्वालामुखींच्या पट्ट्यात आहेत.

३) प्रमुख महासागरांच्या तळाची रचना

सागरावरील रचनेच्या स्वरूपावर सागरजलाचे गुणधर्म व त्याच्या हालचाली अवलंबून असल्यामुळे विभिन्न महासागरांच्या तळाची रचना अभ्यासणे महत्त्वाचे असते.

पॅसिफिक महासागराचा तळ

अनेक दृष्टींनी प्रशांत महासागर हा इतरांपेक्षा वैशिष्ट्यपूर्ण आहे. आशियाच्या पूर्व किनारपट्टीपासून अमेरिकेच्या पश्चिम किनारपट्टीपर्यंत याचा विस्तार आहे. या सागराची उत्तर मर्यादा बेरिंगची सामुद्रधुनी असून दक्षिणेस अंटार्क्टिक खंड आहे. प्रशांत महासागर ४२८२ मीटर खोल असून त्याचा आकार बराचसा त्रिकोणाकृती आहे. या सागराच्या जवळजवळ सगळ्याच किनारपट्टीवर समांतर असे वलीपर्यंत आहेत. (आ. ९.६)

प्रशांत महासागरात एकूण २०,००० बेटे आहेत. आकाराने मोठी असलेली बेटे उपखंड बेटे, या प्रकारात मोडतात. अल्युशिअन बेटे, ब्रिटिश कोलंबिया व चिली यांची बेटे यांचा समावेश या प्रकारात होतो. इतर महत्त्वाची बेटे म्हणजे फिलीपाईन्स, इंडोनेशिया, क्युराईल व जपानच्या द्वीपसमूहातील बेटे, फिजी प्रवाळ बेट असून हवाई बेटे ही ज्वालामुखीय शंकू बेटे आहेत.

सर्वसामान्यपणे प्रशांत महासागराच्या पश्चिमेकडील भागात बेटांची संख्या पूर्वेकडील भागापेक्षा अधिक आहे.

या सागराच्या समुद्रबुड जमिनीवर, किनाऱ्यालगत अनेक छोटे-मोठे समुद्र आहेत.

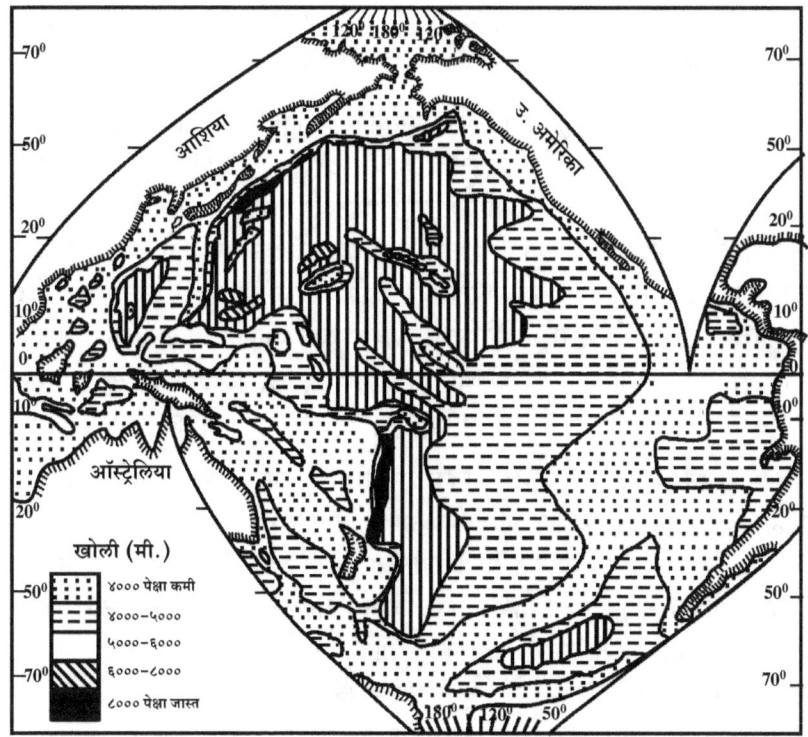

आ. ९.६ पॅसिफिक महासागराची तळरचना

प्रशांत महासागराचे खालीलप्रमाणे चार विभाग केले जातात –

(१) उत्तर पॅसिफिक : ५००० ते ६००० मी. खोलीचा हा विभाग प्रशांत महासागराचा सर्वांत खोल भाग आहे. अनेक सागरी गर्ता या विभागात असून त्यांनी सामुद्रिक बेटे वेढलेली आहेत.

(२) मध्य पॅसिफिक : या विभागात सागरी गर्ता जवळजवळ नाहीतच. याची सरासरी खोली १८०० मीटर आहे. सामुद्रिक बेटांची अत्यधिक संख्या हे या विभागाचे वैशिष्ट्य आहे. यातील बरीचशी बेटे प्रवाळ बेटे किंवा ज्वालामुखीय बेटे आहेत. हवाईपर्यंत मरीयानापर्यंतच्या विभागात एकूण १६० सपाट माथ्याची बेटे आहेत. न्यू गिआनापासून निघालेल्या बेटांच्या अनेक समांतर रांगा ईशान्येस हवाईपर्यंत गेल्या आहेत.

(३) नैर्ऋत्य पॅसिफिक : याची सरासरी खोली ४०० मीटर्स असून, बेटे, पार्श्ववर्ती समुद्र, सागरी दऱ्या आणि समुद्रबूड जमीन हे सर्व भू-प्रकार या प्रदेशात आढळतात.

(४) आग्नेय पॅसिफिक : अनेक सागरी पर्वत रांगा व पठारे हे याचे वैशिष्ट्य असून पार्श्ववर्ती सागर मात्र या विभागात आढळत नाहीत.

समुद्रबुड जमीन : प्रशांत महासागरातील समुद्रबुड जमिनीची खोली १००० मीटरपासून २००० मीटरपर्यंत आढळते. याची रुंदी १५० ते १६०० कि.मी. इतकी आहे. अमेरिकेच्या पश्चिम किनारपट्टीलगत समुद्रबुड जमीन ८० कि.मी. रुंद आहे. ऑस्ट्रेलिया, ईस्ट इंडीज बेटे आणि आशिया यांच्या पूर्व किनारपट्टीलगत मात्र समुद्रबुड जमीन बरीच विस्तृत आहे. याच प्रदेशावर आशियातील प्रमुख बेटे (उदा. क्युराईल, जपानची बेटे, फिलीपाईन्स, इंडोनेशिया व न्यूझीलंड) आहेत. अनेक लहान समुद्रही याच विभागावर आहेत. उदा. चीनचा समुद्र, जावा समुद्र, ओखात्स्का समुद्र, प्रशांत महासागराच्या किनारपट्टीच्या स्वरूपावर समुद्रबुड जमिनीचा विस्तार अवलंबून आहे.

पर्वतरांगा : मध्यवर्ती भागातून जाणारी पर्वतरांग या सागरतळावर आढळत नाही. ज्या काही थोड्याफार पर्वतरांगा आहेत. त्या पूर्व भागात आहेत.

२२०० फॅदम (३९६० मी.) खोलीवर आढळणारे 'अलबेट्रॉस' हे एकमेव पठार महत्त्वाचे असून, मध्य अमेरिकेच्या किनाऱ्यापासून नैर्ऋत्येकडे या पठाराची रुंदी १६०० कि. मी. इतकी वाढते. इतर पर्वत रांगांत, न्यू केलेडोनियाच्या पश्चिमेस २०^{0} दक्षिण अक्षवृत्ताजवळ असलेली न्यूझीलंडची पर्वतरांग व ९६० कि.मी. रुंद आणि ३०४० कि.मी. लांब अशा हवाई उंचवट्याचा समावेश होतो.

सागरी खळगे (Ocean Basins) : प्रशांत महासागरात अनेक उथळ, लांब-रुंद खळगे आढळतात.

फिलीपाईन्स, फिजी, पूर्व ऑस्ट्रेलिया, दक्षिण चिली व दक्षिण ऑस्ट्रेलिया हे काही महत्त्वाचे खळगे आहेत.

सागरी गर्ता : या महासागरात एकूण ३२ गर्ता असून त्यांतील बऱ्याचश्या गर्ता सागराच्या पश्चिम भागात आहेत. काही महत्त्वाच्या गर्ता पुढीलप्रमाणे आहेत.

१) अल्युशियन गर्ता	सरासरी खोली	६००० मीटर्स
२) टस्कारोरा व जपान गर्ता	सरासरी खोली	८००० मीटर्स
३) नीरो गर्ता	सरासरी खोली	९००० मीटर्स
४) टोंगा गर्ता	सरासरी खोली	८००० मीटर्स
५) मरीयाना गर्ता	सरासरी खोली	११००० मीटर्स

फिलीपाइन्स, मुरे, पेरू, चिली, स्वायर ह्या गर्ताही महत्त्वाच्या आहेत.

अटलांटिक महासागराचा तळ

अटलांटिक महासागर पूर्वेस युरोप व आफ्रिका या खंडांनी मर्यादित केला असून, याच्या पश्चिमेस उत्तर व दक्षिण अमेरिका खंडे आहेत. उत्तरेस असलेल्या डेव्हिस उपसागर, डेन्मार्कची सामुद्रधुनी व नॉर्वे समुद्र या अरुंद जलाशयांनी हा महासागर आर्क्टिक महासागरास जोडला गेला आहे. (आ. ९.७)

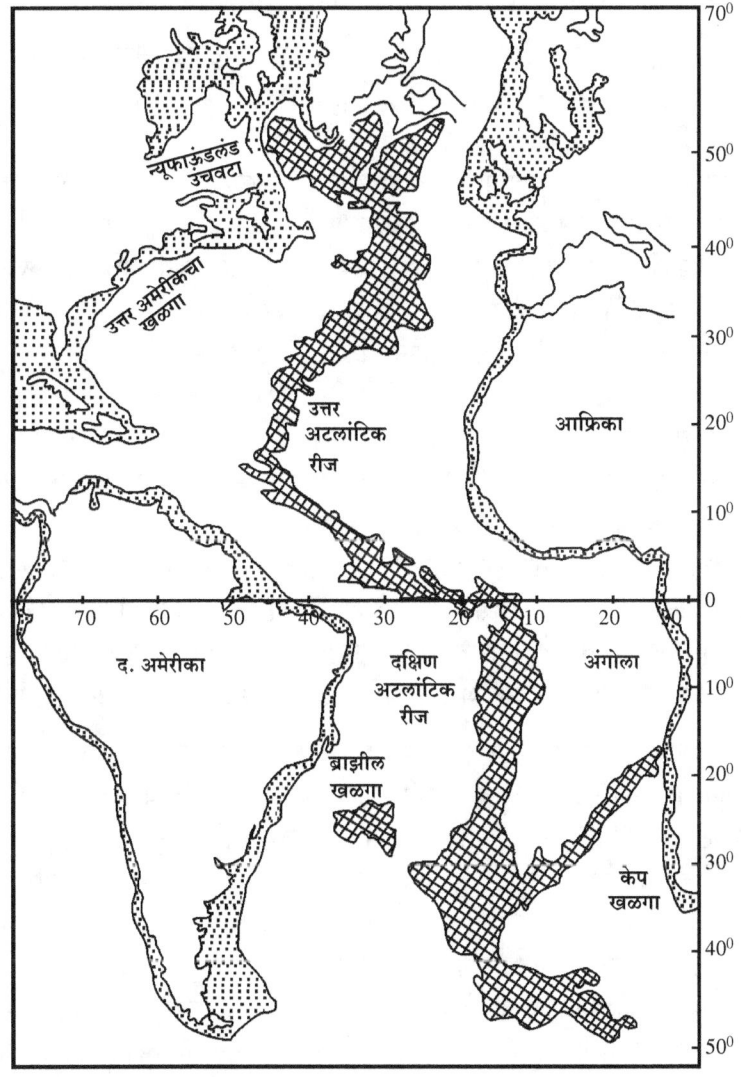

आ. ९.७ अटलांटिक महासागराची तळरचना

दक्षिणेस ह्याचा विस्तार अधिक आहे. ३५° दक्षिण अक्षवृत्तापाशी याची पूर्व–पश्चिम लांबी जवळजवळ ५९२० कि.मी. आहे. उत्तरेस ४०° उ. अक्षवृत्तापाशी तो ४८०० कि.मी. विस्तृत आहे. मात्र विषुववृत्तापाशी, याची पूर्व–पश्चिम लांबी खूपच कमी म्हणजे २२५० कि.मी. इतकी आहे.

एकूण भूपृष्ठांपैकी १/६ क्षेत्र या सागराने व्यापले आहे. या सागराच्या एकूण क्षेत्रफळापैकी २४ टक्के क्षेत्र हे १००० मीटरपेक्षाही कमी खोलीवर आहे.

समुद्रबुड जमीन : अटलांटिक महासागरात समुद्रबुड जमिनीचा विस्तार सगळीकडे सारखा नसून काही ठिकाणी ३ कि.मी., तर काही ठिकाणी ८० कि.मी. इतक्या रुंदीचा हा विभाग आढळतो.

पॅसिफिक महासागराप्रमाणेच याही सागरात असलेल्या समुद्रबुड जमिनीचा विस्तार हा किनाऱ्याच्या स्वरूपावर अवलंबून आहे. द. आफ्रिकेच्या डोंगराळ पश्चिम किनारपट्टीपाशी, बिस्केच्या उपसागरापासून, केप ऑफ गुड होपपर्यंत आणि ब्राझिलच्या पूर्व किनारपट्टीपाशी, हा विभाग अरुंद आहे. याउलट आग्नेय संयुक्त संस्थाने व पश्चिम युरोप किनारपट्टीपाशी या समुद्रबुड जमिनीची रुंदी ४०० कि.मी. इतकी आहे.

जगातील सर्वांत मोठे समुद्रबुड जमिनीचे विभाग न्यूफाऊंडलंड व ब्रिटिश बेटाजवळील 'ग्रॅन्ड बँक' व 'डोंगर बँक' या ठिकाणी आहे. दक्षिण अटलांटिकमध्ये ३५ मीटर खोलीवर असलेल्या विस्तृत समुद्रबुड जमिनीस 'पॅटेगोनियन शेल्फ' असे म्हणतात. फॉकलँड ही बेटे याच शेल्फवर आहेत.

या विभागाचे आणखी एक वैशिष्ट्य असे की, उत्तर भागात, बाल्टिक समुद्र, हडसन उपसागर, उत्तर समुद्र, डेव्हिसची सामुद्रधुनी, डेन्मार्कची सामुद्रधुनी यांसारखी आखाते किंवा पार्श्ववर्ती समुद्र आहेत. संपूर्ण अटलांटिकच्या समुद्रबुड जमिनीवर अनेक लहानमोठी बेटे आहेत. उदा. वेस्ट इंडिज, ब्रिटिश बेटे, न्यूफाऊंडलंड, ओझोर्स, केप वेर्दे, कॅनरीज इत्यादी.

जलमग्न पर्वतरांग : इंग्लिश 'S' या अक्षरासारखी व अटलांटिकच्या जवळजवळ मध्यातून उत्तर–दक्षिण पसरलेली, अशी 'अटलांटिक रीज' नावाची ही पर्वतरांग हे अटलांटिकचे प्रमुख वैशिष्ट्य आहे. उत्तरेस आइसलँडपाशीही सुरू होणारी ही रांग दक्षिणेस बीव्हेट बेटाशी संपते. या पर्वतरांगांच्या आइसलँड ते स्कॉटलँडपर्यंतच्या भागास 'बीव्हीले थॉमसन रीज' असे म्हणतात. ग्रीनलँड ते आइसलँडच्या भागात पसरलेल्या या रांगेच्या रुंद भागास 'टेलिग्राफर पठार' म्हणून ओळखण्यात येते. सर्वसाधारणतः ही पर्वतरांग दोन्ही किनारपट्ट्यांना समांतर असून तिचे अनेक फाटे दोन्ही किनाऱ्याच्या दिशेने पसरले आहेत. दक्षिणेकडे असलेल्या अनेक फाट्यांपैकी 'गिआना रीज', 'वाल्व्हीस रीज' हे महत्त्वाचे आहेत.

या पर्वतरांगेची एकूण लांबी १४,४०० कि.मी. आहे. या रांगेची लांबी ४०००
मीटरपेक्षा अधिक नाही. उत्तरेकडे ही रांग जास्त रुंद असून दक्षिणेकडे निमुळती होत
गेलेली आहे. विषुववृत्तापाशी असलेल्या अरुंद 'रोमांश रीज' मुळे या संपूर्ण पर्वतरांगेचे
दोन भाग झाले आहेत. उत्तरेकडच्या भागास 'डाल्फीन राइज' व दक्षिणेकडच्या
भागास 'चॅलेंजर राइज' असे म्हणतात. या जलमग्न पर्वतश्रेणीच्या तळाशी, अत्यंत
मंदगतीने भूकवचाची पश्चिमेकडे हालचाल होत आहे.

पाण्याखाली असलेल्या या पर्वतरांगेवरील पर्वतांची शिखरे अनेक ठिकाणी बेटाच्या
स्वरूपात पाण्याच्या पृष्ठभागावर आली आहे. ओझोर्स बेटांच्या समूहातील 'पिको बेट'
हे सर्वांत उंच बेट असून समुद्रसपाटीपासून त्याची उंची २६६० मीटर आहे.

सागरी खळगे (Ocen Basins) : मध्यवर्ती पर्वतरांगेमुळे अटलांटिक
महासागराचे पूर्व व पश्चिम असे दोन प्रमुख भाग झाले आहेत. या दोन्ही भागांत
अनेक सागरी खळगे आढळतात. लॅब्राडोर बेसिन, स्पॅनिश बेसिन, नॉर्थ अमेरिकन
बेसिन, केप वर्दे, गिआना, ब्राझील व अंगोला बेसिन, अगुल्हास व अर्जेंटिना बेसिन
या नावाने ओळखले जाणारे खळगे त्यांच्या खोलीच्या दृष्टीने महत्त्वपूर्ण आहेत.

सागरी गर्ता : अटलांटिकच्या किनारपट्टीवर अर्वाचीन वलीपर्वत नाहीत.
त्यामुळे अटलांटिकच्या तळभागावर सागरी गर्ता खूपच कमी आहेत. मध्यवर्ती
पर्वतरांगेमुळे पूर्व व पश्चिमेकडे खंडान्त उताराचे प्रमाणही बरेच कमी आहे. त्यामुळे
खूप खोलीच्या गर्ता निर्गाण होऊ शकलेल्या नाहीत.

३००० फॅदमपेक्षा (५४०० मी.) जास्त खोल असलेल्या एकूण १९ गर्ता या
सागरतळावर आढळून आल्या आहेत. 'नॉर्थ अमेरिकन बेसिन'मध्ये 'नेअर्स गर्ता'
(६००० मीटर्स), विषुववृत्तापाशी असलेल्या 'रोमांश गर्ता' (९३७० मीटर्स), उत्तर
अटलांटिकमध्ये 'मोसली गर्ता' (३३०० मीटर्स) आणि दक्षिण अटलांटिकमध्ये 'साऊथ
सँडविच गर्ता' (९००० मीटर्स) या काही प्रमुख गर्ता आहेत.

अटलांटिक महासागराच्या तळभागाची पाहणी, इतर कोणत्याही महासागरापेक्षा
अधिक झालेली आहे. या सागराच्या 'S' या इंग्रजी अक्षरासारखा असलेला आकार
एक महत्त्वपूर्ण गोष्ट सुचवतो, ती अशी की, सागराच्या दोन्ही बाजूला असलेली
भूमिखंडे पूर्वी कधीतरी एकाच सलग भूमिखंडाचे भाग असावेत.

हिंदी महासागराचा तळ

हिंदी महासागराच्या तळभागाची रचना अगदी अलीकडेच बरीचशी स्पष्ट
झाली आहे.

आफ्रिका, आशिया आणि ऑस्ट्रेलिया या तीन खंडांनी वेष्टिलेला हा महासागर

जास्त विस्तृत नाही. तिन्ही खंडांनी मर्यादित केलेली याची किनारपट्टी बरीचशी नियमित आहे. गोंडवन कालखंडातील अवशिष्ट ठोकळ्यांच्या पर्वतांनी याची आफ्रिका, ऑस्ट्रेलिया व पश्चिम भारतातील किनारपट्टी बनलेली आहे. आग्नेय आशियातील बेटावर मात्र वलीपर्वत आहेत.

हिंदी महासागर, दक्षिणेकडे अंटार्क्टिक खंडापर्यंत पसरला असून येथे तो अटलांटिक व पॅसिफिक महासागरात विलीन होतो. (आ. ९.८)

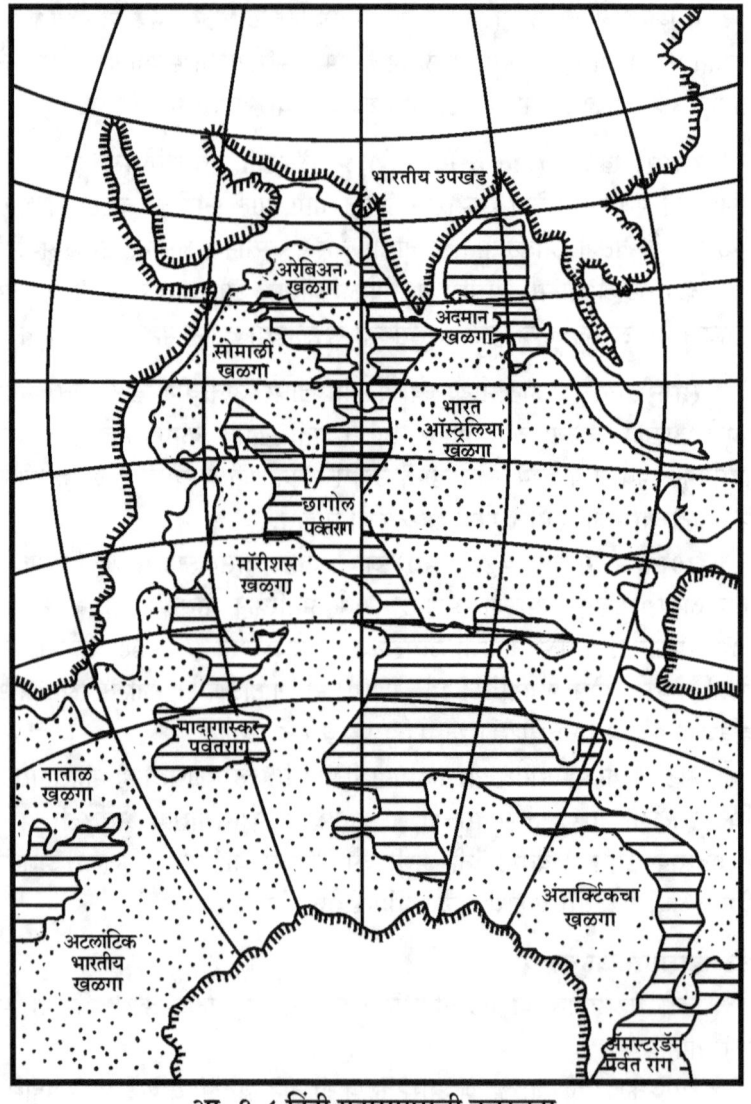

आ. ९.८ हिंदी महासागराची तळरचना

या सागरतळ्यातील 'सागरी मैदान' या विभागाने ६० टक्के क्षेत्र व्यापले आहे. हे मैदान २००० ते ३००० फॅदम (३६०० ते ५४०० मीटर) खोलीवर आहे. हिंदी महासागराची सरासरी खोली ४००० मीटर आहे.

समुद्रबुड जमीन : समुद्रबुड जमिनीची सरासरी खोली २०० मीटर्स आहे. रुंदी मात्र सर्व ठिकाणी सारखी नाही. बंगालचा उपसागर व अरबी समुद्र येथे ६४० कि.मी. रुंदीची समुद्रबुड जमीन आहे. जावा, सुमात्रा बेटांभोवती व ऑस्ट्रेलियाच्या दक्षिण किनाऱ्यापाशी फक्त १६० कि.मी. रुंदीचीच समुद्रबुड जमीन आढळते. पूर्व आफ्रिका व मादागास्कर बेटाभोवती ही रुंदी इतकी कमी नाही.

मध्यवर्ती जलमग्न पर्वतरांग : ४००० मीटर्स खोलीवर आढळणारी ही पर्वतरांग 'अटलांटिक रीज' प्रमाणेच उत्तर-दक्षिण पसरली आहेत. 'अटलांटिक रीज'पेक्षा ही पर्वतरांग अधिक रुंद आहे. मात्र या पर्वतरांगेची शिखरे फार मोठ्या प्रमाणावर सागरपृष्ठावर उघडी पडलेली नाहीत. उत्तरेस लक्षद्वीप बेटांपासून या रांगेची सुरुवात होते. येथे पर्वतरांगेची रुंदी जवळजवळ ३२० कि.मी. यास 'लखदीवछागोस रीज़' असे म्हणतात. विषुववृत्तापासून ३०° दक्षिण अक्षवृत्तापर्यंतच्या भागास छागोस-सेंट-पॉल रोज' म्हणतात. २०° दक्षिणेच्या पलीकडे ही पर्वतरांग थोडी आग्नेयीस वळते. ६५° ते ११०° पूर्व रेखावृत्तातील या पर्वतरांगेचा भाग बराच विस्तृत असून ५०° दक्षिण अक्षवृत्तापर्यंतच्या या प्रदेशास 'ॲमस्टरडॅम-सेंट पॉल' पठार असे म्हटले जाते.

यापुढे या पर्वतरांगेस दोन फाटे फुटतात. पश्चिमेकडील फाट्यास 'गॉसबर्ग रीज' व पूर्वेकडील फाट्यास 'इंडियन-अंटार्क्टिक रीज' म्हणून ओळखण्यात येते.

या मुख्य पर्वतरांगेपासून दोन्ही किनाऱ्यांकडे काही फाटे गेले आहेत. आफ्रिकेच्या किनाऱ्याकडे 'सोकोमा-छागोस रीज' व 'सियेलीज रीज' हे फाटे गेले असून ते एकमेकांस बरेचसे समांतर आहेत. मादागास्करच्या दक्षिणेस असलेली 'मादागास्कर रीज' व बंगालच्या उपसागरात 'अंदमान निकोबार रीज' हे महत्त्वाचे फाटे आहेत.

लक्षद्वीप, न्यू ॲमस्टरडॅम, छागोस, सेंट पॉल, सेशल्स, प्रिन्स एडवर्ड ही बेटेर्ड या पर्वतरांगेचे वर आलेले शिखराचे भाग आहेत.

किनाऱ्यांचे प्रकार : लाटांच्या खनन व संचयन कार्यामुळे, वाऱ्यामुळे, ज्वालामुखी क्रियांमुळे, भूकवचाच्या अधोगामी व ऊर्ध्वगामी हालचालींमुळे, हिमनद्यांच्या क्षरण व संचयनकार्यामुळे किनाऱ्यावर अनेक प्रकारची भूमिस्वरूपे तयार झालेली दिसतात. त्यामुळे किनाऱ्यांना वैशिष्ट्ये प्राप्त होतात. सागरपातळीत विश्वव्यापी बदल झाल्यामुळे किनाऱ्यांचा प्रदेश खचतो. ऊर्ध्वगामी हालचालींमुळे तो उंचावतो. यामुळे किनाऱ्यांचे पूर्वीचे स्वरूप बदलते व किनाऱ्यावर नवीन भूरूपे तयार होतात.

वरील सर्व घटकांच्या क्रिया-प्रतिक्रियांमुळे किनाऱ्यांचे वर्गीकरण करता येते. जॉनसन व स्वेस या भूगोल-तज्ज्ञांनी किनाऱ्यांचे वर्गीकरण केलेले आहे. जॉनसन यांचे वर्गीकरण पुढे दिलेले आहे.

निमग्न उच्चभू किनारे (Submerged upland coast) : बऱ्याच किनाऱ्यावर उंच किंवा डोंगराळ, अगर टेकड्यांचे प्रदेश असतात. अधोगामी हालचालींनी ते बुडतात. त्यामुळे भूशिरे व उपसागर यांनी युक्त अशी दंतुर किनारपट्टी तयार होते. लघुपुळणी व द्वीपेही अशा किनाऱ्यावर असतात. काही ठिकाणी नद्यांनी व काही ठिकाणी हिमनद्यांनी बुडालेली खोरी वरील प्रकारच्या किनाऱ्यावर दृष्टीस पडतात. निमग्न उच्चभू किनाऱ्यांचे तीन उपप्रकार आढळतात : (अ) रिया (ब) फिओर्ड (क) डालमेशियन.

(अ) रिया (Ria) : किनाऱ्यावर असलेली नद्यांची खोरी पाण्याखाली बुडून रिया किनारा तयार होतो. वायव्य स्पेनच्या किनारपट्टीवरून रिया हे नाव तयार झालेले आहे. रियाचे आकार नरसाळ्यासारखे म्हणजे समुद्राकडे रुंद व जमिनीकडे निमुळते असून किनाऱ्यावरील डोंगररांगा किनाऱ्यास काटकोनात किंवा थोड्या तिरकस असतात.

रिया किनाऱ्यावर भूशिरे, उपसागर व खाड्या असून दोन भूशिरांमधील उपसागर सुरक्षित (म्हणजे सागरी हालचालींपासून) व खोल

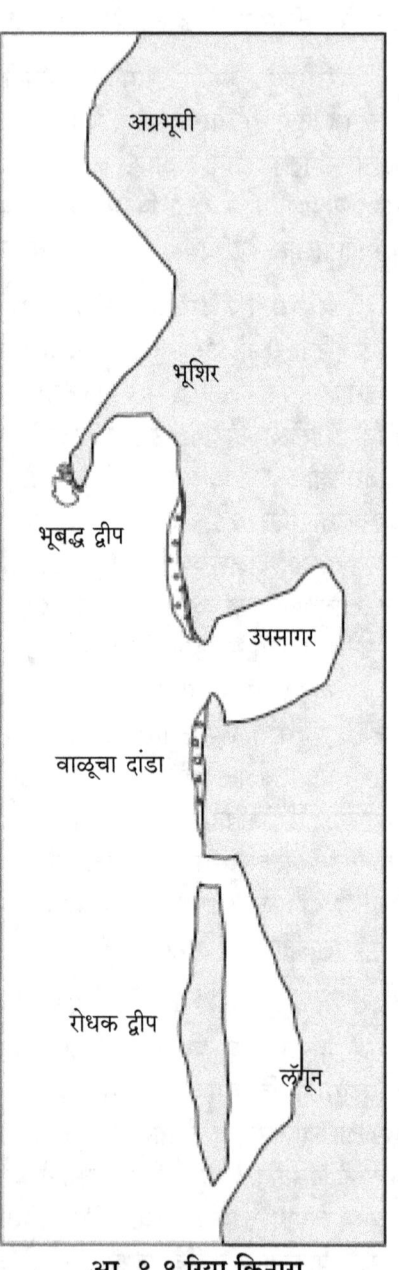

अग्रभूमी
भूशिर
भूबद्ध द्वीप
उपसागर
वाळूचा दांडा
रोधक द्वीप
लॅगून

आ. ९.९ रिया किनारा

असतात. त्यामुळे तेथे चांगली बंदरे निर्माण होऊ शकतात. रियांची पार्श्वभूमी फारशी उंचसखल नसते. नैर्ऋत्य आयर्लंड, कॉर्नवॉल व डेव्हनशायर (इंग्लंड) व ब्रिटनी (फ्रान्स), येथील किनारे रिया प्रकारचे आहेत. प्लायमाऊथ व फालमाऊथ, लिव्हरपूल, साऊथ हॅंपटन ही बंदरे रिया किनारपट्टीवर आढळतात. अंदमान व कोकणच्या किनारपट्टीचा काही भाग वरील प्रकारात मोडतो. सावित्री, वशिष्ठी व काजवी या नद्यांच्या बुडालेल्या खाड्यांवरून ही किनारपट्टी रिया प्रकारची असावी असे वाटते. (आ. ९.९)

(ब) फिओर्ड (Fiords) : हिमनद्यांची खोरी अधोगामी हालचालींमुळे समुद्रात बुडून फिओर्ड्स तयार होतात. रियांच्या तुलनेने फिओर्ड्स खूपच खोल असतात. फिओर्ड्सचे काठ उंच व उभ्या भिंतीप्रमाणे असतात. बुडालेली खोरी यू-आकाराची व उभ्या भिंतीप्रमाणे असल्यामुळे वरील वैशिष्ट्ये फिओर्ड्सना प्राप्त होतात. बहुतेक फिओर्ड्स एकमेकांना काटकोनात असतात. फिओर्ड्सच्या मुखाशी उंबरठे (Threshold) तयार झालेले आढळतात. त्यामुळे फिओर्ड्सची समुद्राकडील बाजू उथळ व जमिनीकडील बाजू खोल असते. रियाप्रमाणेच फिओर्ड्सवरील डोंगररांगा काटकोनात किंवा तिरकस असतात. उंबरठ्यामुळे काही ठिकाणी जलवाहतुकीत अडथळे निर्माण होतात. फिओर्ड्सची पार्श्वभूमी डोंगराळ म्हणून अविकसित असल्याने चांगली बंदरे निर्माण होण्याजोगी परिस्थिती असूनही फिओर्ड्स किनाऱ्यावर मच्छिमारीची व स्थानिक महत्त्वाची बंदरे मात्र आढळतात. मध्यकटिबंधातील हिमक्षयित प्रदेशात प्रामुख्याने फिओर्ड किनारपट्टी आढळते. नॉर्वेतील फिओर्ड्स स्कॅंडिनेव्हियातील पठारात घुसलेली आढळतात. त्यांची खोली स्कॉटलंडमधील फिओर्ड्सपेक्षा जास्त आहे. स्कॉटलंडमधील फिओर्ड्सना लॉक असे म्हणतात. नॉर्वेतील सोग्न फिओर्ड १६० कि.मी. लांबी, ५ ते ७ कि.मी. रुंद व १३०० मीटर्स खोल आहे. ट्रॉंडहिम व हार्डेजर फिओर्ड्स १०० कि.मी. लांब आहेत. नार्वेजिअन भाषेत फिओर्ड्सना व्हिक (Vic) असा शब्द आहे. अकराव्या शतकातील निष्णात दर्यावर्दी व्हायकिंग लोक या फिओर्ड्सच्या आजूबाजूस राहात असत. खोल व सुरक्षित पाणी फिओर्ड्समध्ये उपलब्ध असल्याने ते दर्यावर्दी बनले. फिओर्ड्सच्या परिसरात मासेमारी व जहाज बांधणी हे दोन व्यवसाय विकसित झालेले आढळून येतात. नॉर्वे हा जगातील जहाज बांधणी व मासेमारीत पुढारलेला देश आहे ते यामुळेच. अलास्का, ब्रिटिश कोलंबिया (उ. अमेरिका), दक्षिण चिली (द. अमेरिका) व न्यूझीलंडच्या दक्षिण बेटावरील किनारपट्टी वरील प्रकारची आहे. अंदमान बेटाच्या किनारपट्टीचा काही भाग वरील प्रकारात मोडतो. (आ. ९.१०)

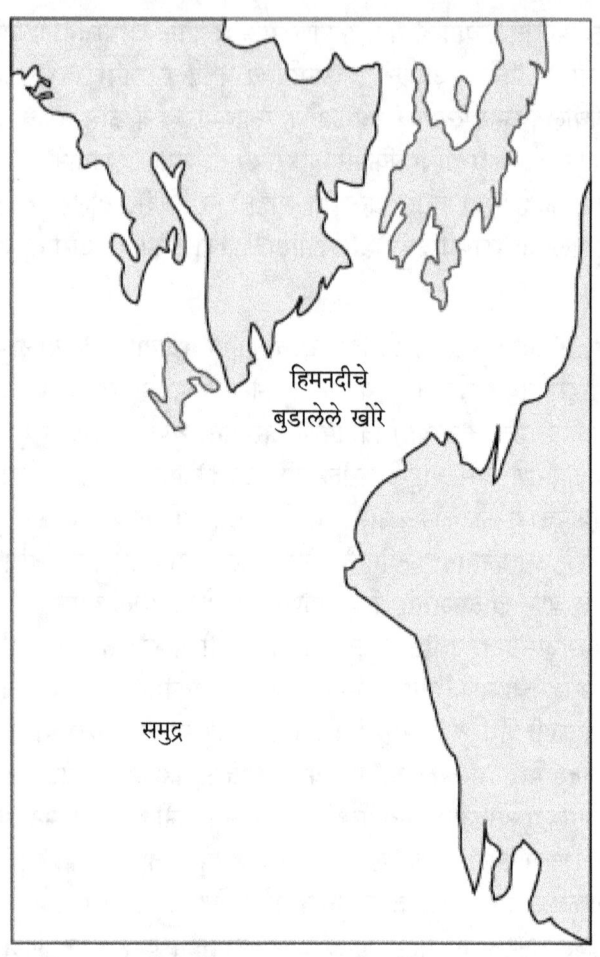

हिमनदीचे
बुडालेले खोरे
समुद्र

आ. ९.१० फिओर्ड किनारा

(क) डालमेशियन किनारे : किनाऱ्यास समांतर असलेल्या पर्वतरांगा बुडून वरील प्रकारची किनारपट्टी तयार होते. बुडलेल्या पर्वतरांगाचे शिखराजवळील भाग पाण्यावर दिसून येतात. ही किनारपट्टी सरळ व नियमित असते. त्यामुळे म्हणजे किनारपट्टी खोल व दंतुर नसल्याने खोल व सुरक्षित पाणी उपलब्ध होऊ शकत नाही. यास्तव डालमेशियन किनाऱ्यावर चांगली बंदरे आढळत नाहीत. युगोस्लाव्हियाच्या ॲड्रियाटिक समुद्रावरील डालमेशियन वरील प्रकारात मोडते. त्यावरूनच हे नाव आले आहे. तेथे दिनारिक आल्प्स् हा पर्वत वायव्येकडून आग्नेयीकडे पसरलेला आहे. त्याचे काही भाग बुडाल्याने डालमेशियाच्या किनाऱ्यावर द्वीपकल्पे (कॅनली) व आखाते आणि उपसागर

(वॅलोनी) तयार झालेली आहेत. येथे निमज्जन म्हणजे अधोगामी हालचाल अजूनही चालू असून रोमन काळातील वास्तू आता २ मीटर्स बुडालेल्या दिसतात. दक्षिण आयर्लंडमधील किनाऱ्याचा काही भाग डालमेशियन किनाऱ्यात मोडतो. (आ. ९.११)

आ. ९.११ डालमेशियन किनारा

निमग्न सखल किनारे (Submerged lowland coasts) : सखल प्रदेश समुद्रात बुडून वरील प्रकारचे किनारे तयार होतात. सखल प्रदेश बुडाल्याने समुद्राचे पाणी खूपच आत जाते व किनाऱ्यावरील खोऱ्यांचे रूपांतर उथळ खाड्यांत होते.

त्यामुळे दलदली व मृत्तिका संचय तयार होतात, अशा किनाऱ्यावर खाड्यांच्या मुखाशी वाळूचे दंडे व संलग्न दंड यामुळे संचयन होऊ शकते व किनारा सरळ होतो. संचयन होत नसल्यास चांगली बंदरे तयार होऊ शकतात. थेम्स नदीवर (लंडन), प्लेट नदीवर (अर्जेंटिना), ब्युनॉस आयर्स व एल्बवर हांबुर्ग (प. जर्मनी) ही बंदरे आहेत.

हाफ नेहरूंग किनारा : जर्मनीची बाल्टिक किनारपट्टी निमग्न व सखल प्रकारची आहे. नॉर्थ सीच्या भागात किनाऱ्यावरील वाळूचे दांडे समुद्रात बुडून व काहींचे माथे सागरपातळीवर राहिल्याने वाळूची बेटे तयार झालेली आहेत. वाळूचे दांडे, बेटे व किनारा यांच्या दरम्यान लॅगून्स तयार झालेली आहेत. अशा प्रकारच्या दांडे व लॅगून्स यांनी युक्त असलेल्या किनाऱ्यास हाफ नेहरूंग किनारा असे म्हणतात. (हाफ=सरोवर नेहरूंग=वाळूचा दांडा.) बाल्टिक समुद्राच्या किनाऱ्याचा बराचसा भाग वरील प्रकारचा आहे. (आ. ९.१२)

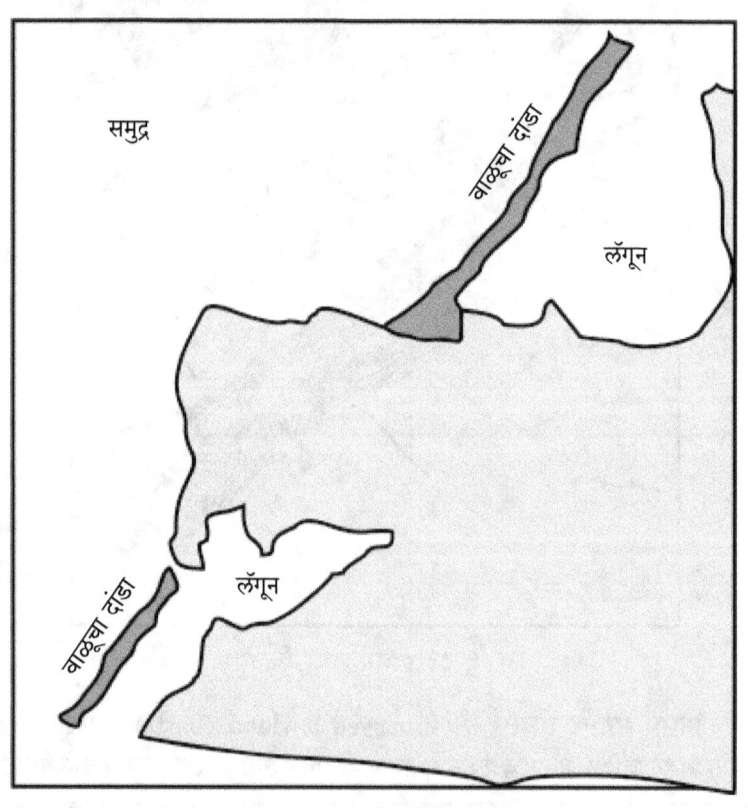

आ. ९.१२ हाफ नेहरूंग किनारा

उन्मग्न उच्चभू किनारे (Emergent Upland Coast) : प्रस्तरभंगामुळे तौलनिक दृष्ट्या किंवा ऊर्ध्वगामी हालचालींमुळे किनाऱ्यावरील प्रदेश उंचावला जातो व हे किनारे तयार होतात. उत्थापित पुळणी हे अशा प्रकारच्या किनाऱ्यांचे वैशिष्ट्य असते. साधारणपणे ही किनारपट्टी नियमित व सरळ असते. किनाऱ्यावर सागरी कडे असतात व अपतटावरील पाण्याची खोली जास्त असते. किनाऱ्यांची झीज जास्त झालेली नसल्याने किनाऱ्यावर सुरक्षित खाड्या नसतात. त्यामुळे अशा किनाऱ्यावर चांगली बंदरे होऊ शकत नाहीत. अरेबियाचा पश्चिम किनारा, भारताच्या पश्चिम किनाऱ्याचा व स्कॉटलंडच्या किनाऱ्याचा काही भाग वरील प्रकारात मोडतात. भूमध्य समुद्रातील माल्टाच्या पश्चिम किनाऱ्यावरील तरंगकृत मंच खूप उंचीवर दिसतो. यावरून हा किनारा उन्मग्न प्रकारचा आहे असे म्हणता येते.

उन्मग्न सखल किनारे (Emergent Lowland Coasts) : भूखंडमंचाच्या उत्थापनामुळे ही किनारपट्टी तयार होते. अपतटावरील समुद्र यामुळे उथळ बनतो (लॅगून्स). सिंधुतडाग, दलदली, मृत्तिकासंचय इत्यादी भूरूपे या किनाऱ्यावर आढळतात. आग्नेय संयुक्त संस्थाने, पश्चिम फिनलंड, पूर्व स्वीडन, दक्षिण अर्जेंटिना किनाऱ्याचा काही भाग वरील प्रकारात मोडतात. (आ. ९.१३)

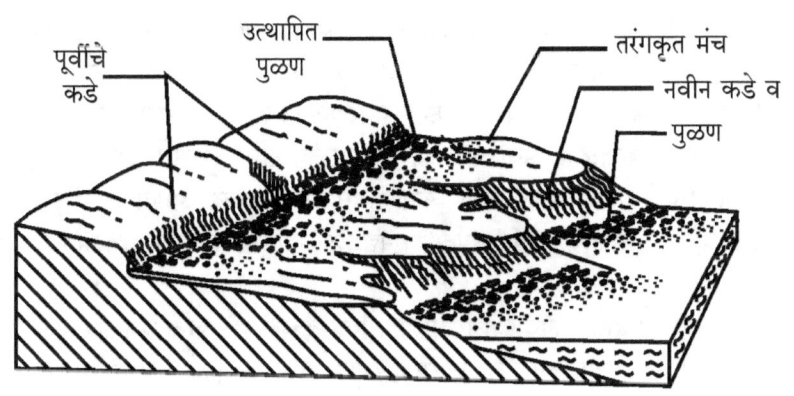

आ. ९.१३ उन्मग्न उच्चभू किनारा

भारताचे किनारे : भारताची किनारपट्टी ६०८० कि.मी. लांबीची आहे. सर्वसाधारणपणे भारताची किनारपट्टी अगदी सरळ आढळते. फारच थोड्या ठिकाणी

ती दंतुर आहे. पश्चिम किनाऱ्यावर नैर्ऋत्य मोसमी वारे जोरदार वाहत असल्याने व भरपूर पाऊस असल्याने मोठ्या प्रमाणात झीज होते. मे ते ऑक्टोबर या काळातील जोरदार मोसमी वाऱ्यांमुळे त्रिभुज प्रदेश पश्चिम किनाऱ्यावर नाहीत. उथळ भूखंडमंच व वाळूचे समुद्रातील दांडे सिंधुतडाग यांमुळे लाटांचा जोर कमी होतो. पश्चिम किनाऱ्यानजीक रुंद भूखंडमंच असून पूर्व किनाऱ्यावर तो अरुंद आहे.

भारताची किनारपट्टी पुढील चार प्रकारात विभागता येईल : (१) त्रिभुज प्रदेशातील (अलिप्त), (२) उद्‌गमनामुळे तयार झालेली (३) निमज्जनामुळे तयार झालेली (४) संयुक्त किनाऱ्याच्या वेगवेगळ्या भागांत अनेक क्रिया-प्रक्रिया दृष्टीस पडतात. त्यामुळे वरील चार प्रकारांतही काही उपप्रकार आढळून येतात.

पूर्व किनाऱ्यावर गंगा-ब्रह्मपुत्रा, महानदी, गोदावरी, कृष्णा व कावेरी या नद्यांचे त्रिभुज प्रदेश असल्याने व प्रतिवर्षी नद्या भरपूर गाळ आणून टाकत असल्याने त्यांच्या मुखालगतचा किनारा अत्यंत मंद गतीने बंगालच्या उपसागराकडे सरकत आहे. त्यामुळे अंतःस्थ हालचालींचा परिणाम वरील किनारपट्टीवर झालेला दृष्टीस पडत नाही. परंतु गंगा व गोदावरी यांच्या त्रिभुज प्रदेशांच्या दरम्यान मात्र थोडेसे उद्‌गमन दृष्टीस पडते. कारोमांडल किनाऱ्यावर (कृष्णेचा त्रिभुज प्रदेश व कन्याकुमारी) महाबलीपूरमचा अपवाद वगळता सर्वत्र उद्‌गमन दृष्टीस पडते. येथील अपतट दांडे किनाऱ्यावर दृष्टीस पडतात. त्याचप्रमाणे केरळ (मलबार) व कर्नाटकच्या किनाऱ्यावर उद्‌गमन दृष्टीस पडते. हा किनारा सरळ असून किनाऱ्याचा समुद्राकडे सौम्य उतार आहे.

कारवार, कोकण व गुजरात किनाऱ्याचा बलसाडपर्यंतचा भाग मात्र निमज्जनामुळे तयार झालेला आढळून येतो. वरील किनाऱ्यावर अनेक ठिकाणी भूशिरे, समुद्रकडे, खडकाळ मैदाने (कातळ), अवशिष्ट स्तंभ व बुडलेली खोरी दृष्टीस पडतात.

बलसाड ते भागवनगरपर्यंतच्या किनाऱ्यावरही खंबायतच्या आखातात निमज्जन आढळते. परंतु या ठिकाणी तापी, नर्मदा या नद्यांच्या खाड्या दलदली मृत्तिका संचय आहेत.

भावनगर ते दीवबेटापर्यंतची किनारपट्टी मात्र दंतुर आहे. परंतु अनेक ठिकाणी अपतटदंड दिसतात. त्यावरून ही किनारपट्टी संयुक्त (Compound) असावी.

वेरावळ ते द्वारकेपर्यंतची किनारपट्टी उद्‌गमनामुळे तयार झालेली असावी. या सरळ किनाऱ्यावर दंड, संलग्न दंड आढळतात. कच्छच्या दक्षिण किनाऱ्यावर मात्र निमज्जन दृष्टीस पडते.

लक्षद्वीप समूहात प्रवाळी मंचामुळे तयार झालेली किनारपट्टी आहे. सागरी निक्षेपणाचा या किनाऱ्यावर परिणाम झालेला दिसून येतो.

जवळजवळ सगळ्याच गर्ता ६१०० मीटरपेक्षा जास्त खोलीच्या असून जगातील सगळ्यात खोल सागरी गर्ता पश्चिम पॅसिफिक महासागरात आहेत. फिलिपाईन्स बेटाच्या प्रदेशात असलेल्या या गर्तेस 'मरियाना गर्ता' असे संबोधले जाते. तिची खोली ११ कि.मी. (६०३३ फॅदम्स) इतकी आहे. सागरी गर्तांची लांबी काही हजार कि.मी. व रुंदी २०४ कि.मी. च्या जवळपास आढळते.

अलीकडच्या संशोधनावरून असेही स्पष्ट झाले आहे की, सागरी गर्तांचे प्रदेश हे जमिनीवरील अर्वाचीन वळ्यांच्या प्रदेशाला समांतर आहेत.

सागरी गर्ता या सतत भूकंप होणाऱ्या व ज्वालामुखींच्या पट्ट्यावर आहेत.

प्रकरण १०

सागरजलाच्या हालचाली व गुणधर्म
(Movements and Properties of Ocean Water)

सागरजलाच्या हालचाली (Oscillations)

सागरजल हे अत्यंत अस्थिर आहे. त्याच्यावर निरनिराळ्या प्रकारच्या हालचाली सतत चालू असतात. काही हालचालींमार्फत जलबिंदू एका ठिकाणाहून दुसरीकडे नेले जातात तर काही हालचाली सागरपातळीवर नुसत्याच वर खाली अशा होतात. या हालचाली प्रामुख्याने तीन प्रकारच्या असतात. १) लाटा, २) भरती ओहोटी ३) समुद्रप्रवाह.

१) सागरी लाटा (Sea Waves) : सागरपृष्ठावरून वाहाणाऱ्या वाऱ्यांमुळे समुद्रावर लाटा तयार होतात. या लाटेच्या पार्श्वरेखेवर शिखर व गर्ता असे दोन महत्त्वाचे विभाग आढळतात. दोन शिखरातील अंतरास तरंगलांबी असे म्हटले जाते. कमी तरंगलांबी पासून जास्त तरंगलांबी पर्यंतच्या अनेक लाटा समुद्रपृष्ठावर तयार होतात. (आ. १०.१) या सर्व प्रकारच्या सागरी लाटांचा प्रवेग, उंची व वारंवारता या गुणधर्मानुसार विचार केला जातो.

सागरजलाच्या अस्थिरतेचे सहज आढळणारे रूप म्हणजे लाटा. आकृतीमध्ये समुद्रलाटेचे सर्वसामान्य रूप दिलेले आहे. लाटेच्या पार्श्वरेषेवर(Profile) आढळणाऱ्या उंच भागास लाटेचे शिखर (Crest) आणि खोल भागास लाटेचा गर्ता (Trough) असे म्हणतात. दोन शिखरांमधील अंतरास लाटेची लांबी (Wave's Length) आणि शिखर व खोल भाग अशा उंचीस लाटेची उंची (Wave's Hight) असे म्हणण्याचा प्रघात आहे. पार्श्वरेषेवर दाखविलेल्या बाणांनी लाटेतील जलकणांची हालचाल कशी होते ते स्पष्ट होईल. शिखरावरील जलकण हे लाट ज्या दिशेने पुढे सरकत असेल त्याच दिशेने पुढे जाताना दिसतात. परंतु खोल भागातील कण लाटेच्या विरुद्ध दिशेने फिरताना

दिसतात. याचा परिणाम असा होतो की, खोल भागाच्या उजवीकडील व डावीकडील शिखरातील जलकण स्वतःभोवती वर्तुळाकृती मार्गाने फिरतात.

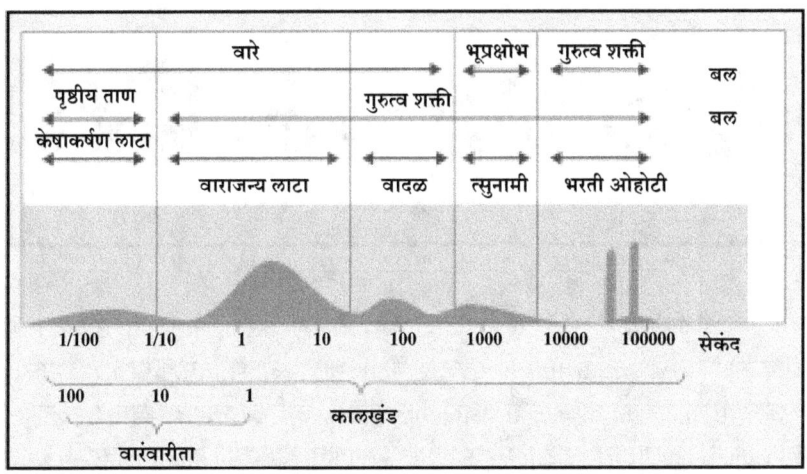

आ. १०.१ सागरी लाटेची पार्श्वरेखा

मात्र सागरपृष्ठावरील लाटांचे स्वरूप वर वर्णन केल्याइतके सोपे नसते. वाऱ्याच्या वेगामुळे, सागरपृष्ठावर लाटांची खूप मोठी शिखरे व खोल भाग तयार होतात आणि लाटा फार वेगाने पुढे सरकतात. लाटांतील जलकण स्वतःभोवती फिरत असले तरी जलकणांच्या हालचालींचा एकत्रित परिणाम लाट पुढे सरकण्यात होतो.

आ. १०.२ सागरी लाटेतील जलकणांची हालचाल

सागरपृष्ठापासूनच जरी अधिकाधिक खोल जावे तरी जलकणांची ही वर्तुळकृती हालचाल कमी होत जाते. काही मीटर्स खोलीवर जलकणांची हालचाल जवळजवळ नष्टच होते. यामुळेच पाणबुड्या बोटी खवळलेल्या समुद्रात देखील अधिक खोलवर संथपणे उभ्या राहू शकतात. समुद्रामध्ये कमी-जास्त तीव्रतेच्या लाटा निर्माण होण्यामागे वारा हेच कारण आहे. जास्त तरंग लांबीची (Wave length) लाट जास्त काळ टिकून राहते. अशा लाटेचा वेगही जास्त असतो. हिंदी महासागरात पश्चिमेकडे लाटांचा वेग सर्वांत जास्त म्हणजे दर सेकंदाला १५ मीटर इतका आहे.

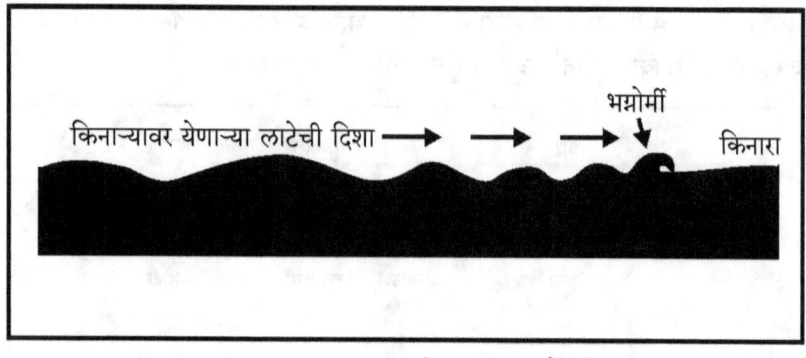

आ. १०.३ फुटणारी लाट– भग्नोर्मी

लाटेची उंची ही सुद्धा वाऱ्याच्या वेगावर अवलंबून असते. सामान्यतः महासागरात आढळणाऱ्या या लाटांचा वेग एकदम कमी होतो आणि तळभागाशी होणाऱ्या जलकणांच्या घर्षणामुळे लाटेची उंचीदेखील वाढते. उंची प्रमाणापेक्षा जास्त झाल्यास लाट फुटते. फुटणाऱ्या लाटेस भग्नोर्मी असे म्हणतात. उतरत्या किनारपट्टीवर ही लाट एकापेक्षा अधिक वेळा फुटलेली आढळते.

समुद्रबुड जमिनीच्या खोलीवरही लाटांचे फुटण्याचे प्रमाण अवलंबून असते. आकृतीमध्ये दाखविल्याप्रमाणे पाणी उथळ बनून लाटा फुटतात. परंतु खोल समुद्रात त्या फुटत नाहीत.

तट समांतर प्रवाह

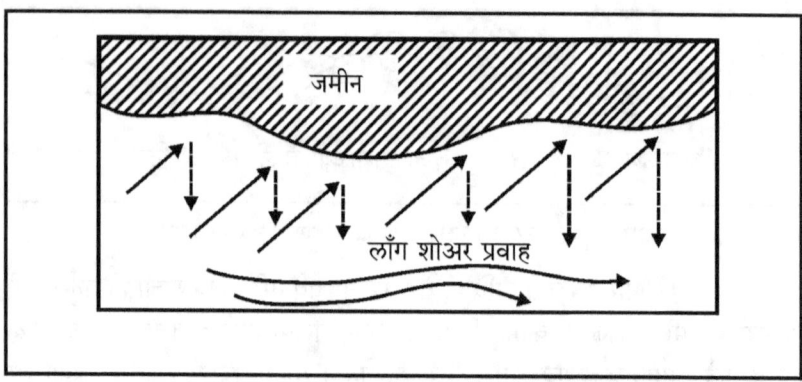

आ. १०.४ लाँग शोअर प्रवाहांची निर्मिती

आकृतीमध्ये दाखविल्याप्रमाणे लाटेतील जलकणांची हालचाल ही वर्तुळाकृती असली तरी वाऱ्याच्या कार्यामुळे बाणाच्या दिशेने हा जलकण पुढे सरकत असतो.

किनाऱ्याजवळ आल्यावर लाटेची उंची वाढल्याने व ती फुटल्याने जे प्रवाह तयार होतात त्यास 'तट समांतर प्रवाह' असे म्हणतात. हे प्रवाह किनाऱ्याला समांतर असतात.

विध्वंसक लाटा (Destructive Waves)

लाटा नेहमीच वाऱ्यामुळे तयार होतात असे नाही. वायुभरात अचानक झालेला बदल, सागरतळावर होणाऱ्या हालचाली यामुळेही खूप मोठ्या व जास्त वेगाच्या आणि अधिक काळ टिकणाऱ्या लाटा निर्माण होतात. यांना विध्वंसक लाटा म्हणतात.

सागरतळावर भूकंप झाल्यास किंवा समुद्रात ज्वालामुखीचा उद्रेक झाल्यास या लाटा तयार होतात. अनेक वेळा समुद्रावर किनाऱ्यापासून खूप दूर तयार झालेल्या लाटा हजारो मैल लांबपर्यंत पसरतात आणि किनाऱ्यावर विध्वंस घडवून आणतात. १९४६ साली अॅल्युशिअन बेटावर निर्माण झालेल्या लाटांचा जोरदार तडाखा ३२०० कि.मी. दूर असलेल्या हवाई बेटांना बसला होता. १७ जुलै १९९८ रोजी पश्चिम सेपिक प्रांताजवळ, समुद्रातील भूकंपामुळे उठलेल्या लाटेत पपुआ न्यूगिनीत हजारो लोक बेघर झाले.

वादळी हवेमुळेही अशा लाटा तयार होतात. सागरपृष्ठावरील हवेतील वायुभरात एकदम होणारे बदल या लाटा निर्माण करतात.

१. त्सुनामी लाटा

समुद्रतळावर किंवा तळाखाली होणारा भूकंप हे त्सुनामीच्या निर्मितीतले पहिले व महत्त्वाचे कारण मानण्यात येते. मात्र याचबरोबर सागरतळावर होणारे ज्वालामुखीचे उद्रेक किंवा सागरतळावरील उंचसखल प्रदेशात दरड कोसळण्यासारख्या घटनाही त्सुनामीच्या निर्मितीस कारण ठरतात.

एकदा या लाटा भूकंप प्रदेशाजवळच्या समुद्रावर तयार झाल्या की, त्या वेगाने आजूबाजूच्या प्रदेशात पसरतात. वाऱ्याचा वेग आणि भूकंप स्थानाचे किनाऱ्यापासून असलेले अंतर यावर त्सुनामीच्या लाटांची तीव्रता ठरते.

ताशी ८०० कि.मी.च्या वेगाने या लाटा किनाऱ्याकडे सरकू शकतात, किनाऱ्याकडे येताना समुद्रतळाची खोली कमी होत जात असल्यामुळे लाटांचा वेग कमी होतो, पण त्यांची उंची सतत वाढत राहते. त्यामुळे किनाऱ्यावर वीस मीटर किंवा त्याहीपेक्षा जास्त उंचीच्या लाटा येऊन आपटतात. ही सगळी घटना इतकी वेगवान असते की, त्यापासून बचाव करायला किंवा त्याची सूचना द्यायला खूपच कमी अवधी मिळतो.

जगात अशाही घटना घडलेल्या आहेत की, ज्यात त्सुनामी लाटा येऊन गेल्यावर तासाभराने पुन्हा तितक्याच उंचीच्या लाटा त्याच दिवशी त्याच ठिकाणी येऊन किनाऱ्यावर आपटल्या.

बऱ्याच त्सुनामी लाटा पॅसिफिक महासागरात तयार होतात; कारण त्याच्या सीमावर्ती प्रदेशात ज्वालामुखीय बेटे व ज्वालामुखीय चाप, पर्वतरांगा आणि विध्वंसक तबक सीमा आहेत. यास सामान्यपणे पॅसिफिकचे अग्निकंकण म्हटले जाते. त्सुनामी या भरतीच्या लाटा नाहीत. हवामानातील बदलामुळेही त्या तयार होत नाहीत. त्या खऱ्या अर्थाने भूकंपामुळे तयार झालेल्या सागरी लाटा आहेत.

खोल समुद्रात या लाटांची तरंग लांबी २०० कि.मी. इतकी विस्तृत आणि तरंग खोली केवळ काही मीटर इतकी असते. त्यामुळे किनाऱ्यापासून दूर असलेल्या गलबताला किंवा जहाजाला या लाटा जाणवत नाहीत. समुद्रावरून जाणाऱ्या हेलिकॉप्टर्सनाही त्या दिसत नाहीत. मात्र या लाटा जसजशा किनाऱ्यावर येतात तसतशा त्या जाणवू लागतात. अधिकाधिक उंच व विध्वंसक होतात.

त्सुनामी हा शब्द जपानी असून त्याचा अर्थ आहे 'हार्बर वेव्हज्' किंवा 'बंदरातील लाटा'. निर्मितीच्या ठिकाणापासून हजारो मैलांचा प्रवास करणाऱ्या या लाटा प्रचंड विध्वंसक ऊर्जेची साठवण करीत किनाऱ्यापर्यंत पोहोचतात आणि किनाऱ्याजवळ मोठी हानी करतात. त्यांच्या आकस्मिकपणे येण्यामुळे किनाऱ्यावरचे गाफील जनजीवन अस्ताव्यस्त व संकटग्रस्त होते.

एका खगोलशास्त्रीय सिद्धान्तानुसार अतिप्राचीन भूशास्त्रीय कालखंडात उल्कापात, धुमकेतू यांच्यामुळेही महासंहारक अशा त्सुनामी लाटा निर्माण झाल्या असाव्यात. आजच्या भूपट्ट सिद्धान्तानुसार, जिथे दोन भूपट्ट एकमेकांजवळ येतात तिथे अधिक जाड व घन भूपट्ट हलक्या भूखंडाखाली जातात व त्यामुळे भूकंप होऊन या लाटा निर्माण होतात. चिली, निकाराग्वा, मेक्सिको, इंडोनेशिया इथे भूपट्टातील क्रिया-प्रक्रियांमुळे गेल्या दशकात अशा लाटा निर्माण झाल्याच्या नोंदी आहेत. एकट्या पॅसिफिकमध्ये १९२१ ते १९९६ या ७५ वर्षांत १७ त्सुनामी लाटांची निर्मिती झाली.

एकदा भूकंप झाल्यानंतर पुन्हा काही तासांत आणखी भूकंप होऊन या संकटात भर पडत राहते. त्सुनामी लाटांवर वाऱ्याचा पडणारा प्रभाव वरच्या केवळ काही मीटरमध्येच राहतो. खूप खोलवर ही लाट खूपच विध्वंसक स्वरूपाची असते. या लाटा वेगवान असल्यामुळे त्यांची विध्वंसक ऊर्जा कमी होण्याचे प्रमाण खूपच कमी असते.

सुनामींचा किनाऱ्यावर होणारा परिणाम ही एक विलक्षण घटना आहे. त्सुनामी येण्याच्या आधी काही ठिकाणी किनाऱ्यावरचे समुद्राचे पाणी आकस्मिकपणे ओहोटीसारखे झपाट्याने खाली जाते आणि काही वेळातच जोराने परत त्याच्या पूर्वस्थानी येते.

नेहमीच्या समुद्रलाटांसारख्या त्सुनामी लाटा आंतर्वक्र अशा वाकून फुटत नाहीत.

त्सुनामीच्या तडाख्यातून वाचलेल्यांनी केलेल्या वर्णनानुसार या लाटा भिंतीसारख्या उंचच उंच वाढत जाऊन क्षणार्धात सगळ्या प्रदेशावर पाण्याची पातळी वाढते.

सुनामींचा परिणाम सर्वत्र एकसारखा दिसतो. प्रचंड वृक्ष एखाद्या लहान झाडासारखे तुटून पडतात, तटरक्षक भिंती अक्षरश: वाहून जातात, किनाऱ्यावरील दीपगृहे, बंदरे, धक्के, इमारती जमीनदोस्त होतात.

किनाऱ्याजवळच्या सागरतळाची रचना व किनाऱ्याची रचना यांचा त्सुनामी लाटांच्या उंचीवर मोठाच परिणाम होतो. कोकणासारख्या खडकाळ व भूशिरांनी युक्त किनाऱ्यावर पूर्वेकडच्या सपाट किनाऱ्यापेक्षा या लाटांचा कमी प्रभाव पडतो. किनाऱ्यावर अरुंद नदीपात्रे व खोल घळी असल्यास त्सुनामी लाटांचे पाणी एखाद्या भिंतीसारखे नदीत घुसते.

या आपत्तीच्या पूर्वसूचनेबाबत आपल्याकडे फारशी प्रभावी यंत्रणा नाही. जगात इतरत्र ही यंत्रणा खूपच कार्यक्षम व परिणामकारक आहे. होनोलुलू इथे 'पॅसिफिक त्सुनामी वॉर्निंग सिस्टिम' ही पॅसिफिकमधल्या सर्व सुनामींबाबत पूर्वसूचना देण्याचे काम करते. या यंत्रणेचे एकूण २६ देश सभासद आहेत. या यंत्रणेमार्फत, पॅसिफिक महासागर प्रदेशातील त्सुनामीजनक भूकंपांचे अनुमान करणे, या प्रदेशातील भूकंपमापन यंत्रे व भरती-ओहोटी मापन केंद्रे यांचे नियंत्रण करणे इत्यादी कामे केली जातात. 'नोआ' या नॅशनल वेदर सर्व्हिसमार्फत दोन त्सुनामी सूचना केंद्रे नियंत्रित केली जातात. 'अलास्का त्सुनामी वॉर्निंग सेंटर' हे अलास्का, कोलंबिया, वॉशिंग्टन, ऑरेगॉन यासाठी त्सुनामी पूर्वसूचनांचे प्रभावी काम करते.

२. भरती-ओहोटी

सागरजलाच्या या महत्त्वपूर्ण हालचाली असून या हालचालींचा परिणाम समुद्रातही बराच खोलपर्यंत जाणवतो.

समुद्राचे पाणी दिवसाच्या काही ठराविक काळात पुढे येते व ठराविक काळात मागे जाते यास भरती-ओहोटी असे म्हणतात.

समुद्राच्या पाण्याला भरती-ओहोटीचे अनेक प्रकार आहेत. हे सर्व प्रकार दोन भरतींमध्ये किंवा दोन ओहोटींमधील वेळेच्या अंतरावरून ठरविलेले आहेत. हे प्रकार पुढीलप्रमाणे आहेत.

१) दैनिक भरती-ओहोटी (Diurnal Tides) : दोन भरती किंवा दोन ओहोटींमधील अंतर सुमारे २४ तास ४८-५० मिनिटे इतके असते.

२) अर्ध दैनिक भरती-ओहोटी (Semi- diurnal Tides) : दोन भरती किंवा दोन ओहोटींमधील अंतर सुमारे १२ तास २४-२५ मिनिटे इतके असते.

३) उधाणाची दैनिक भरती-ओहोटी (Spring Tides) : पंधरवड्यातून फक्त एकदा, पोर्णिमेला किंवा अमावस्येला ही भरती किंवा ओहोटी आढळते. या वेळी समुद्राचे पाणी फार मोठ्या प्रमाणावर वर चढते किंवा खाली जाते.

४) भांगेची भरती-ओहोटी (Neap Tides) : पंधरवाड्यातून एकदा अष्टमीच्या दिवशी हा प्रकार आढळतो. या दिवशी समुद्रपृष्ठावर लहान भरती किंवा लहान ओहोटी येते.

५) मासिक भरती-ओहोटी (Monthly Tides) : चंद्राच्या उपभू किंवा अपभू या स्थितीच्या वेळी महिन्यातून एकदा ही भरती-ओहोटी येते.

६) षण्मासिक किंवा सांपातिक भरती-ओहोटी (Equinoctial Spring Tides) : दर सहा महिन्यांनी सूर्य पृथ्वीभोवती भासमान भ्रमणमार्गावर फिरत असताना, सांपातिक भरती-ओहोटी येते.

७) वार्षिक भरती-ओहोटी (Yearly Tides) : सूर्याच्या उपसूर्य व अपसूर्य या स्थितीच्या वेळी वर्षातून एकदा ही भरती-ओहोटी येते.

या सर्व प्रकारांपैकी अर्धदैनंदिन भरती-ओहोटी, ही नेहमी तास १२-२६ मिनिटे इतकी असते.

सागरपृष्ठावर निर्माण होणाऱ्या भरती-ओहोटीचा संबंध चंद्र व सूर्याच्या गुरुत्वाकर्षण शक्तीशी आहे. यापैकी चंद्राच्या भरती-ओहोटीशी अधिक जवळचा संबंध असल्याचे सिद्ध झाले आहे.

भरती-ओहोटीचा संतुलन सिद्धान्त

न्यूटन या शास्त्रज्ञाच्या गुरुत्वाकर्षणाच्या सिद्धान्तानंतर सागरपृष्ठावर निर्माण होणाऱ्या भरती-ओहोटीच्या निर्मितीवर प्रकाश पडला.

या नियमानुसार विश्वातील सर्व वस्तूंमध्ये परस्पर आकर्षण असून हे आकर्षण पदार्थांच्या वस्तुमानावर व त्यांतील अंतरावर अवलंबून असते. दोन वस्तूंतील अंतर जितके कमी तितकी आकर्षणशक्ती अधिक असते.

आकाशातील सर्वच ग्रहणे एकमेकांच्या आकर्षणशक्तीमुळे एका विशिष्ट कक्षेतून एकमेकांभोवती फिरत आहेत. चंद्र आणि सूर्य या दोन आकाशस्थ गोलांची पृथ्वीवर कार्य करणारी आकर्षणशक्ती इतर गोलांच्या मानाने जास्त आहे. त्यातही चंद्र पृथ्वीला अधिक जवळ असल्यामुळे त्याचे पृथ्वीवरील आकर्षण सूर्यापेक्षा जास्त आहे. सूर्य आकाराने चंद्रापेक्षा २६×१०^{६} इतक्या पटीने मोठा असला तरी तो पृथ्वीपासून चंद्रापेक्षा ३८९ पट अंतरावर आहे. त्यामुळे सूर्याच्या भरती-ओहोटीशी असलेला संबंध सहज जाणवत नाही.

सागरपृष्ठावरील पाणी हे द्रवरूप असल्याने चंद्र-सूर्याची गुरुत्वाकर्षणशक्ती त्यावर कार्य करू शकते. त्यामुळे आकर्षणशक्तीत सापडलेल्या पाण्याच्या पृष्ठभागास फुगवटा (Bulge) निर्माण होतो.

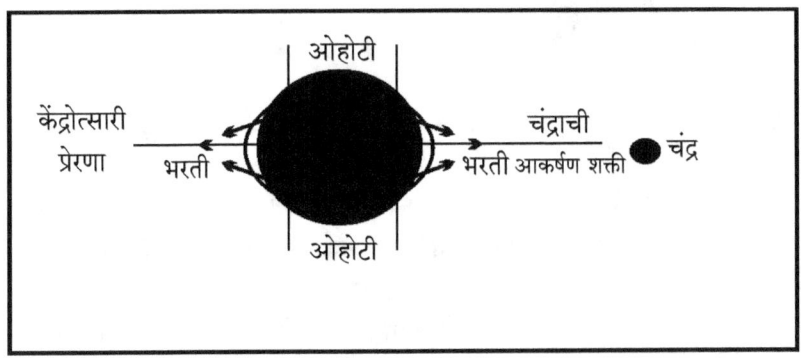

आ.१०.५: भरती-ओहोटीची निर्मिती

पृथ्वीची स्वांगपरिभ्रमणामुळे पृथ्वीच्या पृष्ठभागावर सर्व ठिकाणी केंद्रोत्सारी प्रेरणा कार्य करीत असते. परंतु पृथ्वीची जी बाजू चंद्रासमोर असते, तेथे मात्र केंद्रोत्सारी प्रेरणेपेक्षा चंद्राची आकर्षणशक्ती अधिक असते. याउलट चंद्राच्या विरुद्ध दिशेला जी बाजू असते तेथे केंद्रोत्सारी प्रेरणा अधिक असते. अशा रितीने पृथ्वीच्या मध्यवर्ती भागापासून दोन विरुद्ध दिशांना, दोन वेगळ्या शक्ती कार्य करतात. या दोन्ही शक्तीच्या दिशेने पाण्याला फुगवटा निर्माण होतो. आकृतीवरून विरुद्ध दिशेने कार्य करणाऱ्या या शक्तीचे स्वरूप स्पष्ट होईल.

चंद्राकडील बाजूवर येणारी समुद्राची भरती व त्यांच्या विरुद्ध बाजूकडे असलेल्या समुद्राच्या भागावर येणारी भरती या दोन्ही भरती, अशा रीतीने, एकाच वेळी दोन विरुद्ध ठिकाणी आढळतात. चंद्राच्या आकर्षणामुळे चंद्राच्या विरुद्ध बाजूस असलेल्या पृथ्वीचा घनभागही, चंद्राकडे थोडासा झुकतो. त्यामुळे विरुद्ध बाजूस निर्माण होणारी भरतीसुद्धा समोरच्या बाजू इतकीच मोठी आढळते. पृथ्वीवर ज्या दोन ठिकाणी भरती येते त्याच्या मधल्या भागी अर्थातच पाणी खाली जाते किंवा मागे जाते. भरतीच्या ठिकाणी वाढलेले पाणी आणि या ओहोटीच्या ठिकाणी कमी झालेले पाणी ह्यांच्या प्रमाणात सारखेपणा असतो.

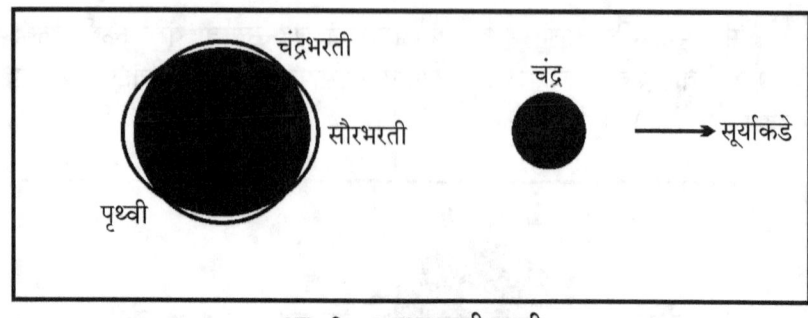

आ. १०.६ उधाणाची भरती

चंद्राकडील बाजूस असलेली आकर्षणशक्ती व विरुद्ध बाजूवर कार्य करणारी केंद्रोत्सारी प्रेरणा यांतील संतुलनामुळे दोन विरुद्ध ठिकाणी भरती निर्माण होत असल्यामुळे या सिद्धान्तास 'संतुलन सिद्धान्त' असे म्हणतात.

सूर्य सहवास व प्रतियुती म्हणजे अमावस्या व पोर्णिमा या दिवशी चंद्र, सूर्य व पृथ्वी एकाच सरळ रेषेत आल्यावर चंद्र व सूर्य या दोन गोलांसमोरील पृथ्वीच्या बाजूवर, फार मोठी आकर्षण शक्ती कार्य करते. त्यामुळे पाण्यावर खूप ओढ निर्माण होते. नेहमीच्या या वेळी पाणी जास्त वर येते यास उधाणाची भरती असे म्हणतात. चांद्रमासातील प्रत्येक अष्टमीस चंद्र व सूर्याची स्थिती एकमेकांस (काटकानोनंतर) काटकोन करून असल्यामुळे या वेळी पृथ्वीपृष्ठावर, नेहमीपेक्षा कमी उंचीची भरती येते. यास 'भांगेची भरती' असे म्हटले जाते.

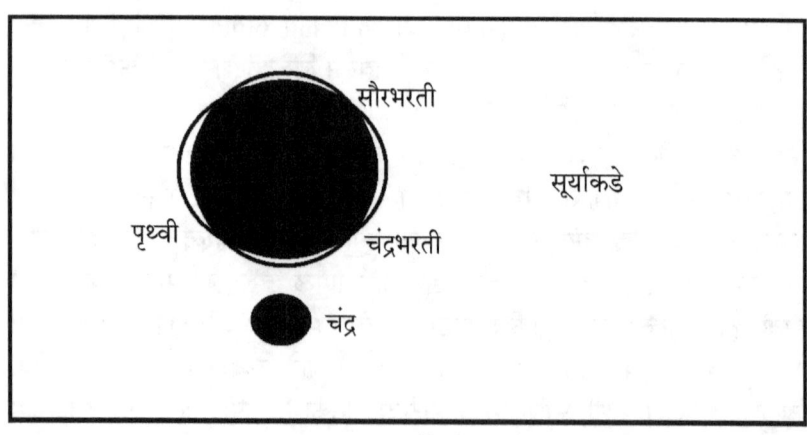

आ. १०.७ भांगेची भरती

चंद्रापासून येणाऱ्या भरतीच्या वेळांत दर दिवशी ४८ ते ५२ मिनिटांचा फरक पडतो. आधीच्या दिवस ज्या वेळी भरती आली असेल त्यापेक्षा ४८ ते ५२ मिनिटांनी उशिरा दुसऱ्या दिवशी भरती येते. याची कारणा पुढे दिली आहेत.

१) २४ तासात चंद्र आपल्या कक्षेत १२° अंतर जातो.

२) हे अंतर तोडण्यास पृथ्वीस ४८ ते ५२ मिनिटे लागतात.

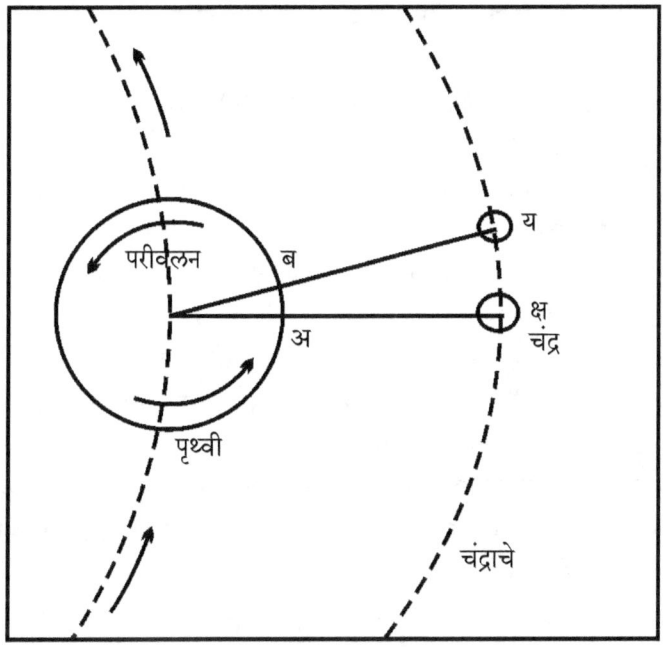

आ. १०.८ समुद्रावर येणारी भरती रोज थोडी उशिरा येते

भरती–ओहोटीचे परिणाम

भरतीच्या वेळी जोरोन वाढणारे पाणी ही एक फार मोठी शक्ती आहे. भरतीच्या वेळी खोल समुद्रात असलेले विविध प्रकारचे मासे, प्लँक्टनसारख्या वनस्पती किनाऱ्यावर आणल्या जातात, भरतीचे पाणी, खाड्यांच्या मुखांशी तयार होणारे वाळूचे उन्नयन नष्ट करते व खाड्यांची मुखे मोकळी ठेवते. ओसाड प्रदेशामध्ये पाण्याचे तापमान भरतीच्या वेळी वाढते.

त्याचबरोबर वाढलेले पाणी अंतर्गत भागात बरेच आत येते व त्यातून अंतर्गत भागात प्रचंड सागरगामी बोटी व तेलवाहू व मालवाहू हलदिया–कोलकाता सारख्या बंदरात आत येऊ शकतात.

३. समुद्रप्रवाह

समुद्र लाटांपेक्षा अधिक महत्त्वाच्या अशा या हालचाली असून, या हालचाली आडव्या आणि उभ्या दोन्ही प्रकारच्या असतात. समुद्रप्रवाहातील पाण्याची हालचाल

एकाच दिशेने होते. हे प्रवाह निरनिराळ्या खोलीवर आढळतात. हे प्रवाह बराच मोठा प्रदेश व्यापतात. या दृष्टीने प्रत्येक समुद्रप्रवाह विस्तृत आकाराचा असतो.

समुद्रप्रवाहाच्या निर्मितीस पुढील घटक कारणीभूत होतात

१) गुरुत्वार्षण शक्ती

२) पृथ्वीच्या परिवलनामुळे तयार होणारी केंद्रोत्सारी प्रेरणा

३) वायुभारातील बदल

४) प्रचलित वारे आणि त्यांची घर्षणशक्ती

५) सागरजलाचे तापमान

६) सागरजलाची क्षारता व घनता आणि

७) बर्फाचे विलयन.

वातावरणाचे जसे तापमान, दाब, आर्द्रता यांसारखे गुणधर्म असतात, तद्वतच सागरजलाचेही काही वैशिष्ट्यपूर्ण असे गुणधर्म आहेत. या गुणधर्माच्या साहाय्याने विशिष्ट जलाशयातील पाण्याचे वर्णन करता येते.

समुद्रप्रवाहांच्या निर्मितीस पुढील घटक कारणीभूत होतात : (१) गुरुत्वाकर्षण शक्ती, (२) पृथ्वीच्या परिवलनामुळे तयार होणारी केंद्रोत्सारी प्रेरणा, (३) वायुभारातील बदल, (४) प्रचलित वारे आणि त्यांची घर्षणशक्ती, (५) सागरजलाचे तपमान, (६) सागरजलाची क्षारता व घनता आणि (७) बर्फाचे विलयन.

गुरुत्वाकर्षणशक्ती : पृथ्वीचा विषुववृत्तीय भाग फुगीर व ध्रुवीय भाग चपटा असल्यामुळे, ध्रुवाजवळ गुरुत्वाकर्षण शक्ती जास्त असते. त्यामुळे ध्रुवीय प्रदेशातील सागरप्रवाहावर विषुववृत्तीय सागरप्रवाहापेक्षा अधिक गुरुत्वशक्ती कार्य करते.

केंद्रोत्सारी प्रेरणा : पृथ्वी स्वतःभोवती पश्चिमेकडून पूर्वेकडे फिरते. त्यामुळे सागरप्रवाहाच्या मूळ दिशेत एका विशिष्ट पद्धतीने बदल होतो.

सर्वसामान्यपणे विषुववृत्तापाशी निघालेला सागरप्रवाह सरळ रेषेमध्ये ध्रुवाकडे जाईल. परंतु उत्तर गोलार्धात तो या मूळ दिशेच्या उजवीकडे वळतो व दक्षिण गोलार्धात तो मूळ दिशेच्या डावीकडे वळतो. या परिणामास 'कोरीआलिस' (Coriolis) परिणाम किंवा फेरेलचा नियम असे म्हणतात.

वायुभारातील बदल : समुद्राच्या पृष्ठभागावर जास्त वायुभाराचा पट्टा निर्माण झाल्यास त्याचा परिणाम समुद्रप्रवाहावर झाल्याचे आढळून येते. अशा ठिकाणी पाण्याच्या पृष्ठभागावर दाब पडून तेथील समुद्रप्रवाह कमी असलेल्या पृष्ठभागाकडे जातो.

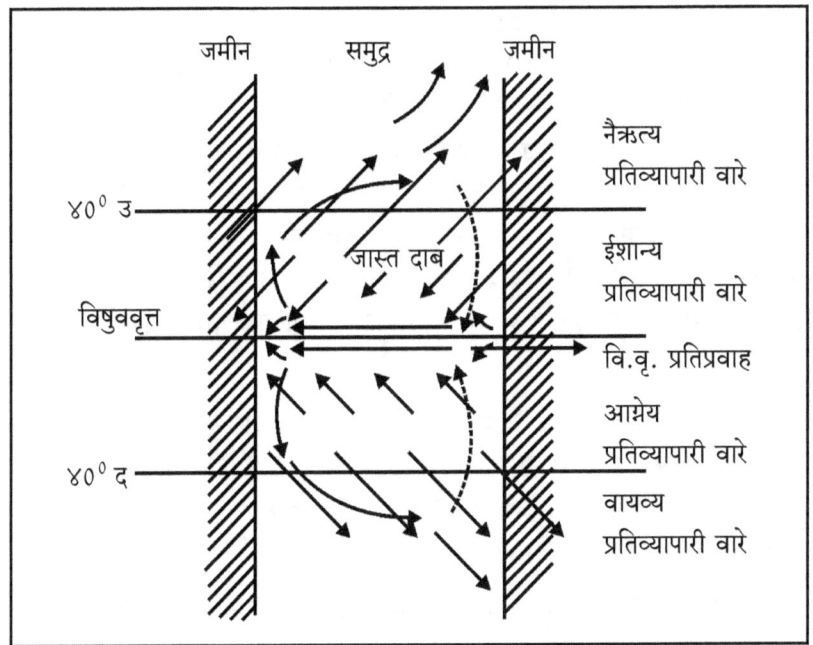

आ. १०.९ प्रचलित वारे व समुद्रप्रवाह

प्रचलित वारे व त्यांची घर्षणशक्ती : वाऱ्यांच्या दिशेचा समुद्रप्रवाहावर फार मोठा परिणाम झाल्याचे आढळून येते. प्रचलित वाऱ्यांचे सागरपृष्ठाशी जे घर्षण होते. त्यामुळे प्रामुख्याने समुद्रप्रवाह निर्माण होतात हे आता सर्वमान्य झाले आहे. समुद्रप्रवाहाची केवळ दिशाच या वाऱ्यामुळे ठरत असे नव्हे तर वेगावरही वाऱ्याचा परिणाम होतो.

आ. १०.९ वरून प्रचलित वारे आणि समुद्रप्रवाह यांचे स्वरूप स्पष्ट होते. उत्तर आणि दक्षिण गोलार्धात सर्वसामान्यतः व्यापारी व प्रतिव्यापारी वाऱ्यांच्या दिशेने समुद्रप्रवाहांची हालचाल होते. हिंदी महासागरात ऋतुमानाप्रमाणे मोसमी वाऱ्यांची दिशा बदलत असल्यामुळे प्रवाहांची दिशाही बदलते.

सागरजलाचे तापमान : वातावरणाप्रमाणेच जलावरण हे काही ठिकाणी उष्णतेचे शोषण करते तर काही ठिकाणी उष्णतेचे उत्सर्जन करते. त्यामुळे सागरजलाच्या तापमानात फरक पडतो.

निरनिराळ्या अक्षवृत्तांवर सागरजलात शोषिल्या जाणाऱ्या उष्णतेत फरक पडल्यामुळे प्रवाह निर्माण होतात. साधारणतः विषुववृत्तीय प्रदेशातील पाण्याचे तापमान ध्रुवीय प्रदेशातील पाण्यापेक्षा जास्त असते. जास्त तापमानामुळे विषुववृत्तीय प्रदेशातील

पाण्याचे प्रसरण होते व ध्रुवीय प्रदेशाकडे वाहू लागते. विषुववृत्तापाशी निर्माण झालेली ही पाण्याची पोकळी भरून काढण्यासाठी ध्रुवाजवळील थंड, जड पाणी खाली जाते व पाण्याच्या पृष्ठाखालून विषुववृत्तीय प्रदेशाकडे वाहू लागते. या प्रमुख दोन आडव्या प्रवाहांच्यामुळे आणखी दोन उभे प्रवाह निर्माण होतात. विषुववृत्तापाशी पाण्याखालून पृष्ठाकडे व ध्रुवावर पृष्ठापासून पाण्याखाली असे ते प्रवाह जातात. अशा रीतीने प्रवाहाचे एक पूर्ण चक्र तयार होते. या सर्वसामान्य प्रवाहचक्रामध्ये काही वेळा स्थानिक तापमानामुळे फरक पडतो. ध्रुवीय प्रदेशाकडून पाण्याखालून विषुववृत्तीय प्रदेशाकडे येणाऱ्या प्रवाहास थंड प्रवाह व विषुववृत्ताकडून ध्रुवाकडे पृष्ठभागावरून जाणाऱ्या प्रवाहास उष्ण प्रवाह असे म्हणतात. (आ. १०.१०)

सागरजलाची क्षारता व घनता : क्षारता जास्त असलेल्या पाण्याची घनता जास्त असल्यामुळे असे पाणी खाली जाते. याउलट कमी क्षारतेचे, कमी घनतेचे, हलके पाणी वर येते. जास्त क्षारतेच्या पाण्याचा प्रवाह सागरपृष्ठाखालून व कमी क्षारतेच्या पाण्याचा प्रवाह सागरपृष्ठावरून वाहतो.

बर्फाचे विलयन : बर्फाच्या वितळण्यामुळे, थंड प्रदेशातील समुद्राच्या पाण्याची पातळी वाढते. त्यामुळे अर्थातच पाण्याची क्षारता कमी होते.

याशिवाय, किनारपट्टीचा आकार व स्वरूप आणि ऋतूप्रमाणे होणारे वाऱ्यांतील स्थानिक बदल यांचाही समुद्रप्रवाहावर परिणाम होतो. किनारपट्टीच्या अडथळ्यामुळे मुख्य समुद्रप्रवाहापासून अनेक उपप्रवाह निर्माण होतात.

अटलांटिक महासागरातील समुद्रप्रवाह : अटलांटिक महासागरात पश्चिमेकडे वाहणारे (आ. १०.११) उत्तर विषुववृत्तीय प्रवाह व दक्षिण विषुववृत्तीय प्रवाह हे दोन प्रवाह महत्त्वपूर्ण असून त्यांनीच उत्तर अटलांटिक व दक्षिण अटलांटिक महासागरामध्ये दोन स्वतंत्र प्रवाहचक्रे निर्माण केली आहे. 0° ते १०° उत्तर अक्षवृत्तांमध्ये असलेला उत्तर विषुववृत्तीय प्रवाह हा ईशान्य व्यापारी वाऱ्यांमुळे तयार होतो.

विषुवृत्ताच्या दक्षिणेस आग्नेय व्यापारी वाऱ्यांपासून दक्षिण विषुववृत्तीय प्रवाह तयार होतो व तो पश्चिमेकडे वाहू लागतो. दक्षिण अमेरिकेतील ब्राझील किनाऱ्यावर सावरूकच्या भूशिराजवळ या प्रवाहाला दोन उपशाखा फुटतात. यातील एक शाखा उत्तरेकडे येऊन उत्तर विषुववृत्तीय प्रवाहाला दोन उपशाखा फुटतात. यातील एक शाखा उत्तरेकडे भूशिराजवळ या प्रवाहास मिळते. हिवाळ्यामध्ये जेव्हा विषुववृत्तीय प्रतिप्रवाह कमजोर झालेला असतो तेव्हाच प्रामुख्याने ४° उत्तर ते ११° उत्तर अक्षांशातील दक्षिण व उत्तर विषुववृत्तीय प्रवाह एकत्र होतात.

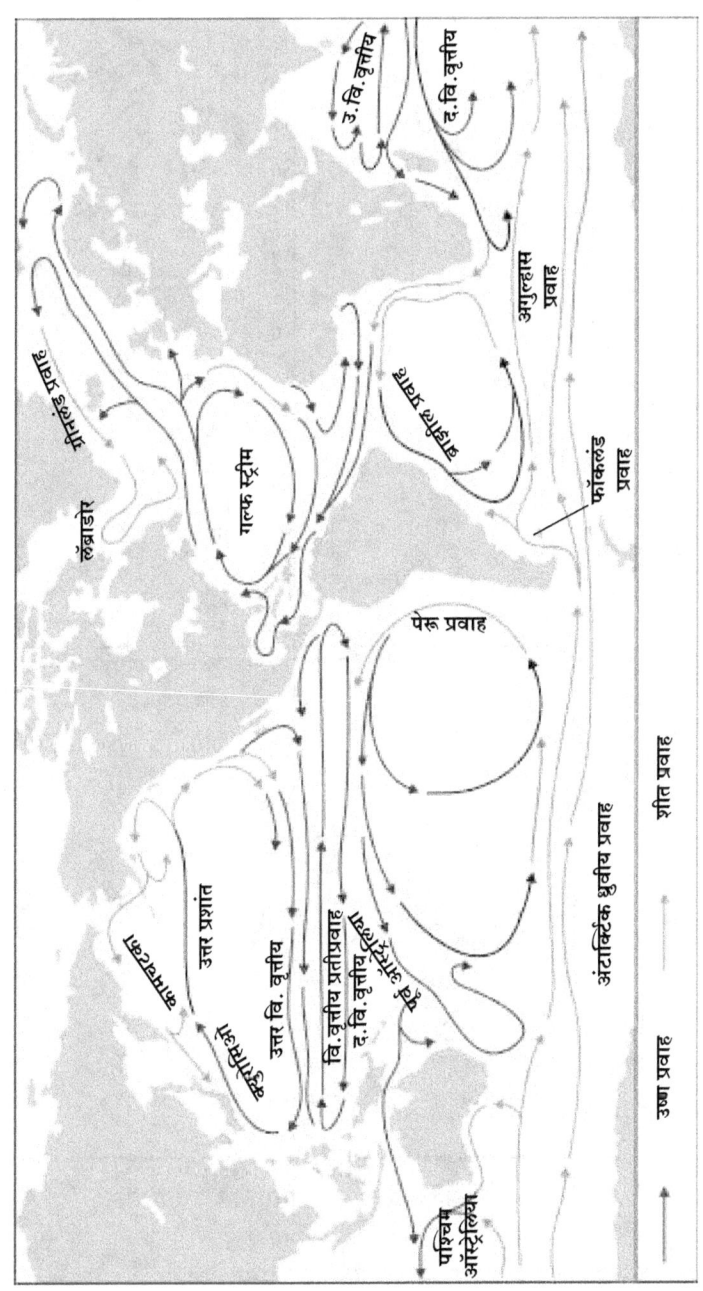

ग्रीनलंड प्रवाह
लॅब्राडोर
गल्फ स्ट्रीम
उ.वि.वृत्तीय
द.वि.वृत्तीय
अगुल्हास प्रवाह
फॉकलंड प्रवाह
पेरू प्रवाह
उत्तर प्रशांत
उत्तर वि. वृत्तीय
वि.वृत्तीय प्रतिप्रवाह
द.वि.वृत्तीय
पश्चिम ऑस्ट्रेलिया
अंटार्क्टिक ध्रुवीय प्रवाह
उष्ण प्रवाह
शीत प्रवाह

आ. १०.१०

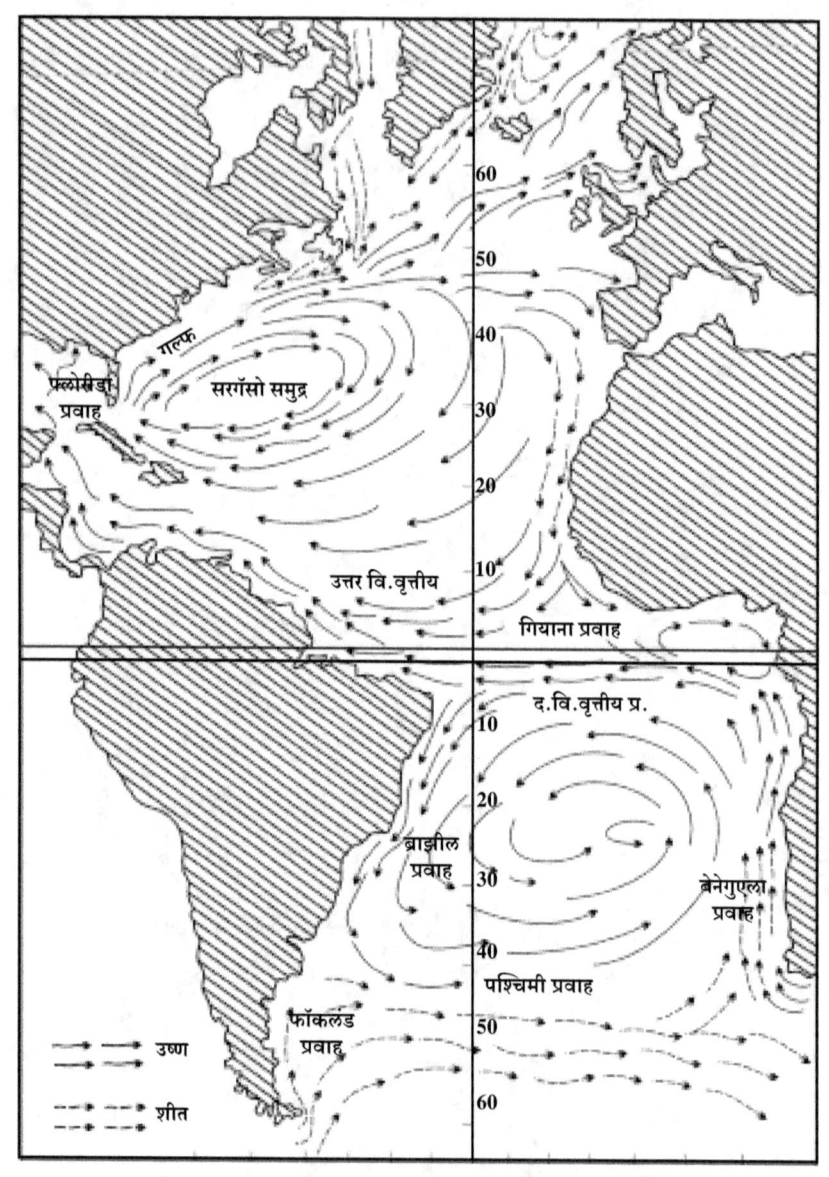

आ. १०.११ अटलांटिक महासागरातील प्रवाह चक्र

उत्तरेकडे आलेल्या उपशाखेमुळे उत्तर विषुववृत्तीय प्रवाहही थोडा उत्तरेकडे सरकतो. या संयुक्त प्रवाहास दोन फाटे फुटतात. एक वेस्ट इंडीज बेटांच्या पूर्वेकडे वळतो. यास अँटिलीज प्रवाह म्हणतात. दुसरा कॅरीबियनच्या समुद्रात वळून युकाटनच्या चॅनलपर्यंत जातो. पुढे हाच फाटा मेक्सिकोच्या आखातात प्रवेश करतो. मेक्सिकोच्या आखातातील संयुक्त प्रवाह फ्लोरिडाच्या सामुद्रधुनीतून बाहेर पडल्यावर यास आखात प्रवाह (गल्फ स्ट्रीम) असे म्हटले जाते. गल्फ स्ट्रीमचा परिणाम २०° उ. ते ६०° उ. अक्षांशात आढळतो. फ्लोरिडाचा प्रवाह, उत्तर अटलांटिक प्रवाह (ग्रँड बँकेच्या पूर्वेकडचा) यांचा समावेशही गल्फ स्ट्रीममध्येच केला जातो. आखात प्रवाहाचे तापमान २७° से. आहे. ६ ते ८ कि.मी. ताशी वेग असलेल्या या प्रवाहाची रुंदी ५७ ते ६४ कि.मी. आहे. न्यूफाऊंडलंडच्या बेटापाशी याचे तपमान २१° से. इतके कमी होते. अखेरीस हा प्रवाह ब्रिटिश बेटे व पश्चिम युरोप यांच्या किनाऱ्याजवळून आर्क्टिक महासागरात विलीन होतो.

ब्रिटिश बेटांजवळ याला उत्तर अटलांटिक प्रवाह असे म्हणतात. न्यूफाऊंडलंडपाशीच उत्तरेकडून येणाऱ्या लॅब्रॉडोरच्या शीतप्रवाहास आखात प्रवाह येऊन मिळतो. या शीत व उष्ण प्रवाहाच्या एकत्रीकरणामुळे या प्रदेशातील न्यूफाऊंडलँड बेटाजवळ दाट धुके पडते. येथे लॅब्रोडोरच्या प्रवाहाबरोबर अनेक लहानमोठे हिमनगही वाहात येतात. त्यामुळे हा भाग जलवाहतुकीस धोकादायक आहे. शीतप्रवाहाबरोबर प्लँक्टॉन वनस्पती येते. गरम प्रवाहाशी संयोग झाल्यावर ती कुजते. ही कुजलेली वनस्पती मासे आवडीने खातात. त्यामुळे न्यूफाऊंडलँड व नोव्हास्कोशिया येथे मासेमारीचे संचय आढळतात.

आखात प्रवाहाचे थोडे पाणी स्पेन, पोर्तुगालकडून दक्षिणेस वाहते. यास कॅनरीज प्रवाह असे म्हणतात. २०° अक्षवृत्ताजवळ कॅनरीजचा प्रवाह उत्तर विषुववृत्तीय प्रवाहास मिळतो.

उत्तर अटलांटिकमध्ये तयार झालेल्या या प्रचंड चक्राच्या मध्यवर्ती भागातील समुद्र शांत असतो. त्यामुळे समुद्रातील गवत, वेली, शेवाळ यासारखे पदार्थ येथे साचून राहतात. यात सारगासो वनस्पतींचे प्रमाण जास्त असत. यास सारगासो समुद्र असे म्हणतात.

दक्षिण विषुववृत्तीय प्रवाहाची दक्षिणेकडील शाखा ब्राझीलच्या किनाऱ्याजवळून वाहते. हिला ब्राझील प्रवाह म्हणतात. ४०° दक्षिण अक्षवृत्तापाशी आल्यावर हा प्रवाह पूर्वेकडे वळून पश्चिमी वाऱ्यांच्या प्रवाहास मिळतो.

पश्चिमी वाऱ्यांच्या प्रवाहास दक्षिण आफ्रिकेपाशी एक फाटा फुटून तो उत्तरेकडे वाहू लागतो. यास 'बेंग्वेला प्रवाह' असे म्हणतात. तो अधिक उत्तरेकडे जाऊन दक्षिण विषुववृत्तीय प्रवाहाला मिळतो. बेंग्वेला प्रवाह थंड पाण्याचा प्रवाह आहे.

उत्तर व दक्षिण अटलांटिक महासागरातील प्रवाहामुळे बरेचसे पाणी पश्चिमेकडे वाहात गेल्यामुळे पूर्वेस पाण्याचे प्रमाण कमी होते. ही पोकळी भरून काढण्यासाठी उत्तर व दक्षिण विषुववृत्तीय प्रवाहाच्या मधून पश्चिमेकडून पूर्वेकडे असा विषुववृत्तीय प्रतिप्रवाह वाहू लागतो. हा प्रवाह पुढे आफ्रिकेच्या गिनीच्या आखातात शिरतो. येथे यास 'गिनीचा प्रवाह' असे म्हटले जाते. उत्तर अटलांटिक प्रवाहामुळे ब्रिटिश बेटांचे हिवाळी तपमान वाढलेले असून उन्हाळी तपमान कमी झालेले आढळते. ब्रिटिश बेटांचे पाऊसमानही या प्रवाहामुळे वाढलेले आहे. नॉर्वेच्या किनारा प्रवाहाच्या उबेमुळे गोठत नाही.

पॅसिफिक (प्रशांत) महासागरातील समुद्रप्रवाह : (आ. १०.१२) ईशान्य व्यापारी वाऱ्यामुळे उत्तर विषुववृत्तीय प्रवाह निर्माण होऊन पश्चिमेकडे वाहू लागतो. प्रशांत महासागर मध्यभागी खूपच रुंद आहे. त्यामुळे उ. वि. प्रवाह रेव्हीला बेटापासून सुरू होऊन पश्चिमेकडे फिलीपाईन्स बेटापर्यंत, जवळजवळ ७५०० सागरी मैलांचे अंतर पार करून पोहोचतो. पूर्वेकडे कॅलिफोर्नियाच्या प्रवाहामुळे यास सुरुवात होते. पूर्वेकडून पश्चिमेकडे जात असताना आजूबाजूच्या लहानमोठ्या उपप्रवाहांमुळे या प्रवाहातील पाण्याचे प्रमाण मोठ्या प्रमाणावर वाढते. इंडोनेशियाच्या द्वीपसमूहामुळे उ. वि. प्रवाहाच्या अनेक शाखा होतात. फिलीपाईन्सच्या जवळ यास अनेक फाटे फुटतात. उत्तरेकडील शाखा बालिंटंगमधून चीनच्या समुद्रात जाते आणि त्यानंतर त्यातील काही पाणी फोर्मोसाला वळसा घालून क्युरोसिओच्या प्रवाहात विलीन होते. दक्षिणेकडील फाटा विषुववृत्तीय प्रतिप्रवाह म्हणून वाहतो.

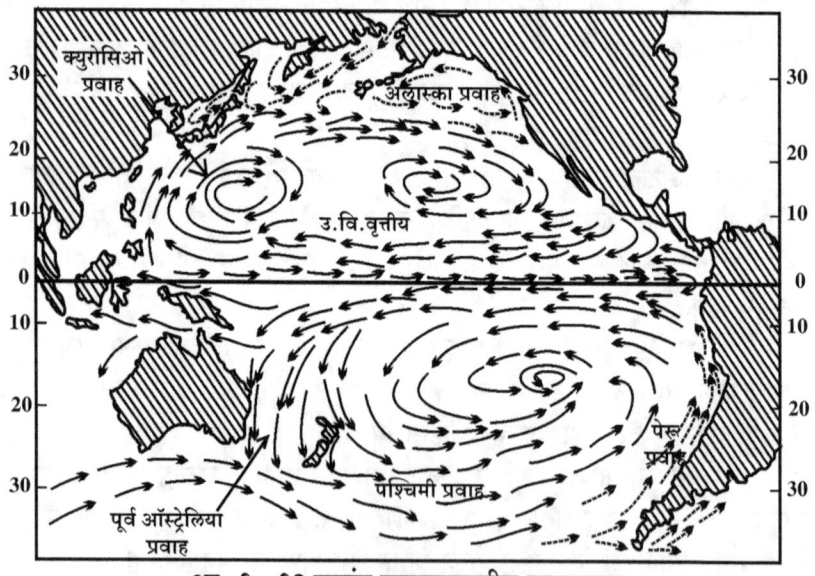

आ. १०.१२ प्रशांत महासागरातील प्रवाहचक्र

क्युरोसिओचा प्रवाह पूर्वेकडे वाहात जाऊन उत्तर अमेरिकेच्या पश्चिम किनाऱ्यापर्यंत पोहोचतो. यास पश्चिमी वाऱ्यांचा प्रवाह असे म्हणतात. उत्तर अमेरिकेच्या पश्चिम किनाऱ्याजवळ याला दोन फाटे फुटतात. उत्तरेकडच्या प्रवाहास आलास्का किंवा ब्रिटिश कोलंबिया प्रवाह म्हणतात. दक्षिणेकडचा प्रवाह थंड असून त्यास कॅलिफोर्नियाचा प्रवाह असे म्हणतात. जपानच्या पूर्व किनाऱ्याजवळ क्युरोसिओच्या उष्ण प्रवाहास, बेरिंगच्या सामुद्रधुनीतून आलेला क्युराइलचा थंड प्रवाह मिळतो.

विषुववृत्ताच्या दक्षिणेस दक्षिण विषुववृत्तीय प्रवाह तयार होतो. याची लांबी जवळजवळ १३६०० कि.मी. आहे. या प्रवाहाचा वेग दर दिवशी ३२ कि.मी. इतका असल्याचे आढळले आहे. पश्चिमेकडे सागरतळावर असलेल्या असंख्य जलमग्न उंचवट्यांमुळे यास अनेक फाटे फुटतात.

न्यूगिनी बेटाजवळ एक मुख्य शाखा ऑस्ट्रेलियाच्या दक्षिणेकडे वाहू लागते. यास पूर्व ऑस्ट्रेलिया प्रवाह असे म्हटले जाते. हा प्रवाह पुढे पश्चिमी वाऱ्यांच्या प्रवाहास मिळतो. दक्षिण अमेरिकेच्या दक्षिण टोकाकडून जी शाखा उत्तरेकडे वळते तिला चिलीजवळ हंबोल्ट प्रवाह व पेरूजवळ पेरू प्रवाह असे म्हणतात. हंबोल्ट व पेरू हे दोन्ही शीत प्रवाह आहेत. हंबोल्ट व पेरूचे प्रवाह अखेरीस पश्चिम विषुववृत्तीय प्रवाहात सामील होतात.

उत्तर व दक्षिण विषुववृत्तीय प्रवाहांच्यामध्ये विषुववृत्तीय प्रति-प्रवाह तयार होतो. तो ५° ते १०° उत्तर अक्षवृत्तांमध्ये आढळून येतो. पश्चिमेकडून मिंडनाओपासून पूर्वेस पनामाच्या आखातापर्यंत तो वाहतो.

पॅसिफिक महासागरातील प्रवाहांचे परिणाम : क्युरोसिओ प्रवाहामुळे जपानी बेटांचे हिवाळी तापमान व पाऊसमान वाढलेले आहे. असाच परिणाम ब्रिटिश कोलंबियाच्या किनाऱ्यावर अलास्का प्रवाहाचा होतो. त्यामुळे व्हँकूव्हर हे बंदर हिवाळ्यात मोकळे राहू शकते. हंबोल्ट या शीत प्रवाहामुळे दक्षिण अमेरिकेच्या मध्य पश्चिम किनाऱ्यावर मात्र पाऊसमान कमी झालेले आहे; कारण या शीत प्रवाहावरील हवा शीत व कोरडी असते. अटाकामा वाळवंटाच्या निर्मितीस हा प्रवाह बराच कारणीभूत आहे.

हिंदी महासागरातील समुद्रप्रवाह : हिंदी महासागर प्रशांत व अटलांटिक महासागरापेक्षा वेगळा आहे. उत्तरेकडून हिंदी महासागर भूवेष्ठित असून कर्कवृत्तापलीकडे त्याचा फारसा विस्तार आढळत नाही. त्यामुळे हिंदी महासागराच्या उत्तर भागात फक्त उष्ण प्रवाहच आढळून येतात. दुसरी महत्त्वाची गोष्ट अशी की, हिंदी महासागरात **ऋतुमानानुसार वाऱ्यांच्या दिशेत उलटसुलट बदल व फेरफार होतात.** त्यामुळे त्यांचा

परिणाम हिंदी महासागराच्या उत्तर भागातील प्रवाहसंचलनावर होतो. वाऱ्यांच्या दिशेत बदल झाल्यानंतर प्रवाहांची दिशा बदलते. हिंदी महासागरात नैर्ऋत्य मोसमी वारे जून ते सप्टेंबरपर्यंत नैर्ऋत्य दिशेने वाहतात. त्यामुळे त्या कालात प्रवाहांची दिशा वेगळी असते. ईशान्य मोसमी वाऱ्यांच्या कालात म्हणजे डिसेंबर ते मार्चपर्यंत वारे ईशान्य दिशेकडून वाहात असल्याने प्रवाह संचलन विरुद्ध दिशेने होते.

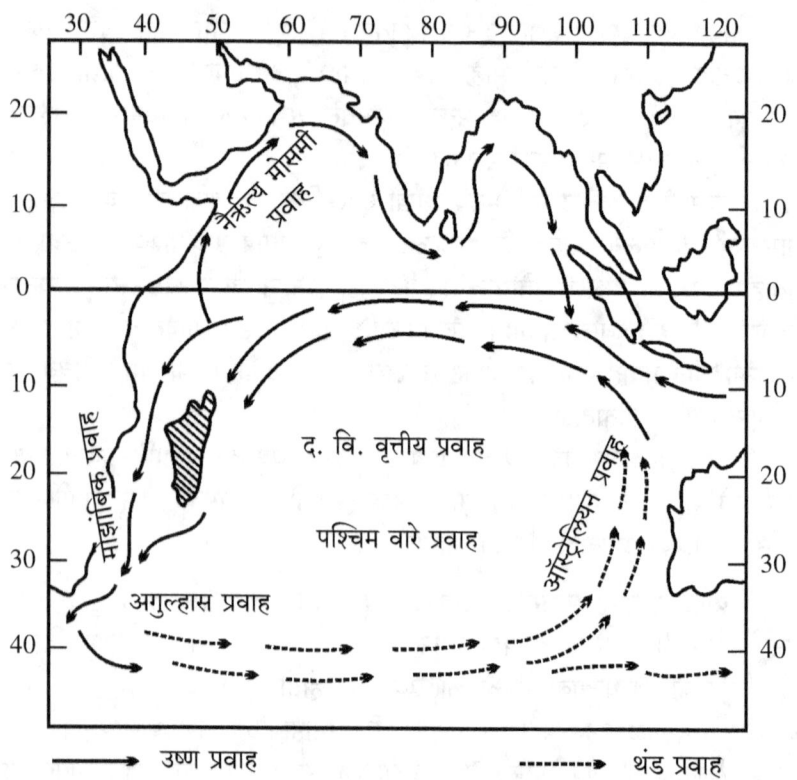

आ. १०.१३ हिंदी महासागरातील सागरीय प्रवाहांचे उन्हाळ्यातील चक्र

प्रवाहांच्या दिशेत ऋतुमानाप्रमाणे होणारे उलटसुलट बदल इतर महासागरात आढळत नाहीत. हिंदी महासागराच्या दक्षिण भागात पश्चिम ऑस्ट्रेलियन प्रवाह व पश्चिमी वाऱ्यामुळे तयार झालेला पूर्ववाहिनी (West Wind Drift) असे दोनच शीतप्रवाह आहेत. वेस्ट विंड ड्रिफ्ट तिन्ही प्रमुख महासागरात आढळतो. तो पश्चिमेकडून पूर्वेकडे वाहतो. त्याच्या मार्गात खंड नसल्याने तो अक्षवृत्तांना बराचसा समांतर वाहतो.

हिंदी महासागराच्या उत्तर भागातील प्रवाह : ईशान्य मोसमी वाऱ्यांच्या काळात समुद्रप्रवाह आफ्रिकेच्या पूर्व किनारपट्टीकडे वाहू लागतात. या कालात उत्तर विषुववृत्तीय प्रवाह देखील तयार होऊन आफ्रिकेतील सोमालीच्या किनाऱ्यापासून अंदमान बेटापर्यंत तो वाहतो. बंगालचा उपसागर व अरबी समुद्र येथील प्रवाह, नैर्ऋत्य दिशेकडे वाहतात. या सर्व प्रवाहचक्रास ईशान्य मोसमी प्रवाह असे म्हणतात. आफ्रिकेच्या शृंगाजवळून वाहणाऱ्या प्रवाहास सोमाली प्रवाह असे म्हणतात.

या प्रवाहाच्या दक्षिणेस, प्रति-प्रवाह तयार होतो. हा प्रवाह झांझिबारपासून पूर्वेकडे वाहात जातो व सुमात्रापाशी संपतो.

जूननंतर वरील प्रवाहचक्र संपूर्णपणे विरुद्ध दिशेने वाहू लागते; कारण या काळात नैर्ऋत्य मोसमी वारे वाहात असतात. उत्तर विषुववृत्तीय प्रवाह जवळजवळ नाहीसाच होतो व त्याची जागा नैर्ऋत्य मोसमी प्रवाह घेतो. हा प्रवाह पश्चिमेकडून पूर्वेकडे वाहतो. याच्या अनेक उपशाखा बंगालच्या उपसागरात व अरबी समुद्रात प्रवेश करतात. विषुववृत्तीय प्रतिप्रवाह देखील विखंडित होतो. आफ्रिकेच्या पूर्व किनाऱ्यावर नैर्ऋत्य मोसमी प्रवाहात, पश्चिमी वाऱ्यांच्या प्रवाहाकडून सोमाली प्रवाह येऊन मिळतो. त्यामुळे नैर्ऋत्य मोसमी प्रवाह अधिक जोरदार बनतो. अधिक पूर्वेकडे नैर्ऋत्य मोसमी प्रवाहाची एक शाखा सुमात्रा बेटांकडे वाहात जाते व पश्चिमेकडे वाहणाऱ्या विषुववृत्तीय प्रवाहात सामील होते. दुसरी शाखा उत्तरेकडून वळून बंगालच्या उपसागरात प्रवेश करते.

दक्षिण भागातील प्रवाह : ऋतूप्रमाणे बदलणाऱ्या मोसमी वाऱ्यांच्या दिशेचा परिणाम, दक्षिण हिंदी महासागरात दिसत नाही. त्यामुळे येथील प्रवाहचक्र हे इतर महासागरांतील दक्षिण प्रवाहचक्राप्रमाणेच आहे.

२०° दक्षिण अक्षवृत्ताच्या उत्तरेकडे दक्षिण विषुववृत्तीय प्रवाह ऑस्ट्रेलियाकडून आफ्रिकेच्या पूर्व किनाऱ्याकडे वाहतो. मादागास्करजवळ १०° दक्षिण अक्षवृत्तापाशी या प्रवाहाच्या अनेक शाखा होतात. एक प्रमुख उपप्रवाह दक्षिणेकडे वाहतो. यास 'अगुल्हास प्रवाह' असे म्हणतात. आग्नेय व्यापारी वाऱ्यामुळे उन्हाळ्यात दक्षिण विषुववृत्तीय प्रवाह अधिक जोरदार बनतो. याउलट तो क्षीण बनतो व त्याची स्थितीही निश्चित राहात नाही.

या प्रवाहाचे काही पाणी, दोन्ही ऋतूंत, आफ्रिकेजवळ विषुववृत्त ओलांडते व दक्षिणेकडे वळते. ११° दक्षिण अक्षवृत्ताजवळ आफ्रिकेच्या किनाऱ्यालगत दक्षिणेकडे वळलेल्या प्रवाहास 'मोझांबिक प्रवाह' असे म्हटले जाते.

मोझांबिक प्रवाह व अगुल्हास प्रवाह ३०° दक्षिण अक्षवृत्ताजवळ एकमेकांस मिळतात. तेथून पुढे या संयुक्त प्रवाहास 'अगुल्हास' प्रवाह असे म्हणतात.

आफ्रिकेच्या दक्षिण टोकापाशी अगुल्हास प्रवाह पश्चिमी वाऱ्यांच्या प्रवाहात सामील होतो. नैर्ऋत्य मोसमी वाऱ्यांच्या काळात भारताच्या पश्चिम किनाऱ्यावर मोठ्या प्रमाणात सागरजन्य पदार्थांचे संचयन होते.

पश्चिमी प्रवाह ११०° पूर्व रेखांशापर्यंत वाहतो. येथे त्याची एक शाखा उत्तरेकडे वाहू लागते. यास पश्चिम ऑस्ट्रेलिया प्रवाह असे म्हणत असून हा शीत प्रवाह आहे. मकरवृत्तापाशी तो पश्चिमेकडे वळून दक्षिण विषुववृत्तीय प्रवाहास मिळतो, अशा रीतीने दक्षिण हिंदी महासागरातील प्रवाहांचे चक्र पूर्ण होते.

अटलांटिक व प्रशांत महासागराच्या विषुववृत्त ते कर्कवृत्त भागात प्रवाहचक्र सव्य (Clockwise) असून उच्च अक्षवृत्तात ते अपसव्य (Anticlockwise) आढळते. सर्व महासागरांच्या दक्षिण भागात चारच मुख्य प्रवाह आढळतात.

सागरजलाचे गुणधर्म : क्षारता, तापमान, घनता व दाब हे सागरजलाचे गुणधर्म आहेत.

१. सागरजलाची क्षारता

सागरजलात अनेक प्रकारचे क्षार विरघळलेले असतात. यातील बरेचसे क्षार समुद्रांच्या निर्मितीपासून त्यांच्या पाण्यात विरघळलेले असावेत. नद्यांच्या पाण्यातून जे क्षार समुद्रात येऊन पडतात, त्यांचे प्रमाण त्या मानाने फारच कमी असते. सोडियमचे क्षार सागरजलात जास्त असतात. याउलट कॅल्शियमचे क्षार नदीच्या पाण्यात आधिक्याने असतात. निरनिराळ्या समुद्रातील सागरजलांची क्षारता निरनिराळी असल्याचे आढळते. शिवाय खोलीनुसार क्षारतेचे प्रमाण कमी-अधिक होते. सागरजलात विरघळलेल्या क्षारांच्या दरहजारी प्रमाणास 'क्षारता' असे म्हणतात. १००० ग्रॅम पाण्यात ३५ ग्रॅम क्षार विरघळलेले असल्यास त्या पाण्याची क्षारता ३५% आहे, असे म्हटले जाते.

क्षारतेमुळे सागरजलाच्या गोठणबिंदू तापमानात फरक पडतो. क्षारता जितकी जास्त तितका सागरजलाचा गोठणबिंदू कमी असतो. उत्तर समुद्र हा उच्च अक्षांशात असूनही त्याच्या अधिक क्षारतेमुळे हिवाळ्यात गोठत नाही.

सागररचना, सागरजलाच्या हालचाली, सागरजलातील मासे, जलशैव व इतर सागरी जीवांचे वितरण यांवरही क्षारतेचा कमी-जास्त प्रमाणात परिणाम होत असल्याचे दिसते.

पुढील तक्त्यावरून असे लक्षात येईल की, सागरजलाची सरासरी क्षारता ३५% इतकी आहे. (दर हजारी ३५)

तक्त्यात दिलेल्या क्षाराव्यतिरिक्त सागरजलात इतर काही क्षार अत्यल्प प्रमाणात आढळतात, उदाहरणार्थ - आयोडिन, फ्लोरीन, निकेल, कोबाल्ट, झिंक इत्यादी.

सागरजलात आढळणारे प्रमुख क्षार पुढीलप्रमाणे आहेत-

क्षार	प्रमाण	हजारी प्रमाण
सोडियम क्लोराईड	२७.२१३	७७.८
मॅग्नेशियम क्लोराईड	३.८०७	१०.९
मॅग्नेशियम सल्फेट	१.६५८	४.७
कॅल्शियम सल्फेट	१.२६०	३.६
पोटॅशियम सल्फेट	०.८६३	२.५
कॅल्शियम कार्बोनेट	०.१२३	०.३
मॅग्नेशियम ब्रोमाईड	०.०७६	०.२
एकूण	३५.०० ग्रॅम	१०००.०

सागरजलाची क्षारता सगळीकडे सारखी नसून तिच्या वितरणात बदल आढळतात.

क्षारतेत बदल घडवून आणणारे घटक

(१) बाष्पीभवन : जास्त तापमानाच्या, जोरदार वाऱ्यांच्या आणि कमी पावसाच्या प्रदेशात बाष्पीभवनाचा वेग जास्त असतो. बाष्पीभवनाचा वेग वाढल्यास सागरजलाची क्षारता वाढते.

(२) वृष्टी : जास्त पावसाच्या प्रदेशात, सागरजलाची क्षारता कमी होते. विषुववृत्तीय प्रदेशात उष्णता जास्त असूनही, वर्षभर पडणाऱ्या पावसामुळे हा परिणाम दिसतो. ध्रुवीय प्रदेशात मोठ्या प्रमाणावर हिमवृष्टी होते, त्यामुळे ध्रुवीय प्रदेशातील सागरजलाची क्षारता कमी होते.

(३) नद्यांनी वाहून आणलेले शुद्ध पाणी : नद्या जितक्या जास्त प्रमाणात शुद्ध पाणी समुद्रात आणून ओततात, तितकी सागरजलाची क्षारता कमी होते. ॲमेझॉन, कांगो, नायजर आणि सेंट लॉरेन्स नद्यांच्या मुखाजवळील समुद्रात क्षारता कमी आहे. बाल्टिक समुद्रासारख्या भूवेष्टित समुद्रातही, अनेक नद्या येऊन मिळत असल्यामुळे क्षारता कमी होते. हिमनग वितळून शुद्ध पाण्याचा पुरवठा होतो व क्षारता कमी होते.

(४) समुद्रप्रवाह व सागरजलाच्या हालचाली : वाऱ्याच्या वेगामुळे समुद्रप्रवाहामुळे होणाऱ्या सागरजलाच्या हालचालींमुळे क्षारतेत बदल होतो. लॅब्रोडोरच्या शीत प्रवाहामुळे अमेरिकेच्या ईशान्य किनाऱ्याजवळ सागरजलाची क्षारता कमी झाली आहे, तर गल्फ प्रवाहामुळे ब्रिटिश बेटाजवळ ती वाढली आहे.

सागरजलाच्या क्षारतेत ऋतुमानाप्रमाणे बदल होताना आढळतो. सागराची

क्षारता वर्षभर सारखी राहात नाही. अटलांटिकच्या उत्तर भागात मार्चमध्ये ३६.७ % क्षारता असते. नोव्हेंबरमध्ये याच भागात ३६.५% इतकी क्षारता आढळते. साधारणत: जूनच्या अखेरीस सागरजलाची क्षारता, जास्त बाष्पीभवनामुळे वाढते, तर डिसेंबरच्या अखेरीस क्षारता सर्वांत कमी होते.

भूवेष्टित समुद्राच्या पाण्याची क्षारता :

खुल्या समुद्राशी, अरुंद भागाने जोडल्या गेलेल्या अर्धभूवेष्टित (partially enclosed) किंवा पूर्णपणे जमिनीने वेढलेल्या, भूवेष्टित समुद्राच्या पाण्याची क्षारता काही गोष्टींमुळे बदलते.

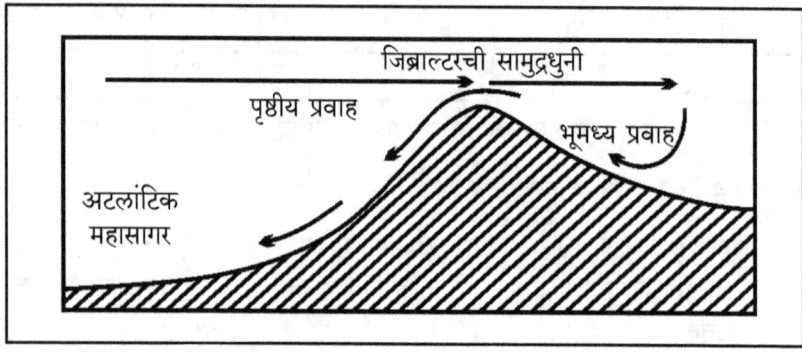

आ. १०.१४ उंचवट्यामुळे भूमध्य समुद्र व अटलांटिक महासागर यांच्या पाण्याचे सहज मिश्रण होत नाही

उष्णतेच्या प्रमाणातील बदल व समुद्रात येऊन पडणाऱ्या शुद्ध पाण्याच्या प्रमाणातील बदल यामुळे हा परिणाम दिसतो. त्याचे उत्तम उदाहरण म्हणजे भूमध्य सागरातील पाणी अटलांटिक महासागरातील पाण्याबरोबर सहज मिसळू शकत नाही. जिब्राल्टरच्या अरुंद सामुद्रधुनीने तो अटलांटिकशी जोडलेला आहे. या सामुद्रधुनीत सुमारे ३०० मीटर खोलीवर एक उंचवटा आहे; त्यामुळे या दोन समुद्रातील पाण्याचे सहज मिश्रण होत नाही. ऱ्होन, पो व नाईल यांसारख्या लहान नद्यांतून शुद्ध पाण्याचा थोडाफार पुरवठा हा भूमध्य समुद्रात होतो. उन्हाळ्यात, भूमध्य सागरातील पाण्याचे खूप मोठ्या प्रमाणावर बाष्पीभवन होते. पाऊस अगदीच कमी असतो. त्यामुळे त्या सागरजलाची क्षारता वाढते. भूमध्य समुद्राच्या पश्चिम बाजूस, जिब्राल्टरच्या समुद्रधुनीजवळ ही क्षारता ३६.५% असून पूर्वेकडे ती वाढते. सीरियाच्या किनाऱ्याजवळ ती ३९% इतकी क्षारता जास्त आहे.

तांबड्या समुद्रात व पर्शियनच्या आखातात जवळजवळ अशीच परिस्थिती आढळते. तांबड्या समुद्राच्या आजूबाजूचा प्रदेश वाळवंटी आहे. नद्यांमुळे होणारा

शुद्ध पाण्याचा पुरवठाही फार कमी आहे. त्यामुळे बाष्पीभवनाचे प्रमाण वाढते. तांबड्या समुद्राच्या दक्षिण भागात ३६.५% क्षारता असून सुएजच्या आखातात ४१% इतकी क्षारता आहे.

नॉर्थ सी (उत्तर समुद्र) याची क्षारता त्या मानाने कमी आहे (३१% ते ३५%). येथे बाष्पीभवनाचे प्रमाण कमी आहे. शिवाय स्कॉटलंड, इंग्लंड आणि स्कॅंडिनेव्हियातील प्रदेशातून अनेक लहान-मोठ्या नद्या समुद्रात मिळत असल्याने शुद्ध पाण्याचे प्रमाणही वाढते.

काळ्या समुद्राभोवतालचा प्रदेश कमी तापमानाचा आहे व या समुद्राला डॅन्यूब, नीस्टर, नीपर व डॉन या नद्या येऊन मिळतात. त्यामुळे या समुद्रातील पाण्याची क्षारता फक्त १८% इतकीच आढळते. बाल्टिक समुद्रात क्षारता सर्वांत कमी आढळते. त्याची सरासरी क्षारता ७% असून बॉथनियाच्या आखातात २% इतकी आहे. बॉथनियाच्या आखातात व ग्रीनलंडनजीक हिमगिरी वितळत असल्याने क्षारता खूप कमी आढळते, हा समुद्र शीत हवामानाच्या प्रदेशात आहे. ओडर, विश्चुला, पश्चिम द्विना आणि स्वीडनमधल्या इतर अनेक नद्या या समुद्रात येऊन मिळतात. बाष्पीभवनाचा वेगही खूपच कमी आहे.

सरोवरे व खंडान्तर्गत समुद्राच्या पाण्याची क्षारता

खंडान्तर्गत समुद्र किंवा सरोवरे यांना येऊन मिळणाऱ्या नद्यांच्या पाण्यातून जे क्षार येतात, त्यातच ते साठवले जातात. अशा जलाशयातील पाणी खुल्या समुद्रात जात नसल्यामुळे त्यातील पाण्याची क्षारता वाढत राहते. काही ठिकाणी तर सतत वाढणारे क्षारांचे प्रमाण व नेहमी चालू असलेले बाष्पीभवन यामुळे अशी सरोवरे कोरडी पडतात. पॅलेस्टाईन प्रांतातील मृत समुद्राची क्षारता २३७%° ते २५०%° इतकी जास्त आढळते. वर्षभर असलेले अतिउच्च तापमान, मोठ्या प्रमाणावर होणारे बाष्पीभवन, अत्यल्प पर्जन्य, कमी आर्द्रता आणि गोड्या पाण्याचा अल्प पुरवठा ह्यामुळे ही क्षारता इतकी वाढली आहे. याच कारणामुळे संयुक्त संस्थानातील ग्रेट सॉल्ट लेक येथील क्षारता २२०% इतकी आढळते. पूर्व तुर्कस्तानात लेकवान या भूवेष्टित सरोवराची क्षारता ३३०% इतकी आहे.

कास्पियन समुद्राच्या उत्तर भागात व्होल्गा, उरल व एम्बा नद्यांच्या पाण्यामुळे १८% क्षारता आहे पण त्याच समुद्राच्या दक्षिण भागात व पूर्व भागात ती १७०% आहे. जे खंडान्तर्गत समुद्र व सरोवरे चिंचोळ्या अशा सामुद्रधुनीने खुल्या समुद्राला जोडले गेले आहेत, त्यातील पाण्याची क्षारता कमी असते.

सागरजलाच्या क्षारतेचे वितरण

नकाशावर समान क्षारतेची ठिकाणे परस्परांना जोडणाऱ्या रेषांना समक्षार रेषा

(Isohalines) असे म्हणतात. समक्षार रेषांच्या साहाय्याने क्षारतेचे वितरण दाखवता येते.

क्षारतेचे समकक्ष वितरण (Horizontal Distribution)

सर्वसाधारणपणे सागरजलाची क्षारता विषुववृत्तापासून ध्रुवाकडे कमी कमी होत जाते. मात्र विषुववृत्तापाशी क्षारतेचे प्रमाण सर्वांत अधिक आढळत नाही. वर्षभर पडणाऱ्या पावसामुळे विषुववृत्तीय प्रदेशातील क्षारता थोडी कमी होते. सर्वाधिक क्षारता, २०° ते ४०° व १०° ते ३०° दक्षिण अक्षवृत्तांमध्ये आढळते. येथे क्षारतेचे प्रमाण दर हजारी ३६ आहे.

उत्तर गोलार्धात क्षारतेचे प्रमाण सरासरी ३४% व दक्षिण गोलार्धात ३५% आहे. दक्षिण गोलार्धात पाण्याचे प्रमाण जास्त असून भूमिखंडाचे कमी अडथळे असल्यामुळे या गोलार्धात सागरी पाण्याचे सहज मिश्रण होते. त्यामुळे येथे उत्तर गोलार्धापेक्षा क्षारतेचे प्रमाण अधिक आहे.

खालील तक्त्यांवरून निरनिराळ्या अक्षवृत्तातील सागरजलाची क्षारता स्पष्ट होईल–

अक्षवृत्त विस्तार	क्षारता (दर हजारी)
७०° ते ५०° उ.	३०–३१
५५° ते ४०° उ.	३३–३४
४०° ते १५° उ.	३५–३६
१५° उ. ते १०° द.	३४–३५
१०° ते ३०° द.	३५–३६
३०° ते ५०° द.	३४–३५
५०° ते ७०° द.	३३–३४

किनारपट्टीजवळ समुद्राच्या पाण्यापेक्षा समुद्राच्या दूरवरच्या मध्यवर्ती भागात क्षारता जास्त असते.

क्षारतेचे अनुलंब वितरण (Vertical Distribution)

उच्च अक्षांशात खोलीनुसार क्षारता वाढते; कारण येथे जड पाणी जास्त खोलीवर असते. मध्य अक्षांशात २०० फॅदम खोलीपर्यंत क्षारता वाढते; पण त्यापुढे ती कमी होते. विषुववृत्तापाशी, वर्षभर पडणाऱ्या पावसामुळे, पृष्ठभागावरील पाण्याची क्षारता कमी असते. त्याखाली ती वाढते आणि तळभागाकडे थंड पाण्यामुळे पुन्हा कमी होते.

२. सागरजलाचे तापमान (Temperature of Ocean Water)

जमीन आणि पाण्याला सूर्यापासून उष्णता मिळत असली तरी जमिनीवर आणि पाण्यावर होणारे तापमानाचे वितरण मात्र सारखे नाही. पाण्याच्या पृष्ठभागावरून होणारे सूर्यकिरणांचे परावर्तन, खूप खोलीवर पसरत जाणारी उष्णता आणि पृष्ठभागावरून होणारे बाष्पीभवन यामुळे समुद्राच्या पाण्याचे तापमान कमी केले जाते व मिळालेली उष्णताही पाण्यात इतरत्र पसरविली जाते.

पाणी हे उष्णतेचे मंदवाहक असून पाणी जमिनीपेक्षा उशिरा तापते व उशिरा निवते, त्यामुळे उन्हाळ्यात एखाद्या ठिकाणी जमिनीवर जितके तापमान असते, तितके समुद्रावर असत नाही.

अक्षांश, समुद्रप्रवाह, प्रचलित वारे, समुद्राच्या खोल भागातून अभिसरण पद्धतीने वर येणारे पाणी, हिमनग, क्षारता, जमिनीचे सान्निध्य आणि समुद्रसपाटीपासूनची सागरतळाची खोली अशा अनेक घटकांवर सागरजलाच्या तापमानाचे अनुलंब व समकक्ष वितरण अवलंबून असते.

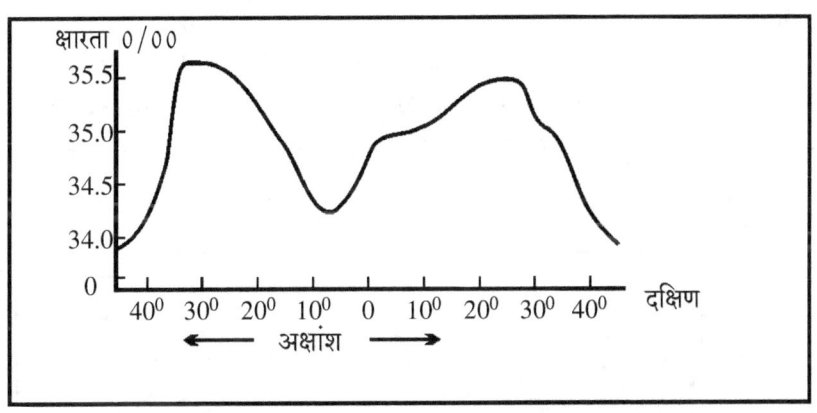

आ. १०.१५ सागरजलाच्या क्षारतेत अक्षवृत्तानुसार बदल होतो

सागरपृष्ठावर जास्तीत जास्त तापमान विषुववृत्तावर आढळत नाही, ते विषुववृत्ताच्या थोडे उत्तरेस आढळते. सर्वसाधारणत: उत्तर गोलार्धात तापमान जास्त असते. दक्षिण गोलार्धात पाण्याच्या हालचालींना भूमिखंडाचा अडथळा कमी होत असल्यामुळे तेथे तापमान कमी असते.

तापमानाच्या अक्षवृत्तीय वितरणावर वायुभार पट्ट्याच्या वितरणाचा परिणाम होत असल्याचे दिसते. सामान्यत: ध्रुवीय प्रदेशांकडे तापमान कमी होत जाते, परंतु तापमानातील हा फरक नियमित नाही.

सूर्याच्या अनुलंब किरणांमुळे विषुववृत्तीय प्रदेशात सागरजलाचे तापमान २६.६° से. असते. याउलट तिरक्या किरणांमुळे ध्रुवीय प्रदेशात ते विलयबिंदूच्या जवळपास आढळते.

सारख्याच अक्षांशात असलेल्या समुद्राचे पाणी सगळीकडे सारख्या तापमानाचे असत नाही. महासागराच्या पूर्व आणि पश्चिम बाजूकडील तापमानात तफावत असल्याचे दिसून येते. अटलांटिक महासागराच्या पूर्वेकडे ब्रिटिश बेटांजवळ, उत्तर अटलांटिक समुद्रप्रवाहामुळे तापमान जास्त असते; तर पश्चिमेकडे लॅब्रॅडोरच्या शीतप्रवाहामुळे तापमान कमी होते.

उष्णतेच्या विषुववृत्ताच्या स्थितीत (Thermal Equator) तसेच समुद्रप्रवाह आणि वाऱ्यांच्या दिशेत ऋतूनुसार जसे बदल होतात, त्याप्रमाणे समुद्राच्या पृष्ठभागावरील तापमानातही बदल होतात.

खोल समुद्रातील पाण्याच्या तापमानावर परिणाम करणारे घटक मात्र थोडे वेगळे आहेत, यात (१) पाण्यात शोषल्या गेलेल्या उष्णतेचे प्रमाण, (२) समुद्रप्रवाहाच्या वाहण्याच्या दिशेतील बदल, (३) क्षारता या घटकांचा समावेश होतो.

सामान्यपणे जसजशी खोली वाढते, तसतसे सागरजलाचे तापमान कमी कमी होत जाते. मात्र हा नियम सगळीकडेच लागू होत नाही. निरनिराळ्या अक्षवृत्तांवर सागरतळाच्या रचनेनुसार तापमान कमी होण्याच्या या नियमात बदल होताना दिसतात.

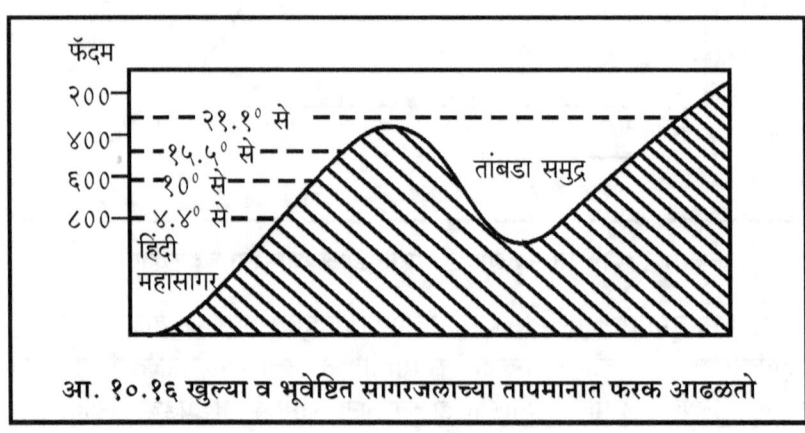

आ. १०.१६ खुल्या व भूवेष्टित सागरजलाच्या तापमानात फरक आढळतो

सूर्यकिरणांमुळे प्रत्यक्षरीत्या फक्त ११५ फॅदम खोलीपर्यंतच्याच पाण्याचे तापमान वाढते. त्यामुळे तापमानात एकदम घट होते. १०० पासून ६०० फॅदम खोलीपर्यंत ही घट फार वेगाने होते. ६०० फॅदमपासून १000 फॅदमपर्यंत तापमानात होणारी घट अगदीच नगण्य असते. ध्रुवीय प्रदेशातील सागराच्या तळभागावरील पाण्याचे तापमान

गोठणबिंदूच्या जवळपास असते. समुद्राचे पाणी खारट असल्यामुळे त्याचे तापमान सहजासहजी गोठणबिंदूच्या खाली जात नाही. जर ते तापमान –६° से.पर्यंत खाली गेले तरच समुद्राचे पाणी गोठलेले दिसून येते.

विषुववृत्तीय समुद्रात व ध्रुवीय समुद्रात खोलीनुसार तापमान कमी होण्याच्या या क्रमात सारखेपणा आढळत नाही. विषुववृत्तीय समुद्रात घट होण्याचा वेग ध्रुवीय समुद्रापेक्षा जास्त असतो.

समुद्राच्या पृष्ठभागावरील पाण्याच्या तापमानासंबंधी खालील वैशिष्ट्ये आढळतात.

(१) विषुववृत्तीय प्रदेशात सागरजलाचे जास्तीत जास्त तापमान २६.६° से. व कमीत कमी २१.१०° से. असते. तापमानातील वार्षिक सरासरी फरक सुमारे ४° से. इतका असतो.

(२) ध्रुवीय प्रदेशात सागरजलाचे तापमान 0° से. असते. क्वचित प्रसंगी ते १0° से. पर्यंत वाढते. तेथेही तापमानातील वार्षिक सरासरी फरक १0° ते १२° से. इतकाच असतो.

(३) समशीतोष्ण कटिबंधातील सागरजलाचे तापमान बरेच असून तापमानातील वार्षिक सरासरी फरक ६.६° से. ते ४.४° से. इतका आढळतो.

अर्धभूवेष्टित समुद्राच्या पाण्याचे तापमान

भूवेष्टित समुद्राच्या पाण्याचे खुल्या समुद्रातील पाण्याशी सहज मिश्रण होऊ शकत नाही; यामुळे खुल्या समुद्रात ज्या पद्धतीने खोलीनुसार तापमानात घट होत असते, त्याच प्रकारची घट भूवेष्टित समुद्राच्या पाण्यात दिसत नाही.

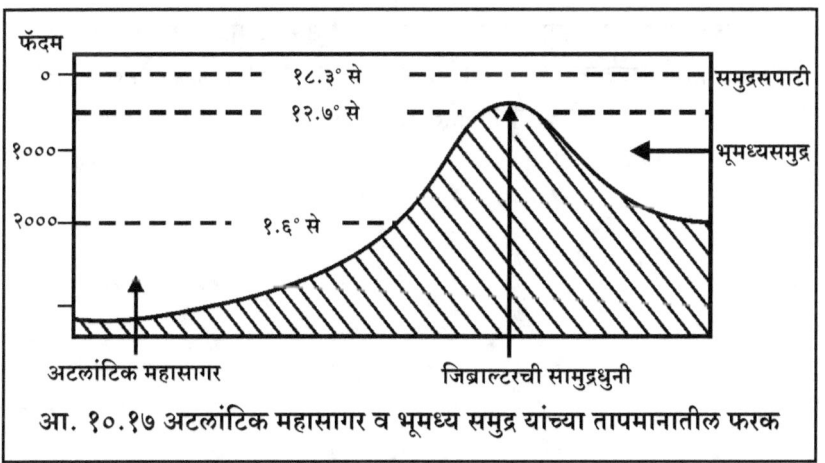

आ. १०.१७ अटलांटिक महासागर व भूमध्य समुद्र यांच्या तापमानातील फरक

ज्या मर्यादेपर्यंत पाण्याचे सहज मिश्रण होते, त्या मर्यादेवर खुल्या समुद्राचे जे तापमान असते, तेच तापमान भूवेष्टित समुद्रात अधिक खोलीपर्यंत आढळते. भूमध्य समुद्रात जिब्राल्टरच्या सामुद्रधुनीपाशी अटलांटिक व भूमध्य समुद्राचे तापमान १८.३° से. इतके आहे. १९० फॅदम खोलीपर्यंत भूमध्य समुद्रातील पाण्याचे अटलांटिकच्या पाण्याशी सहज मिश्रण होत असल्यामुळे, या खोलीवर १२.७° से. इतके तापमान आढळते. त्यापुढे मात्र भूमध्य समुद्रातील तापमान बदलत नाही. याउलट अटलांटिक महासागरात २३०० फॅदम खोलीवर तापमान १.६° से. इतके कमी होते. नेमकी हीच परिस्थिती हिंदी महासागर व तांबडा समुद्र यामध्ये आढळते. ८०० फॅदम खोलीवर अटलांटिक महासागराचे तापमान ४.४° से. इतके कमी असते. पण तेवढ्याच खोलीवर तांबड्या समुद्रातील पाण्याचे तापमान मात्र २१.१° से. इतके असते.

(१ फॅदम = ६ फूट)

सागरजलाची घनता

सागरजलाची घनता तपमान, क्षारता व शुद्ध पाण्याचा पुरवठा यावर अवलंबून असते. क्षारतेतील किंवा इतर अशुद्ध पदार्थांच्या प्रमाणातील वाढीमुळे सागरजलाची घनता वाढते. पार्श्ववर्ती समुद्रांच्या (Marginal Seas) पाण्याची घनता जास्त असते. व्यापारी वाऱ्यांच्या प्रदेशात, बाष्पीभवनाचा वेग जास्त असल्यामुळे सागरजलाची घनताही जास्त असते.

सागरजलाची सरासरी घनता १.०२५ आहे. पृष्ठभागावरील पाण्याची घनता १.०२४ असून खोल पाण्याची घनता त्यापेक्षा जास्त म्हणजे १.०५२ इतकी आहे.

सागरजलाची घनता, खोलीनुसार वाढत असली तरी त्यातही सगळीकडे सारखेपणा आढळत नाही.

उच्च अक्षांशात, सागरजलाचे तापमान कमी असल्यामुळे येथे पाण्याची घनता जास्त असते. विषुववृत्ताच्या थोडे दक्षिणेस सगळ्यात कमी घनता आढळते. सागरजलाचे तापमान, क्षारता व घनता यांचा एकत्रित संबंध आ. १०.१८ मधून लक्षात येईल.

प्रकरण ११

सागरी निक्षेप

(Marine Deposits)

सागरतळावर जमणाऱ्या सर्व प्रकारच्या गाळास 'सागरी निक्षेप' असे म्हणतात. जमिनीच्या झिजेनंतर तयार झालेला सगळा गाळ अखेरीस समुद्रतळावरच जाऊन साचतो. या गाळाचे संचयन, समुद्रतळावर खूप मोठ्या प्रमाणावर होते. सागरी निक्षेपात या गाळाबरोबरच मृत अशा सागरी वनस्पती व सागरी जीवांचा समावेश केला जातो.

जमिनीवरील गाळ मात्र जितक्या सहजपणे दिसू शकतो, तितक्या सुलभतेने सागरी निक्षेप पाहता येत नाही. भूपृष्ठाच्या ऊर्ध्वगामी हालचालीनंतर सागरतळाचे प्रदेश वर येऊन, उघडे पडल्यास, त्यावरून अशा निक्षेपांचे स्वरूप समजून येते. अनेक वेळा सागरतळावरील गाळ हा शास्त्रीय संशोधनाकरता मुद्दाम, महाकाय अशा यंत्राच्या साहाय्याने वर काढला जातो व त्याचा अभ्यास केला जातो.

भूपृष्ठाच्या हालचालीनंतर समुद्रतळावर तयार झालेले जलजन्य स्तरीत खडक वर येतात. समुद्रसपाटीखाली गेल्यानेही असे खडक उघडे पडतात. या स्तरीत खडकांमध्ये अनेक सागरी जीवांचे अवशेष गाडले गेलेले आढळून येतात.

सागरजलावर आढळणाऱ्या निक्षेपांचे खालीलप्रमाणे वर्गीकरण केले जाते.

पहिल्या प्रकारच्या वर्गीकरणामध्ये सागरी निक्षेप, सागराच्या ज्या भागावर तयार होतात तो विभाग लक्षात घेतला जातो. यानुसार निक्षेपांचे वर्गीकरण पुढीलप्रमाणे होते :

(१) किनाऱ्याजवळच्या प्रदेशावरील निक्षेप (Littoral Deposits) : उधाणाची भरती व उधाणाची ओहोटी यांच्या मर्यादेमधील निक्षेपांचा यात समावेश होतो.

(२) उथळ पाण्यातील निक्षेप (Shallow Water Deposits) : ओहोटीच्या मर्यादेपासून १८० मीटर (१०० फॅदम) खोलीपर्यंतच्या सागरतळावरील निक्षेप यात

समाविष्ट केले जातात. साधारणतः हे निक्षेप समुद्रबुड जमिनीच्या सागरतळाकडील मर्यादेपर्यंत असतात असे म्हणावयास हरकत नाही.

(३) गभीर निक्षेप (Bathyal Deposits) : प्रामुख्याने हे निक्षेप सागरी उतारावर सापडतात.

(४) अगाधीय निक्षेप (Abyssal Deposits) : सागरी मैदाने व सागरी गर्ता यामध्ये सापडणाऱ्या निक्षेपांचा यात समावेश केला जातो.

या सर्व सागरी निक्षेपांचे सेंद्रिय व असेंद्रिय असे आणखी एका प्रकारे वर्गीकरण केले जाते.

१. भूजन्य निक्षेप

भूजन्य निक्षेप : बऱ्याच अंशी, हे निक्षेप समुद्रबुड जमीन व सामुद्रिक उतार या दोन विभागांवरच आढळून येतात. यात वाळू, दगडगोटे, माती इत्यादींचा समावेश होत असून हा सर्व गाळ किनाऱ्यावरील नद्यांनी वाहून आणून समुद्रात टाकलेला असतो किंवा किनाऱ्याची समुद्रलाटांनी झीज होऊन तयार झालेला असतो.

अशा तऱ्हेचा किनाऱ्याजवळ साचलेला गाळ, समुद्रप्रवाहामुळे सागरतळाच्या अधिकाधिक खोल भागाकडे वाहून आणला जातो. उथळ समुद्रात भूजन्य निक्षेपांच्या थरांची जाडी खूपच जास्त असते.

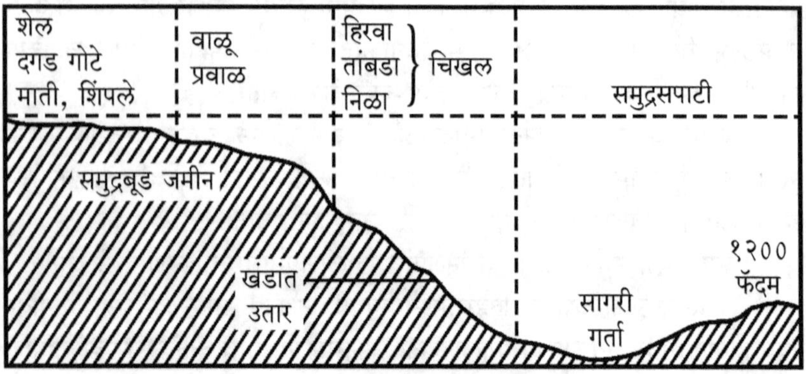

आ. ११.१ भूजन्य निक्षेपांचे वितरण

उच्च अक्षांशामध्ये हिमनद्या, समुद्राला येऊन मिळाल्यावर समुद्रात अनेक हिमनग तरंगू लागतात. ह्या हिमनगांतून विविध प्रकारचा गाळ, हिमोढाच्या स्वरूपात आलेला असतो. या हिमोढात माती, वाळू, चिखल, मोठे खडक असतात. हिमनग हळूहळू वितळून गेल्यावर त्याने आणलेल्या सर्व म्हणजे गुंडामृदेचे संचयन सागरतळावर होते.

हिमनग खूप मोठे असल्यास ते समुद्रात, किनाऱ्यापासून बरेच दूर जातात व तेथे ते वितळल्यावर त्यातील गुंडामृदेचे संचयन सागरतळाच्या खोल भागावर होते. सागरी गर्तामध्ये असलेल्या निक्षेपात कॅल्शियमचे प्रमाण फारच कमी असल्याचे आढळले आहे. ज्वालामुखीय उद्रेकातून बाहेर पडलेली राख हवेतून तरंगत सारगपृष्ठावर येऊन पडते. या राखेचे संचयन जास्त झाल्यावर ती हळूहळू जड होऊन सागरतळावर पोहोचते. सागरी मैदाने व सागरी गर्ता या विभागातही ही राख आढळली आहे.

भूजन्य निक्षेपाचे काही मुख्य प्रकार पुढीलप्रमाणे आहेत-

(१) निळ्या रंगाचा चिखल (Blue Mud) : भूवेष्टित समुद्रात व समुद्रबुड जमिनीवर निळ्या रंगाचा चिखल फार मोठ्या प्रमाणात आढळतो. खडकातील लोखंडाचे सल्फाईड व सेंद्रिय द्रव्ये यांच्यामुळे या गाळास निळा रंग प्राप्त होतो. यात ३५ टक्के कार्बोनेट आढळते. आर्क्टिक महासागरात ४ दशलक्ष चौरस मैल, पॅसिफिकमध्ये ३ दशलक्ष चौरस मैल, अटलांटिकमध्ये २ दशलक्ष चौरस मैल आणि हिंदी महासागरामध्ये १.५ दशलक्ष चौ. मैल इतके क्षेत्र निळ्या रंगाच्या चिखलाने व्यापले आहे.

(२) तांबडा चिखल (Red Mud) : ज्या समुद्रबुड जमिनीवर फार मोठ्या घटकांमुळे यास तांबडा रंग येतो. कॅल्शियम कार्बोनेटचे सरासरी प्रमाण ३२ टक्के असते. इतर भूजन्य निक्षेपांच्या तुलनेने हा निक्षेप सागरतळावर फारच अभावाने आढळतो. पीत समुद्र, ब्राझीलचा किनारा व अटलांटिकचा बराचसा तळभाग ह्या ठिकाणी हा निक्षेप विशेषतः आढळतो.

(३) हिरव्या रंगाचा चिखल (Green Mud) : ज्या समुद्रबूड जमिनीवर फार मोठ्या नद्या येऊन मिळत नाहीत, अशा ठिकाणी हिरव्या रंगाच्या चिखलाचे प्रमाण जास्त असते. १०० ते ९०० फॅदम खोलीवर उत्तर अमेरिका, जपान, ऑस्ट्रेलिया इत्यादी देशांच्या किनारपट्टीवर हा चिखल दिसतो. ग्लुकोनाईटमुळेही चिखलास हिरवा रंग प्राप्त होतो.

२. प्राणिज निक्षेप

प्रवाळ, शंख, शिंपले इत्यादींच्या अवशेषांपासून बनलेल्या सेंद्रिय निक्षेपास **उथळ प्रदेशातील निक्षेप** म्हटले जाते. ह्या प्रकारचे निक्षेप उथळ समुद्रतळावर आढळतात. प्लँक्टन नावाच्या सागरी जीवाच्या अवशेषापासून बनलेले जे निक्षेप आढळतात त्यांस प्राणिज गाळ किंवा ऊझ् (Pelagic Oozes) म्हणतात. हे निक्षेप प्रामुख्याने खोल समुद्रात आढळतात. प्लँक्टन किंवा इतर सागरी जीवाच्या कठीण शरीरापासून हे निक्षेप तयार होतात.

अशा सागरी जीवांचे अवशेष खोल पाण्यात बुडत असताना त्यातील, रासायनिक द्रव्यापासून ऊझ (Oozes) ची निर्मिती होते. ग्लोबीजेरीना (Globigerina) या प्राण्यांच्या अवशेषापासून हे तयार होतात. त्यांच्या शरीरातील कॅल्शियमचे कार्बोनेट, पाण्यात विरघळून खाली येत असतात. कॅल्शियम पाण्यात लौकर विरघळत असल्यामुळे कॅल्शियमचे ऊझ जास्त खोलीवर जाऊ शकत नाही. त्यामुळे हे निक्षेप प्रकार कमी खोलीच्या सागरतळावर आढळतात. ज्या प्राण्याच्या अवशेषात सिलिकाचे प्रमाण जास्त असते व सिलिका लौकर विरघळत नसल्यामुळे खूप खोलीपर्यंत सिलिकायुक्त ऊझ पोचू शकतात.

प्राणिज गाळासंबंधी (Pelagic Oozes) जी माहिती उपलब्ध आहे ती फारच मर्यादित स्वरूपाची आहे. या निक्षेप प्रकारांचे सागरतळावर संचयन अतिशय मंद गतीने होते. पॅसिफिक महासागराच्या तळभागावर यांच्या संचयनाचा वेग २०००० वर्षांत २.५ सें.मी. इतका आहे, तर अटलांटिकमध्ये हाच वेग, एवढ्याच काळात २५ सें.मी. इतका आहे. या निक्षेपांचे आढळणारे सागरपृष्ठावरील संचयन जवळजवळ ३६०० मीटर आहे. हे संचयन होण्याकरता २५० ते ३०० दशलक्ष वर्षे लागली असावीत. याचाच अर्थ असा की, सागरतळांची निर्मिती २५० ते ३०० दशलक्ष वर्षांपूर्वी झाली असावी.

प्राणिज गाळांचे काही प्रमुख प्रकार व त्यांचे वितरण पुढीलप्रमाणे आहे.

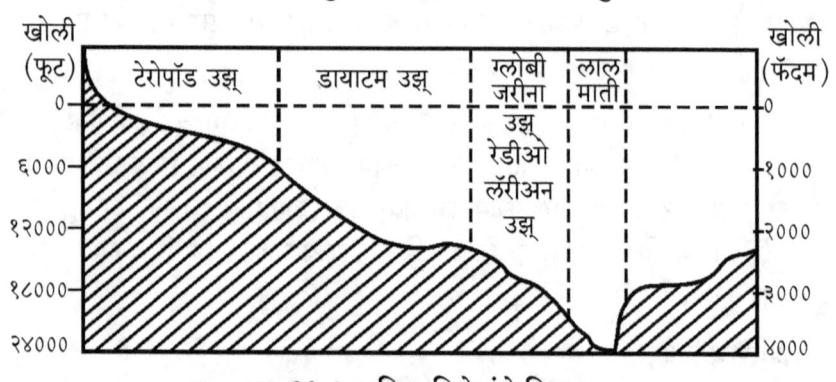

आ. ११.२ प्राणिज निक्षेपांचे वितरण

(१) ग्लोबीजेरीना ऊझ : ग्लोबीजेरीना नावाच्या प्राण्याच्या कवचापासून हा गाळ बनतो हे वर सांगितलेच आहे. हा गाळ बराचसा पांढऱ्या रंगाचा असतो. यातील कॅल्शियम कार्बोनेटचे प्रमाण ६४% इतके असते. समशीतोष्ण कटिबंधातील या गाळाचे प्रमाण जास्त असते. सागरपृष्ठाच्या एकूण क्षेत्रफळांपैकी २९.२ टक्के क्षेत्रावर हा ऊझ पसरला आहे. ५४०० ते ७२०० मीटर्स खोलीच्या प्रदेशात हा गाळ आढळतो.

(२) रेडिओलॅरियन ऊझ : करड्या रंगाचा हा गाळ असून फॉरमीनीफेरा नावाच्या प्राण्याच्या शरीरापासून बनतो. या गाळात सिलिकाचे प्रमाण जास्त असते. तांबड्या रंगाचे गाळाशी याचे अधिक साधर्म्य आहे. यातील कॅल्शियम कार्बोनेटचे प्रमाण अगदी नगण्य असून सरासरी प्रमाण ४ टक्के असते. रेडिओलॅरीयन गाळातील कॅल्शियम कार्बोनेटचे प्रमाण, खोल समुद्रात कमी कमी होत जाते.

प्रशांत महासागराच्या विषुववृत्तीय भागात या गाळाचे प्रमाण अधिक असल्याचे आढळून आले आहे. हिंदी व अटलांटिक महासागरात सुद्धा हा गाळ आढळतो. ३६०० ते ९००० मीटर्स खोलीपर्यंत हा थर पसरलेला दिसतो.

(३) डायाटम ऊझ : अतिसूक्ष्म वनस्पतींच्या अवशेषांपासून हा गाळ बनतो. यात सिलिका हा घटक प्रामुख्याने आढळतो. हा गाळ साधारण पिवळ्या रंगाचा असून उथळ समुद्रात त्याचा रंग निळसर असतो. कॅल्शियमचे प्रमाण ३% ते ३०% इतके असते.

दोन्ही गोलार्धात उच्च अक्षांशातील समुद्रतळावर हा गाळ आढळतो. १०८० ते ३६०० मीटर्स खोलीवर हा गाळ प्रामुख्याने पसरला आहे.

(४) टेरोपॉड ऊझ : यात कॅल्शियम कार्बोनेटचे प्रमाण ८०% असते. उथळ पाण्यात आढळणाऱ्या या गाळाचे प्रमाण पश्चिम व पूर्व प्रशांत महासागरात अधिक आहे.

३. सागरी निक्षेपांचे वितरण (Distribution of Ocean Deposits)

खोलीनुसार (Vertical distribution of sediments) : सागरी निक्षेपांच्या उभ्या किंवा खोलीनुसार वितरणावरून असे स्पष्ट होते की, सागरी निक्षेपांच्या निरनिराळ्या थरांत रंगानुसार व कॅल्शियमच्या प्रमाणानुसार बदल होत जातो.

तळभागाकडील निक्षेप, त्यांतील सल्फरच्या आधिक्यामुळे निळसर आणि कमी खोलीवरचे निक्षेप त्यांतील आयर्न ऑक्साईडमुळे लालसर, पिंगट रंगाचे दिसतात.

टेरीपॉड ऊझ हे उथळ समुद्रात त्यापेक्षा थोड्या जास्त खोलीवर ग्लोबीजेरीना, नंतर रेडिओलॅरीअन व अती खोल भागात डायाटम ऊझ असे गाळांचे अनुलंब वितरण असून सागरी गर्तींच्या तळावर तांबड्या मातीचे प्रमाण बरेच जास्त असते.

वालुकामय जास्त असलेले ऊझ, सागरतळावर खूप खोलीवर आढळतात. कॅल्शियमयुक्त गाळ इतका खोल आढळत नाही.

समकक्ष वितरण (Horizontal Distribution of Sediments) : भूजन्य निक्षेप जवळजवळ सगळ्याच महासागरांच्या समुद्रबुड जमिनीवर आहेत. ईस्ट इंडिजची

बेटे, उत्तर पॅसिफिक महासागर व लॅब्रोडोरची किनारपट्टी या ठिकाणी भूजन्य निक्षेपांचे संचयन लक्षणीय आहे.

हिंदी महासागराच्या पश्चिम भागात ग्लोबीजेरीना ऊझ, दक्षिण भागात डायाटम ऊझ व पूर्व भागात तांबड्या रंगाच्या मातीचे प्रमाण जास्त आहे.

अटलांटिक महासागरात तांबडी माती व ग्लोबीजेरीना ऊझ आढळतात. ५०° ते ६०° दक्षिण अक्षवृत्तांच्या भागात डायाटमचे आधिक्य आहे.

पॅसिफिकमध्ये जवळजवळ सर्वच प्रकारचे निक्षेप आहेत. डायाटम निक्षेप दक्षिण पॅसिफिक व ईशान्य पॅसिफिक भागात ५° ते १५° उत्तर अक्षांशांत रेडिओलॅरीन ऊझ व उत्तर पॅसिफिकमध्ये तांबड्या रंगाची माती असे या सागरातील निक्षेपांचे सर्वसाधारण वितरण आहे.

आ. ११.३ वरून व सोबतच्या तक्त्यावरून या निक्षेपाच्या जाडीचा अंदाज येतो.

सागरी निक्षेपांचे वितरण व जाडी

प्रदेश	एकूण सागरापैकी क्षेत्र (%)	एकूण निक्षेपांपैकी प्रमाण (%)	सरासरी जाडी (कि.मी.)
समुद्रबुड	९	१५	२.५
खंडांतउतार	६	४१	९.०
सागरी उंचवटे	६	३१	८.०
खोल सागरतळ	७८	१३	०.६

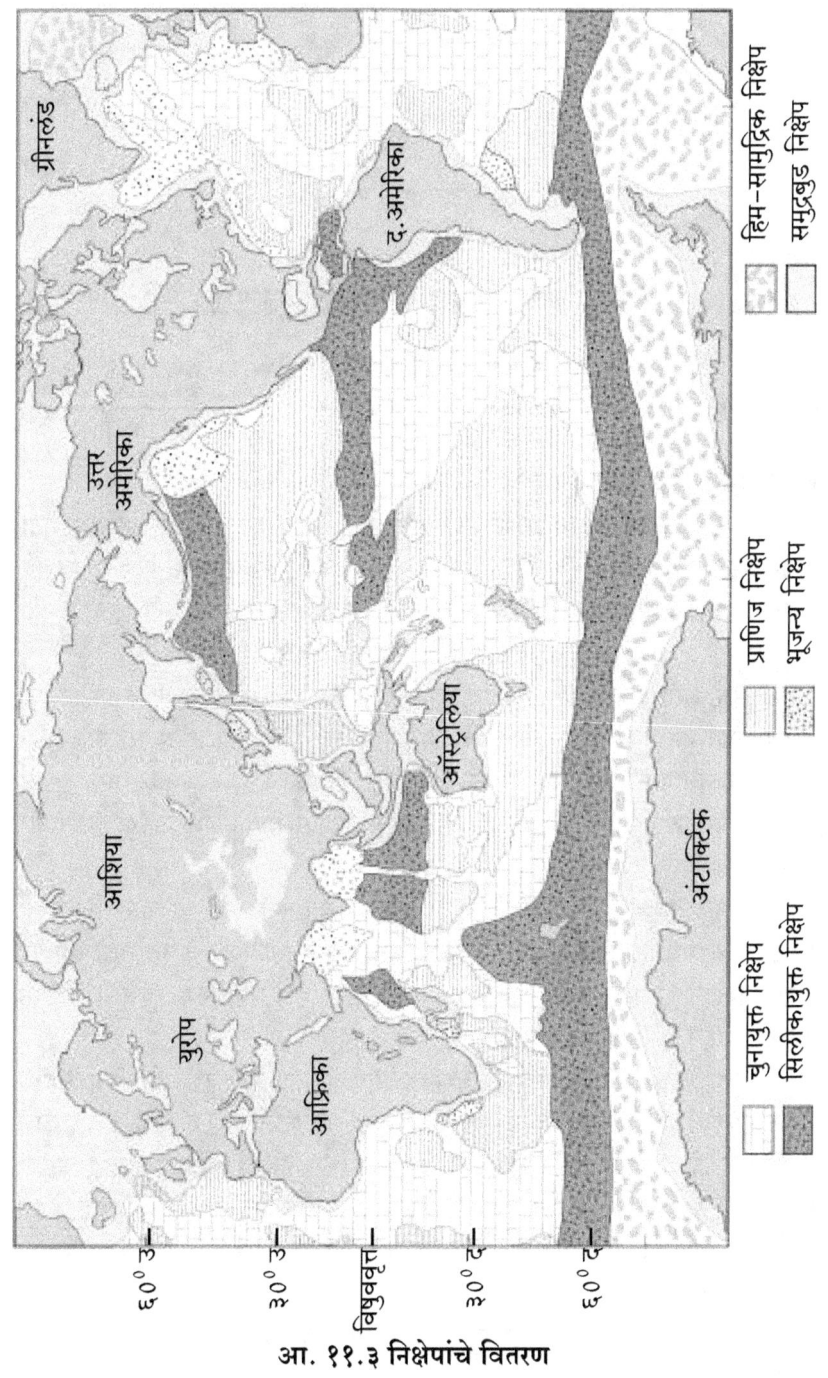

आ. ११.३ निक्षेपांचे वितरण

प्रकरण १२

प्रवाळ आणि प्रवाळ खडक

(Corals and Coral Reefs)

१) प्रवाळ आणि प्रवाळ खडक

प्रवाळ आणि प्रवाळ खडक हा निसर्गातील जैवविविधतेचा एक अतिशय सुंदर असा आविष्कार आहे. समुद्रातील प्रवाळ जीव आणि प्रवाळ खडक निर्माण करणारे प्रवाळ जीव यात आढळणारी विविधता इतकी आश्चर्यकारक आहे की तिची तुलना फक्त वर्षावनात आढळणाऱ्या वनस्पतीतील वैविध्यांबरोबरच होऊ शकते.

उथळ समुद्रातील प्रवाळ जीव आपल्याभोवती चुन्याचे उत्सर्जन करून त्याची कवचे तयार करतात. प्रवाळ जीव मृत झाल्यावर त्यांचे अवशेष व अल्गी वनस्पतीने टाकलेला चुनायुक्त क्षार एकत्र येऊन त्यापासून प्रवाळाचे किंवा पोवळ्याचे खडक बनतात. प्रवाळांच्या या खडकांना प्रवाळ मंच, किंवा प्रवाळ भित्ती (कोरल रीफ) असे म्हटले जाते.

प्रवाळ जीव समुद्राच्या ज्या पर्यावरणात वाढतात त्या बाबतीत ते फारच संवेदनशील असतात. पर्यावरणात झालेला किंचितसा बदलही त्यांचे अस्तित्व संपुष्टात आणू शकतो. प्रवाळ खडक तयार करणारे प्रवाळ हे एकत्रितपणे चुन्याचे संचयन करून विस्तृत वसाहती करणारे सागरी जीव आहेत.

सध्याच्या युगातील प्रवाळ हे खंडीयमंच किंवा समुद्रबुड जमिनीवर आणि खोल समुद्रातील बेटांच्या अवतीभोवती वाढताना आढळतात. १६ अंश ते ३६ अंश सेल्सिअस इतके सागरजलाचे तापमान, दर हजारी २५ ते ४० इतकी क्षारता, घट्ट व गुळगुळीत सागरतळ, पाण्याची सहज हालचाल आणि जोरदार भरती प्रवाह अशी परिस्थिती असणारे अपतट प्रदेश हे प्रवाळांच्या वाढीला आदर्श असे समुद्र विभाग असतात.

गाळाचे संचयन किंवा गाळयुक्त समुद्र प्रवाह हे प्रवाळांच्या वाढीला प्रतिकूल

असतात; कारण प्रवाळांच्या कठीण कवचाला असलेल्या छिद्राछिद्रांमधून हा गाळ अडकतो व प्रवाळांचे जीवनच नष्ट करतो. समुद्रात २० मीटर खोलीपर्यंत सूर्यप्रकाश पुरेशा प्रमाणात पोहचू शकतो. त्यामुळे या खोलीपर्यंत प्रवाळांची चांगली वाढ होऊ शकते. जगातील बहुतांशी समुद्रात ६० ते ९० मीटर खोलीपर्यंत प्रवाळ आढळतात. ज्या भागात समुद्र प्रवाह आहेत, अशा समुद्रातही प्रवाळ चांगले वाढतात. कारण इथे प्रवाळांना, प्रवाहांनी आणलेली विविध अन्नद्रव्ये मिळतात. त्यामुळेच बंदिस्त समुद्र, उपसागर यासारख्या ठिकाणी प्रवाळ आढळत नाहीत.

समुद्रप्रवाह आणि लाटा यामुळेच प्रवाळ खडकांना विविध आकार येतात असे आता लक्षात आले आहे. जिथे समुद्रप्रवाह हे शीत म्हणजे थंड पाण्याचे असतात तिथे प्रवाळ वाढू शकत नाहीत.

प्रवाळांच्या वाढीला प्राणवायू जास्त असलेले सागरजल व जलशैव (प्लँक्टन) यांचीही आवश्यकता असते.

संपूर्ण जगातील महासागरांचा विचार करता असे दिसते की, ३० अंश उत्तर ते ३० अंश दक्षिण अक्षवृत्तांदरम्यानचा प्रदेशच प्रवाळांच्या वाढीस सर्वाधिक अनुकूल आहे; आणि म्हणूनच पृथ्वीवरच्या उष्ण कटीबंधीय प्रदेशात, प्रवाळ द्विपे आढळतात.

मृत प्रवाळांच्या वसाहतीतच नवीन प्रवाळ जन्म घेतात व प्रवाळ खडकाचा विस्तार वाढू लागतो. त्यांची वाढ ही प्रवाळ द्विपाच्या बाजूस व मध्याच्या दिशेने होते. अनेक वेळा लाटांच्या माऱ्यामुळे प्रवाळ खडक फुटतात व प्रवाळी पदार्थांचा चुरा, खडकातील भेगांत साठून राहतो.

प्रवाळांच्या एकूण १० लक्ष जाती आज ज्ञात आहेत. मात्र त्यातल्या केवळ १० टक्के प्रजातींचाच सविस्तर अभ्यास झालेला आहे.

जगातील अनेक ठिकाणी प्रवाळांचे नष्ट होण्याचे प्रमाणही दिवसेंदिवस वाढते आहे. पृथ्वीचे वाढणारे तापमान संवेदनशील अशा प्रवाळांचा नाश होण्यास कारणीभूत ठरते आहे.

२) प्रवाळ खडकांचे प्रकार

उथळ सागरतळावर व सागरी बेटांच्या किनाऱ्याजवळ तयार होणाऱ्या प्रवाळ खडकांना, प्रवाळ मंच किंवा प्रवाळ भित्ती असेही म्हटले जाते. जगभरात कोरल रीफ म्हणून हे खडक प्रसिद्ध आहेत. सामान्यपणे प्रवाळ भित्तींचे तीन प्रकार आढळतात. सीमावर्ती किंवा फ्रिंजिंग रीफ, रोधक किंवा बॅरीअर रीफ व कंकणाकृती किंवा अटॉल.

किनाऱ्याच्याजवळ, सीमावर्ती भागात तयार होणाऱ्या प्रवाळ खडकास फ्रिंजिंग रीफ म्हटले जाते. किनारा व हे खडक यांच्या दरम्यान एक अरुंद असा उथळ

पाण्याचा प्रदेश असतो याला 'लॅगून' म्हटले जाते. फ्रिजिंग रीफ हे प्रवाळ प्रदेश अरुंद व लांब असे असतात. साधारणपणे १।। ते २ कि.मी. लांबीचे हे प्रवाळ मंच समुद्रात १५ फॅदम खोलीपर्यंत आढळतात. लक्षद्वीप व अंदमानचे द्वीपसमूह तसेच सुमात्रा, सेलेबस व तांझानिया येथे या प्रकारचे प्रवाळ खडक दिसून येतात. (आ. १२.१)

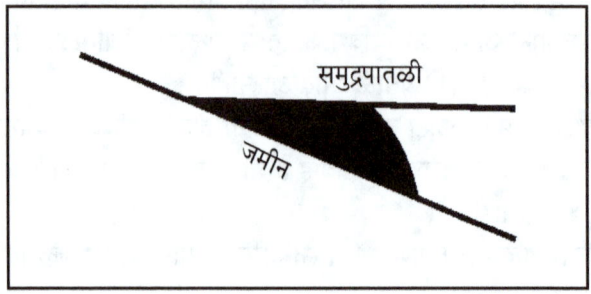

आ. १२.१ अनुतट प्रवाळ

जेव्हा किनाऱ्यापासून बऱ्याच अंतरावर प्रवाळ खडकांची एक रांग तयार होते तेव्हा तिला 'रोधक' किंवा 'बॅरीअर रीफ' असे म्हटले जाते. रीफ व किनारा यामध्ये विस्तीर्ण व उथळ असा समुद्राचा लॅगून सदृश्य विभाग असतो. बॅरीअर रीफची प्रवाळ रांग ही सलग नसते. ती अनेक ठिकाणी खंडीत झालेली असते. (आ. १२.२)

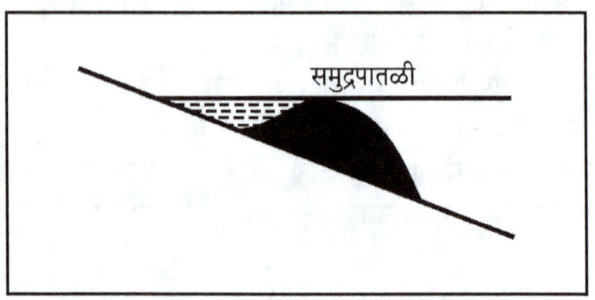

आ. १२.२ रोधक प्रवाळ खडक

ऑस्ट्रेलियाच्या पूर्वेस क्विन्सलँडच्या किनाऱ्याजवळ ग्रेट बॅरीअर रीफ नावाची एक प्रवाळ मालिका असून ती सुमारे १९०० कि.मी. लांब आहे. ऑस्ट्रेलियाची मुख भूमी व ही प्रवाळ मालिका यांच्यामध्ये १६० कि.मी. रुंदीचा उथळ समुद्र आहे. जगात जिथे जिथे किनाऱ्याजवळ रोधक प्रवाळ मंच आहेत तिथे जलवाहतूक सुलभतेने होऊ शकत नाही. इंडोनेशियातील जावा बेटे वगळता इतर बेटांच्या नजीक रोधक प्रवाळ मंच असल्यामुळे, वसाहतीकरणाच्या काळात ही बेटे दुर्लक्षित राहिली.

प्रवाळ मंचाचा तिसरा प्रकार म्हणजे कंकणाकृती प्रवाळ मंच. (आ. १२.३) हे प्रवाळही रोधक प्रवाळाप्रमाणेच खंडित झालेले असते. यांचा आकार नालाकृती किंवा कंकणाकृती असतो. यांच्या आतल्या म्हणजे मध्यवर्ती भागात एक उथळ लॅगून असते. प्रवाळांच्या आतील बाजूस वाळू व चूना साचून निकृष्ट जमिनी तयार होतात, व त्यावर नारळासारखी झाडे वाढतात. त्यांची फळे पाण्यात पडून ती आजूबाजूंच्या बेटांकडे वाहात जातात. वादळी वाऱ्यामुळे लाटांची उंची वाढून, कंकणाकृती प्रवाळ मंचावर सर्वत्र खारे पाणी साचते. कारण या मंचाचा पृष्ठभाग, सागर पातळीपासून फारसा उंच नसतो.

आ. १२.३ कंकणाकृती प्रवाळ

मध्य व पश्चिम प्रशांत महासागरात म्हणजे आशिया व ऑस्ट्रेलियाच्या पूर्व किनाऱ्यावर अनेक कंकणाकृती प्रवाळ मंच आहेत. यापैकी बिकिनी, फनाफुटी, मार्शल, कूक, गिल्बर्ट, इलाईस ही प्रवाळ कंकणे प्रसिद्ध आहेत. दिगो गार्सिया हे हिंदी महासागरातील छोटेसे प्रवाळी कंकण आहे. अंदमान व लक्षद्वीप समुद्रातही अनेक प्रवाळी कंकण, रोधक मंच व सीमावर्ती प्रवाळ आहेत. लक्षद्वीपचा समूह तर प्रवाळी कंकणापासूनच बनलेला आहे.

या सर्व प्रवाळ मंचाच्या उत्पत्तीबद्दल डार्विन व डॅली या शास्त्रज्ञांनी सिद्धान्त मांडलेले आहेत. डार्विन यांनी समुद्रपातळीच्या संदर्भात, निमज्जन किंवा सबसिड्न्स सिद्धान्त मांडला तर डॅली यांनी हिमानी सिद्धान्त सांगून या बेटांच्या निर्मितीवर हिम नद्यांचे नियंत्रण असल्याचे म्हटले. डार्विन यांच्या म्हणण्याप्रमाणे वाढत्या समुद्रपातळीमुळे सागरी बेटांचे हळूहळू निमज्जन होते व अनुतट प्रवाळांची वाढ होऊन रोधक प्रवाळ व नंतर कंकणाकृती प्रवाळ तयार होतात. (आ. १२.४)

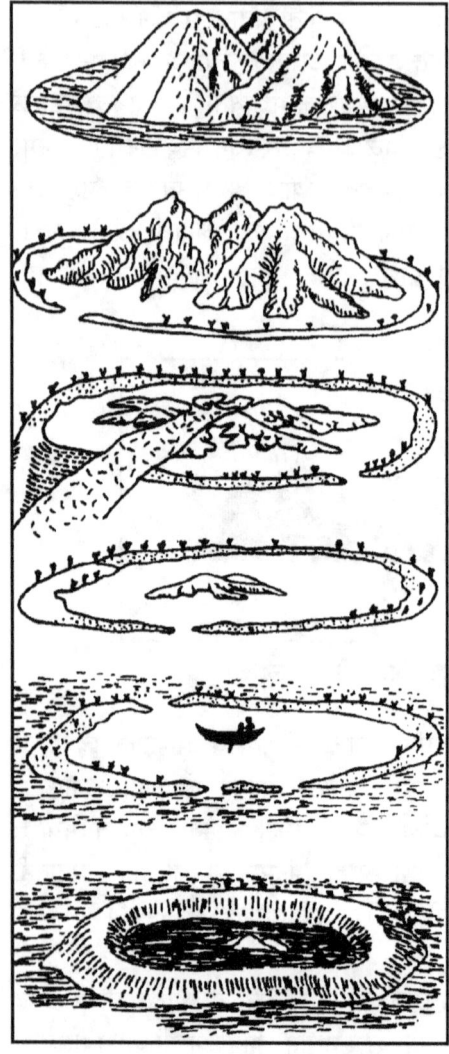

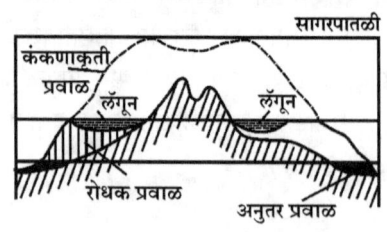

आ. १२.४ संथ निमज्जन पद्धतीने कंकणाकृती प्रवाळाची निर्मिती

आज जगभरातले हे सगळे प्रवाळ मंच प्रदूषणासारख्या मानवनिर्मित संकटाला तोंड देत आहेत. वाढते औद्योगिकरण, वाढणारे तापमान यामुळे हळूहळू नष्ट होणारे हे प्रवाळ वाचवणे खूप गरजेचे बनलेले आहे.

३) भारताच्या किनाऱ्यावरील प्रवाळ

प्रवाळांच्या वाढीसाठी आणि प्रवाळ खडकांच्या निर्मितीसाठी अतिशय अनुकूल अशी उष्णकटिबंधीय परीस्थिती असूनही भारताच्या पूर्व आणि पश्चिम किनाऱ्यावर प्रवाळ हे अतिशय कमी ठिकाणी आणि विखुरलेल्या भागातच आढळतात.

वायव्येकडील कच्छचे आखात, अती दक्षिणेकडील तटीय प्रदेश, लक्षद्वीपचा समुद्र, मंगलोरच्या पश्चिमेला समुद्रात १०० कि.मी. अंतरावरच्या गावेशनी येथे पूर्व किनाऱ्यावर कुडालोर पासून पाँडीचेरीपर्यंत, मंडपम् आणि रामेश्वरम्च्या नैर्ऋत्येस, मानारच्या आखातात आणि तुतीकोरीन पर्यंतच्या किनाऱ्याजवळ लहान-मोठी, प्रवाळखडकांची बेटे विखुरलेली आढळतात.

प्रवाळ विविधतेचा विचार

करता या सर्वच भागात अंदमान-निकोबारपेक्षा खूपच वैविध्य आढळते. भारताच्या किनाऱ्याजवळ प्रवाळांचे ३४२ प्रकार आढळतात. हे सर्व प्रकार ७८ गटांत वर्गीकृत करता येतात.

प्राचीन काळात भारताचे अपतट प्रदेश प्रवाळांनी आणि प्रवाळ खडकांनी समृद्ध होते. गेल्या काही दशकात किनारी प्रदेशात झपाट्याने होणारे तेलजन्य व त्याज्य उत्सर्जन आणि औद्योगिक प्रदूषण यामुळे, तसेच मासेमारीचे विस्तारणारे क्षेत्र, आर्द्रभूमी व खारफुटी यांचे पुनर्प्रापण यामुळेही प्रवाळांचे प्रमाण जलद गतीने घटते आहे.

भारतातील प्रवाळ नष्ट होण्याचे प्रमाण लक्षात घेऊन १९८० मध्ये भारत सरकारने 'कोरल रीफ' कमिटीची स्थापना केली. भारताच्या किनाऱ्यावरील प्रवाळ खडकांचे व प्रवाळांचे संरक्षण करणे हेच या कमिटीचे मुख्य उद्दिष्ट आहे. आज प्रवाळ संरक्षणाची नितांत गरज असलेली काही ठिकाणे निश्चित करण्यात आली आहेत यात कच्छचे आखात, वांडूर सागरी उद्यान, लक्षद्वीप प्रदेशातील पिट्टी बेटे, मानारचे आखात, मालवणपासून वेंगुर्ल्यापर्यंतची किनारपट्टी, व अंदमान-निकोबार यांचा समावेश आहे.

कच्छच्या आखातावर तर प्रवाळाच्या संदर्भात खूपच लक्ष केंद्रित करण्याची गरज आहे; कारण इथल्या प्रदूषणाचे प्रमाण इतके आहे की, त्यामुळे प्रवाळांच्या नव-निर्मितीतही इथे अडथळे येऊ लागले आहेत. साधारणपणे २० लक्ष वर्षांपूर्वी या आखातात प्रवाळांची वाढ अधिक विविध व विस्तृत क्षेत्रव्यापी अशा स्वरूपाची असावी असे पुरावे आढळतात. आज मात्र, आखातात होणारी प्रवाळांची वाढ ही तुकड्या तुकड्यांत होत असल्याचे दिसते. शिवाय ही वाढ, भरती-ओहोटीच्या किनारी भागात वालुकामय खडकावर व उथळ किनारी भागातच मर्यादित स्वरूपात आढळते.

प्रचंड मोठी वादळे व सिमेंट उद्योगाकरता या आखातातून काढली जाणारी वाळू या कारणानीही इथले प्रवाळ नष्ट होत आहेत.

जून २००० मध्ये या भागात काही ठिकाणी नवीन प्रवाळनिर्मिती होत असल्याच्या जिवंत प्रवाळांच्या खुणा आढळल्या. साधारणपणे १९८२ पासून या आखातात कोरल रीफच्या वालुकामय, समुद्रवर्ती बाजूवर विशिष्ट प्रकारच्या खारफुटीची वाढ व पुनर्रोपण केले जात आहे. काही तज्ज्ञांच्या मते, यामुळेच इथे प्रवाळ निर्मिती पुन्हा एकदा दिसू लागली आहे.

भारताच्या किनाऱ्यावर नवीन प्रवाळ तयार होण्यासारखी परिस्थिती दिवसेंदिवस कठीण होत आहे. त्यामुळे कच्छच्या आखातातील ही नवनिर्मिती खूपच आशादायी आहे. प्रवाळ बेटे, प्रवाळ भित्ती व मंच, वादळी वारे व लाटांपासून किनाऱ्यांचे रक्षण

करतात. किनाऱ्यावर येणाऱ्या लाटांचा जोर कमी करतात. भरपूर जैवविविधता हे तर प्रवाळबेटांचे महत्त्वाचे लक्षण आहे आणि म्हणूनच भारताच्या किनाऱ्यावर सर्वत्र प्रवाळांचे रक्षण करणे आणि प्रवाळ प्रदेश जतन करणे हे फार गरजेचे आहे.

४) प्रवाळ बेटांचा संहार व ऱ्हास

प्रवाळ आणि प्रवाळ बेटे ही पर्यावरण बदलाच्या दृष्टीने खूपच संवेदनशील असतात. बेटावरच्या पर्यावरणात अगदी थोडासा बदल झाला तरीही बेटावरील प्रवाळांच्या संपूर्ण वसाहतीवर त्याचा दूरगामी व संहारक असा परिणाम होऊ शकतो.

प्रवाळ बेटांच्या ऱ्हासाची प्रमुख दोन कारणे आहेत. नैसर्गिक घटकात होणारे बदल व मानवाची ढवळाढवळ. नैसर्गिक घटकांमुळे प्रवाळांच्या जाती-प्रजाती व त्यांची निरोगी वाढ यावर परिणाम होतो तर मानव निगडित घटकांमुळे प्रवाळांचा आकार, विस्तारावर व प्रवाळ वसाहतींच्या आरोग्यावर परिणाम होतो.

किनाऱ्यावरील वस्त्यांचे शहरीकरण, औद्योगिकरण व विकास यामुळे उथळ समुद्रप्रदेशात, प्रवाळ वसाहतीच्या क्षेत्रात, पाण्याची क्षारता, गोड्या पाण्यामुळे कमी होते. जमिनीवरील मृदेच्या क्षारणामुळे समुद्रात मोठ्या प्रमाणावर गाळ संचयन वाढते. प्रदूषकांचे वाढणारे प्रमाण, कीटकनाशके, खते, अन्नद्रव्ये, यांचे समुद्रात सतत होणारे, उत्सर्जन यामुळे, उथळ समुद्रातील पाणी गढूळ होऊ लागते. या वाढलेल्या गढूळपणामुळे समुद्रतळावर सूर्यप्रकाश सहजपणे पोहोचू शकत नाही. परिणामी पुरेशा सूर्यप्रकाशाअभावी व गाळ, प्रवाळांच्या छिद्रांत अडकल्यामुळे प्रवाळाचा वेगाने ऱ्हास होऊ लागतो.

जगातील अनेक प्रवाळ किनाऱ्याजवळ, जमिनीवरून वाहात येणाऱ्या पोषक अन्नद्रव्यांमुळे, प्रवाळाव्यतिरिक्त इतर सागरी जीवांची नवनिर्मिती होऊ लागते. अशा जीवांची संख्या वाढत जाते व प्रवाळांची संख्या कमी होऊन ते नष्ट होतात. अस्तित्वासाठी होणाऱ्या या संघर्षात संवेदनशील प्रवाळांचाच मोठ्या प्रमाणावर संहार होतो.

ऊर्जानिर्मिती केंद्रे जेव्हा किनाऱ्यानजीक असतात तेव्हा उष्ण पाण्याचे, समुद्रात उत्सर्जन केले जाते. उथळ सागरजलाच्या तापमानात यामुळे जी अनिर्बंध वाढ होते, त्यात किनारा समीप प्रवाळ बेटे अक्षरशः नष्ट होतात.

किनाऱ्यावरील लोकसंख्या जसजशी वाढते तसतसा इथल्या लोकांचा समुद्रावरचा हस्तक्षेप वाढतो. मासेमारीचे प्रमाण अतिरिक्त झाले की प्रवाळ जीवही त्यात नष्ट होतात. जगात काही ठिकाणी, जास्तीत जास्त मासे मिळविण्यासाठी, समुद्रात स्फोटके व विषारी पदार्थही वापरले जातात. यात समुद्रातील मासे जेवढ्या प्रमाणावर मारले जातात त्यापेक्षा अनेक पटींनी जास्त प्रवाळ जीव नष्ट होतात. सूक्ष्म आकाराची मत्स्य जाळी मासेमारीसाठी वापरण्याच्या वृत्तीमुळेही प्रवाळांची संख्या कमी होते.

याचबरोबर पर्यटकांना विकण्यासाठी, किनाऱ्यावरचे लोक उत्तम प्रतीचे प्रवाळ खडक, प्रवाळ बेटावरून एकत्र करतात. उथळ समुद्रावरून मोठ्या संख्येने विविध आकाराचे, रंगाचे प्रवाळ खडक, अक्षरशः ओरबाडून आणले जातात. यामुळे होणारा प्रवाळांचा ऱ्हास ही सुद्धा प्रवाळांची जपणूक व संवर्धन करण्याच्यादृष्टीने मोठी समस्या आहे.

लक्षद्वीपसारख्या प्रवाळ बेटांच्या प्रदेशात, उथळ समुद्रात बोटींचे नांगर टाकण्यामुळेही प्रवाळांचे विस्तीर्ण प्रदेश नष्ट होत आहेत. बोटी आणि होड्या यांच्या तळभागाला लावलेले डांबर, तेल गळती यामुळे प्रवाळ जीव जन्मतःच नष्ट होतात.

माणूस हा प्रवाळांच्या ऱ्हासाला कारणीभूत असलेला प्रबळ असा घटक आहे. नैसर्गिक कारणामध्ये किनाऱ्यावरची वादळे, प्रवाळांच्या ऱ्हासाला मदत करतात. वादळी लाटांच्या आघातामुळे प्रवाळ बेटांची अपरिमित हानी होते. वादळी हवेत किनाऱ्यावर मुसळधार पाऊस पडतो आणि किनाऱ्यावरून प्रचंड गाळ समुद्रात वाहात येतो. यामुळेही प्रवाळ जीव नष्ट होतात.

प्रवाळांचा जगभरात चाललेला हा अनिर्बंध ऱ्हास प्रामुख्याने माणसामुळेच होतोय. त्यामुळे उथळ समुद्र पर्यावरणाचे संतुलन बिघडू न देता केलेला विकासच प्रवाळांच्या भविष्यातील संरक्षणाची हमी देऊ शकेल.

प्रकरण १३

समुद्र किनाऱ्यांचे पर्यावरण

(Coastal Environment)

समुद्र व जमीन यांच्या सीमावर्ती प्रदेशाला किनारा किंवा किनारपट्टी (Shoreline) असे म्हटले जाते. या सीमारेषेपासून, जमिनीच्या दिशेने जिथपर्यंत रोजच्या भरती-ओहोटीचा प्रभाव जाणवतो तो प्रदेश व भूप्रदेशावर समुद्राचा प्रभाव जाणवतो तो प्रदेश आणि समुद्राच्या दिशेने समुद्रबुड जमिनीच्या टोकापर्यंतचा सगळा प्रदेश हा किनारी प्रदेश म्हणून ओळखला जातो.

या प्रदेशात भूजन्य पर्यावरणाचा सागरी पर्यावरणावर व सागरी पर्यावरणाचा भूजन्य पर्यावरणावर सतत परिणाम होत असतो. त्यामुळे पर्यावरणांचे मिश्रण व सतत होणारा बदल हे या प्रदेशाचे मुख्य वैशिष्ट्य असते.

स्वच्छ, सुंदर, वाळूच्या पुळणी (Beaches), खडकाळ व दंतुर किनारपट्टी, भूशिरे (Headlands), खाड्या, उपसागर व विस्तीर्ण आर्द्रभूमी (Wetlands) अशा नैसर्गिक गोष्टींनी हा प्रदेश समृद्ध असतो. किनाऱ्यावर फुटणाऱ्या लाटा, भरती-ओहोटीचा प्रभाव, यामुळे हा प्रदेश रोज आपले स्वरूप बदलत असतो. थोड्या जास्त कालावधीचा विचार केला तर, जमिनीवरच्या वितळणाऱ्या व गोठणाऱ्या बर्फाबरोबर वर-खाली होणारी समुद्र पातळी, जमिनीचे उत्थापन (Uplifting) किंवा सागरतळाचे खचणे (subsidence), किनारी प्रदेशात होणारे वलीकरण व प्रस्तरभंग, किनाऱ्यासमीप प्रदेशात होणारे भूकंप यामुळेही हा प्रदेश सदैव अस्थिर असतो.

किनारी पर्यावरणाचे महत्त्व

जगातली दोन तृतीयांश लोकसंख्या ही समुद्र किनारी रहाते. त्यामुळे आधुनिक काळात वर वर्णन केलेली किनारपट्ट्यांची वैशिष्ट्ये झपाट्याने नष्ट होत आहेत. किनारी वस्त्यांच्या लोकसंख्येत होणाऱ्या वाढीमुळे व वस्त्यांच्या विकासामुळे सर्वत्र, किनारपट्ट्यांचे प्रदूषण वाढीस लागलेले आहे.

किनारपट्ट्यांचे महत्त्व प्रामुख्याने पुढील गोष्टींमुळे असल्याचे दिसून येते.

१) किनाऱ्यावरील खाड्या, उपसागर व उथळ सागरी प्रदेशात असलेले मत्स्य जीव व इतर प्राणी आणि खारफुटी जंगलात आढळणाऱ्या वनस्पती व पक्षी.

२) किनाऱ्यावरील वनस्पतींचे (खारफुटी किंवा वाळूच्या टेकड्यांवरील वनस्पती) चाळणी (Filter) सारखे कार्य. यामुळे पाण्यातील अशुद्ध पदार्थ व प्रदूषके गाळून पाणी पुढे सरकते, तसेच वाऱ्याबरोबर उडत येणारी वाळू झाडांच्या अडथळ्यांमुळे तिथेच रोखली जाते.

३) किनारी प्रदेशातील वस्त्यांचे, वाळूच्या उंचच उंच टेकड्यांमुळे वाळूपासून होणारे रक्षण.

४) किनारी प्रदेशातील लोकांसाठी एक प्रमुख अन्न स्रोत (Food Source). समुद्रात उपलब्ध होणारे मासे व इतर सागरी जीव अनेक लोकांचे मुख्य अन्न आहे.

५) किनारी प्रदेश हे सर्वांत आवडते पर्यटन प्रदेश आहेत. स्वीमिंग, सर्फिंग, बोटिंग, मासेमारी यासारख्या अनेक मनोरंजनाच्या गोष्टींसाठी (Recreational Activities) किनारी प्रदेश अधिक लोकप्रिय आहेत. त्यामुळे पर्यटन व्यवसायासाठी त्यांचे खूप मोठे महत्त्व आहे.

६) आजकाल इंटरनेटसाठी आवश्यक असलेले केबल्सचे जाळे समुद्रतळावरूनच नेले जाते. यात किनारासमीप असलेल्या सपाट समुद्रबुड जमिनीला फार महत्त्व आहे.

७) बरेचसे सागरी मार्ग किनारी प्रदेशातूनच जातात.

किनाऱ्यांचे हे महत्त्व लक्षात घेऊन, किनाऱ्यांचे पर्यावरण जपणे अतिशय गरजेचे असते. त्यासाठी काही कायदे करून व बंधने घालून अनेक देश किनारी प्रदेशांच्या पर्यावरणाची जपणूक करीत आहेत.

समस्या

किनारी पर्यावरणाच्या अनेक समस्या आहेत. त्यातील काही नैसर्गिक असून मानवाच्या नियंत्रणाबाहेर आहेत. किनारी प्रदेशात होणारी विध्वंसक वादळे, किनाऱ्यांची धूप, सागर पातळीत होणारी वाढ या समस्या प्रामुख्याने नैसर्गिक स्वरूपाच्या आहेत. मात्र यापेक्षा जास्त धोकादायक व पर्यावरणाचा ऱ्हास करणाऱ्या समस्या या मानवी हस्तक्षेपामुळे निर्माण झाल्या आहेत.

जगातले बहुतांशी देश, समुद्र किनारी प्रदेशांचा वापर शहरांचा राडारोडा व त्याज्य पदार्थ टाकण्यासाठी करत असतात. त्यामुळे समुद्रातील पाण्याचे मोठ्या प्रमाणावर प्रदूषण होते. हे पदार्थ व प्लास्टिक कचरा समुद्रात दूरवर वाहात जातो व पर्यावरणाची हानी करतो.

प्रशांत महासागरातील मिडवे आयलंड अलबेट्रॉस पक्षांसाठी प्रसिद्ध आहे. दरवर्षी जवळजवळ ५ टन प्लास्टिक कचरा या बेटाकडे आजूबाजूच्या देशांकडून वहात येतो. हा प्लास्टीक कचरा पोटात गेल्यामुळे या पक्षांचा मोठ्या प्रमाणावर नाश होत असल्याचे १९९३ मध्ये हे प्रथमत: लक्षात आले.

याचबरोबर किनाऱ्याजवळून जाणाऱ्या जुन्या व मोडकळीस आलेल्या जहाजातून गळणारे तेल किंवा दोन जहाजे एकमेकांवर आपटून होणाऱ्या अपघातानंतर गळणारे तेल लाटांबरोबर किनारी प्रदेशात वाहात येते. ह्या तेलगळतीमुळे समुद्रातील प्राणी तर मरून जातातच शिवाय किनाऱ्यावर त्यांचे थर तयार होतात. खारफुटी सारख्या वनस्पती मोठ्या प्रमाणावर यामुळेच नष्ट होतात.

समुद्र व महासागर : साधनसंपत्तीचे भांडार

समुद्र हे नैसर्गिक संपत्तीचे एक मोठे भांडारच आहे; वर सांगितल्याप्रमाणे समुद्र हे मासे आणि तत्सम समुद्रीजीवांनी समृद्ध आहेत. म्हणूनच समुद्रातून भरपूर अन्नसंपदा मिळते. समुद्रतळावरून मोठ्या प्रमाणात वाळू, खडी (Gravel) व मॅगेनीज, तांबे, निकेल, लोह आणि कोबाल्ट अशी खनिजे मिळतात. समुद्रबुड प्रदेशातून खनिज तेल मिळवता येते.

पृथ्वीवरील अनेक रोगांवर नियंत्रण मिळवण्यासाठी, भविष्यात समुद्रातून अनेक जैववैद्यकीय (Bio-Medical) जीव मिळवता येतील. चीन, जपान, अमेरिका, चिली, इंडोनेशिया, रशिया, भारत, थायलंड, नॉर्वे, आइसलँडच्या समुद्रातून कोट्यवधी टन मासे देण्याची क्षमता आहे.

किनाऱ्यावरील लाटांपासून व भरती ओहोटीपासून भरपूर विद्युत ऊर्जा निर्माण करता येते. समुद्राच्या पाण्यापासून मिठाचे मोठ्या प्रमाणावर उत्पादन केले जाते.

समुद्रतळावर ज्वालामुखीच्या उद्रेकातून अनेक धातू खनिजे मिळू शकतात. भविष्यात अशा तऱ्हेची धातू खनिजे व खोल समुद्रतळावरून सोने, टिटॅनियम, सारखे पदार्थही मिळवणे आता शक्य झाले आहे.

शुद्ध पाणी ही आधुनिक युगात मौल्यवान संपत्ती झाली आहे. समुद्राच्या खारट पाण्याचे रूपांतर शुद्ध गोड्या पाण्यात करण्याचे प्रयत्न आजही चालू असले तरी ही प्रक्रिया अजूनही खूप खर्चिक आहे. भविष्यात, तंत्रज्ञानातील सुधारणांमुळे हे करणे सुलभ व स्वस्त होण्याची शक्यता नाकारता येत नाही.

परिशिष्ट

भू-शास्त्रीय कालप्रमाण
(Geological Time Scale)

महाकल्प Era	कल्प Priod	अंदाजे काल	भारतातील प्रमुख भूरूपे
Quarternary चतुर्थक	Holocene Pleistocene	३०, ००० वर्षे १८ लक्ष वर्षे	भारतात हिमालयात हिमयुग गंगेचे खोरे
Tertiary Kainozoic नवजीवन	Pliocene Miocene Oligocene Eocene Paleocene	१.२ कोटी २.३ कोटी ±१ ६.५ कोटी ±१	सह्याद्रीच्या कड्यांची निर्मिती हिमालयाची निर्मिती सह्याद्री पर्वताची निर्मिती
Mesozoic Secondary मध्यजीव	Cretaceous Jurassic Triassic	६ $^{1}/_{2}$ कोटी ±१० १९ कोटी वर्षे २३ कोटी ±१०	दख्खनच्या पठारावर लाव्हांचा उद्रेक
Paleozoic Primary पूराजीव	Permean Carboniferous Devonian Silurian Ordovician Cambrian	२८ कोटी ते ४० कोटी वर्षे ४०.५ कोटी ४३.५ कोटी ४८ कोटी ५७ कोटी	स्पिटी व काश्मीर खोऱ्यात प्रादेशिक रूपांतरण
Proterozoic प्राग्जीव Azoic Archean अजीव	Precambrian	६५ कोटी ते १५० कोटी २६० कोटी	विंध्य व सातपुडा पर्वतांची निर्मिती अरवली पर्वताची निर्मिती धारवाडी मालिकेतील खडकांची निर्मिती
		४.५ अब्ज वर्षांपूर्वी	पृथ्वीची निर्मिती

स्वाध्याय

१) हवामानशास्त्र या विषयाची व्याख्या सांगून त्या विषयाचे स्वरूप व व्याप्ती यांचे वर्णन करा.

२) आधुनिक काळात असलेले हवामानशास्त्र या विषयाचे महत्त्व विशद करा.

३) हवा आणि हवामान यातील फरक सांगून हवेची अंगे कोणती ते स्पष्ट करा.

४) वातावरणाची घटना यावर सविस्तर टीप लिहा.

५) वातावरणाच्या रचनेतील विविध विभागांचे वर्णन करा.

६) सौरप्रारण म्हणजे काय?

७) सौरस्थिरांक व परावर्तन निर्देशांक म्हणजे काय? सविस्तर वर्णन करा.

८) तापमान या शब्दाची व्याख्या देऊन, तापमान कसे मोजले जाते ते सांगा.

९) दैनिक व वार्षिक तापमान कक्षा म्हणजे काय?

१०) तापमानाच्या आडव्या वितरणावर परिणाम करणाऱ्या घटकांचे वर्णन करा.

११) तापमानाच्या उभ्या वितरणाची वैशिष्ट्ये सांगा.

१२) 'सामान्य घट दर' म्हणजे काय ते स्पष्ट करा.

१३) तापमानाची उलटापालट कशामुळे घडून येते? या प्रक्रियेचे वर्णन करा.

१४) सौर उर्जेचा ताळेबंद यावर टीप लिहा.

१५) जागतिक तापमान वृद्धी होण्यामागची कारणे कोणती त्यांचे विवेचन करा.

१६) वायुभाराचे आडवे वितरण कोणत्या घटकांवर ठरते? वर्णन करा.

१७) वायुभाराचे उभे वितरण यावर संक्षिप्त टीप लिहा.

१८) पृथ्वीवरील प्रमुख वायुभार पट्ट्यांची निर्मिती स्पष्ट करा.

१९) वायुभार पट्ट्यांचे आंदोलन म्हणजे काय? ते कसे घडून येते?

२०) वायुभाराचा कल म्हणजे काय ते आकृतीसह स्पष्ट करा.

२१) मोसमी वारे कसे निर्माण होतात ते विशद करा.

२२) स्थानिक वारे म्हणजे काय ते सांगून फॉन व चिनूक वाऱ्यांची निर्मिती स्पष्ट करा.

२३) एल निनो म्हणजे काय? हे वारे कसे तयार होतात?

२४) एल निनो वाऱ्यांचा भारतीय मॉन्सूनवर कसा परिणाम होतो ते सांगा.

२५) ला नीना म्हणजे काय ते स्पष्ट करा.

२६) वातावरणातील बाष्पाचे विविध स्रोत कोणते?

२७) पृथ्वीवरील जलीय चक्राचे सविस्तर वर्णन करा.

२८) सापेक्ष व निरपेक्ष आर्द्रता यावर सविस्तर टीप लिहा.

२९) हवेतील सांद्रीभवनाचे विविध प्रकार कोणते ते स्पष्ट करा.

३०) पर्जन्यमेघ कसे तयार होतात?

३१) धुक्याचे वर्णन करून त्याच्या विविध प्रकारांचे वर्णन करा.

३२) ढग कसे तयार होतात? उंचीनुसार त्यांचे कसे वर्गीकरण केले जाते?

३३) वायुराशी म्हणजे काय? त्यांचे स्रोतानुसार वर्गीकरण करा.

३४) बर्कनेस यांनी मांडलेल्या 'ध्रुवीय फळी' सिद्धान्ताचे स्पष्टीकरण करा.

३५) आवर्त आणि प्रत्यावर्त म्हणजे काय ते आकृतीच्या साहाय्याने स्पष्ट करा.

३६) उष्ण कटिबंधीय आवर्तातील हवेच्या स्थितीचे वर्णन करा.

३७) मध्यकटिबंधीय आवर्तातील हवेच्या स्थितीचे वर्णन करा.

३८) प्रत्यावर्तातील हवेच्या स्थितीचे वर्णन करा.

३९) सागरशास्त्र या विषयाची व्याख्या सांगून त्या विषयाचे स्वरूप व व्याप्ती यांचे वर्णन करा.

४०) आधुनिक काळात असलेले सागरशास्त्र या विषयाचे महत्त्व विशद करा.

४१) सागरतळाच्या रचनेचे विविध विभाग सांगून त्यांचा विस्तार, खोली व इतर वैशिष्ट्यांचे वर्णन करा.

४२) योग्य आकृतीच्या साहाय्याने अटलांटिक महासागराची तळरचना स्पष्ट करा.

४३) योग्य आकृतीच्या साहाय्याने हिंदी महासागराची तळरचना स्पष्ट करा.

४४) योग्य आकृतीच्या साहाय्याने प्रशांत महासागराची तळरचना स्पष्ट करा.

४५) रिया, फिओर्ड आणि डालमेशियन किनाऱ्यांचे सविस्तर वर्णन करा.

४६) सागरजलाची क्षारता व तिचे वितरण वर्णन करा.

४७) सागरजलाच्या तापमानावर कोणते घटक परिणाम करतात?

४८) भूवेष्टित व अर्धभूवेष्टित सागरजलाचे तापमान व क्षारता यावर सविस्तर टीप लिहा.

४९) सागरी लाटा निर्माण होण्यामागच्या कारणाचे वर्णन करा.

५०) त्सुनामी लाटा कशा निर्माण होतात ते सांगून त्यांचे गुणधर्म सांगा.

५१) उष्ण व शीत सागरी प्रवाह कसे तयार होतात?

५२) योग्य आकृतीच्या साहाय्याने अटलांटिक महासागरातील प्रवाहांचे वर्णन करा.

५३) योग्य आकृतीच्या साहाय्याने हिंदी महासागरातील प्रवाहांचे वर्णन करा.

५४) योग्य आकृतीच्या साहाय्याने प्रशांत महासागरातील प्रवाहांचे वर्णन करा.

५५) सागरी प्रवाहांचे किनारपट्टीच्या व उथळ समुद्र प्रदेशात कोणते परिणाम होतात?

५६) भरती-ओहोटीच्या निर्मितीचा संतुलन सिद्धान्त योग्य आकृत्यांच्या साहाय्याने स्पष्ट करा.

५७) सागरी निक्षेप म्हणजे काय? या निक्षेपांचे त्यांच्या स्थानानुसार वर्गीकरण करा.

५८) भूजन्य निक्षेपांचे प्रमुख प्रकार कोणते? त्यांची वैशिष्ट्ये सांगा.

५९) प्रवाळ व प्रवाळ खडक म्हणजे काय? ते कसे तयार होतात?

६०) प्रवाळ खडकांच्या मुख्य प्रकारांचे आकृतीच्या साहाय्याने सविस्तर वर्णन करा.

पारिभाषिक शब्दसूची

Absolute Range – विक्रमी कक्षा
Absorption – शोषण
Aerology – वायुशास्त्र
Air Masses – वायुराशी
Albedo – परावर्तन निर्देशांक
Atmosphere – वातावरण
Chemical Oceanography – रासायनिक सागरविज्ञान
Circulation – अभिसरण
Climatology – हवामानशास्त्र
Compound – संयुक्त
Condensation – सांद्रीभवन
Continental Slope – खंडान्त उतार
Destructive Waves – विध्वंसक लाटा
Distribution of Ocean Deposits – सागरी निक्षेपांचे वितरण
Diurnal Tides – दैनिक भरती–ओहोटी
Emergent Lowland Coasts – उन्मग्न सखल किनारे
Emergent Upland Coasts – उन्मग्न उच्चभू किनारे
Exosphere – बाह्यावरण
Geological Oceanography – भूशास्त्रीय सागरविज्ञान
Horizontal – समकक्ष
Horizontal Distribution of Salinity – क्षारतेचे समकक्ष वितरण
Horizontal Distribution of Sediments – गाळाचे समकक्ष वितरण
Humidity – आर्द्रता
Hydrological cycle – जलीय चक्र
Hydrosphere – जलावरण

Inversion of Temperature – तापमानाची विपरीतता
Isobaric Gradient – वायुभाराचा कल
Lithosphere – शिलावरण
Marine Biology – सागरी जीवशास्त्र
Marine Deposits – सागरी निक्षेप
Marine Meteorology – सागरी मौसमविज्ञान
Mesosphere – मध्यांबर
Meteorology – मोसम विज्ञान
Monthly Tides – मासिक भरती-ओहोटी
Near Earth Polar Orbit – पृथ्वीसमीप ध्रुवीय भ्रमण कक्ष
Occulusion – संशोषण
Ocean Basins – सागरी खळगे
Ocean Deeps – सागरी गर्ता
Oceanography – सागरविज्ञान
Oscillations – सागरजलाच्या हालचाली
Pelagic Oozes – प्राणिज गाळासंबंधी
Physical Oceanography – प्राकृतिक सागरविज्ञान
Pressure Cells – वायुभार पुंज
Sea Waves – सागरी लाटा
Solar Constant – सौर स्थिरांक
Solar Radiation – सौरप्रारण
Submerged upland coast – निमग्न उच्चभू किनारे
Temperature of Ocean Water – सागरजलाचे तापमान
Thermal – औष्णिक
Transmission – संचरण
Variable – अस्थिर
Vertical – ऊर्ध्व
Vertical Distribution of Salinity – क्षारतेचे उभे वितरण
Water Planet – जलग्रह
Weather – हवा
Yearly Tides – वार्षिक भरती-ओहोटी

संदर्भसूची

1) Goudie A.S., 1983 - Environmental Change,
   Oxford Uni. Press, New York.

2) Lal D.S., 2002 - Oceanography Sharada Pustak Bhavan, Allahabad

3) Oliver John E. and Hidore John J., 2002 - Climatolary : An
   Atmospheric Science, 2nd Edn. Pearson Education, New Delhi.

4) Pethick John, 1984 - An Introduction to Coastal Geomorphology,
   Arnold, U.K.

5) Savindra Singh, 2005 - Climatology,
   Prayag Pustak Bhavan, Allahabad.

६) कार्लेकर श्रीकांत, भागवत अ.वि. – प्राकृतिक भूगोलाची मूलतत्त्वे
   डायमंड पब्लिकेशन्स, पुणे

७) कार्लेकर श्रीकांत, भागवत अ.वि., नलावडे संजीव, २००७ – भूगोल (MPSC/
   UPSC साठी), डायमंड पब्लिकेशन्स, पुणे

८) कार्लेकर श्रीकांत, भागवत अ.वि., २००४ – प्राकृतिक भूविज्ञान
   रघुनाथ पब्लिशिंग, पुणे

www.ingramcontent.com/pod-product-compliance
Lightning Source LLC
Chambersburg PA
CBHW071210260626
47162CB00004B/1245
* 9 7 8 8 1 8 4 8 3 5 8 3 0 *